Sana Maulit Muli... na Tama
ABMENESES

As always, this book is dedicated to my ever supportive and loving wife,

Maridel

and

our two treasures,

David

and

Gwyneth

Thank you for always supporting all my elusive dreams and schemes.

Published by
ABMENESES
(addmediacreatives@gmail.com)
9 Benefit St. GSIS Village, Brgy. Sangandaan, Quezon City, 1116

ISBN - 978-621-06-1751-1

Iginuhit Daw ng Tadhana

"ANO KAMONG SABI MO? GAGAWIN MO AKONG GIRLFRIEND?"

"Sige na naman, Cass, tulungan mo naman ako!" ang hiling ni Carlo kay Cassandra. Si Cassandra ay kaibigan ni Rachel, ang nakababatang kapatid ni Carlo. Malapit lang ang bahay nila sa isa't-isa kaya madalas tumatambay sa kanila si Cassandra. Cass, for short. Tomboy kasi ito kaya 'yun ang gusto n'yang itawag sa kanya. Matagal na rin silang magkakakilala kaya barkada na ang turingan nila sa isa't isa. Alam din ni Carlo na may crush sa kapatid n'ya si Cassandra. At dahil dito, nag-lakas loob s'yang humingi ng tulong sa dalaga.

"Ano ka, hilo? Mag-papanggap na GF mo? Naririnig mo ba sarili mo?"

"Oo, naman! Ano lang, Cass, desperado lang ako."

"Ganun, desperado ka, idadamay mo pa ako? E, kung tumalon ka na lang kaya sa ilog, no? Suntukin pa kita dyan, makita mo!"

"Hwag naman ganun, Cass. Tulong lang. Parang awa mo na, please"

"Ay, naku! Marunong ka bang umintindi? Marunong ka ba ng tagalog? Ayoko, ayoko... *AYOKO!* Makaalis na nga dito! Panira ka lang ng araw ko, huh!"

Sandaling nanahimik si Carlo. Nag-iisip ng gagawin para makumbinsi lang si Cassandra. Sya lang kasi ang naiisip nito na pwedeng makatulong sa problema n'ya. Nag-split kasi sila ng girlfriend n'yang si Eloisa. Sa totoo lang, ito ang naki pag-break sa kan'ya. Sabi, cool-off muna raw sila. Kahit mga six months lang. Maganda raw iyong maghanap-hanap muna daw ng ibang maka-partner. Baka naman daw may nakatakda sa kanilang mas okay na partner maliban sa isa't isa. E, no hard feelings daw, kung magka-ganoon. Kung sakali naman at sa huli, sila pa din, di sila daw talaga ang iginuhit ng tadhana para magkatuluyan.

"Iginuhit ng tadhana... hmp, bulok!" inis na nasabi ni Carlo sa sarili. *"Napanood lang yung pelikulang* Serendipity, *gusto nang gayahin... Bwisit!"*

Ayaw sanang pumayag ni Carlo sa gusto ng Eloisa. Ang kaso, kabisado na n'ya ang ugali nito. Pag ginusto, ganun ang gagawin. E, hopelessly in love sya dito. Ito yata yung pinaka-sikat sa school nila. Honor student, maganda at pinag-aagawan ng marami. Ika nga, napaka-swerte n'ya at sya ang pinili nito. Pero, alam din ni Carlo na tyempo lang at siya napili nito. Nainis lang sa dating boyfriend nito nang hindi pumayag mag-change partner sa isang school dance. 'Yun lang, nakipag-break na. At s'ya naman ang ipinalit. Kaya nang sabihin nito sa kan'ya na "cool-off" period muna sila, napilitan s'yang pumayag. At least 6 months lang, tapos balikan na.

Nahimasmasan si Carlo ng makita nitong papalabas na nang gate nila si Cassandra. Mabilis n'ya itong hinabol.

"Cass, simula ngayon, h'wag ka nang pupunta dito, ha."

"Huh! Ano, kamo? Porke ba di kita tutulungan e, di na ako pwedeng pumunta dito? Para kang si Haring Herodes, oo... ano ba na ku-krung-krung ka na ba?"

"Cass, seryoso ako. Hwag ka nang pupunta dito."

"Sino ka naman para bawalan ako? Si Rachel naman talaga kaibigan ko dito, di ba? Hindi mo naman kayang bawalan iyon. Nge-nge-nge-nge-nge!

"Sasabihin ko sa kan'ya na tomboy ka at gusto mo lang syotahin si utol. Isusumbong din kita kina Daddy at Mommy."

Nanahimik si Cassandra. Hindi nito akalain na aabot sa ganito ang paghingi ng tulong ni Carlo sa kan'ya.

"Gagawin mo iyon?" ang may halong galit na nasambit ni Cassandra.

"Pasensyahan na lang tayo, Cass. Ayaw mo akong tulungan, patas na lang tayo."

Desperado na talaga si Carlo. Ginamit na nito ang huling alas para mapapayag lang si Cassandra. Alam n'ya na sa isang buwan ay pupunta sina Cassandra at Rachel sa Baguio para sa isang team-building activity ng school. Sigurado siya na kapag nalaman ito ni Rachel ay malamang umiwas na ito kay Cassandra. Kung sakali naman na okay lang sa utol n'ya ito ang sitwasyon, sigurado, pag nalaman ito ng parents nila, hindi na nito papayagan si Rachel sumama o sila mismo sasama para bantayan ang kapatid. At siguradong-sigurado, off limits na si Cassandra sa bahay nila.

"Ang labo mo naman, Carlo. Personalan na ito, a!"

"Personalan na kung personalan, pasensyahan tayo."

Nanahimik si Cassandra. Kitang-kita sa mukha nito ang sama ng loob. Pero hindi ito umaalis.

"O, ano... usap tayo?" ang sabi ni Carlo. Napa-buntong hininga si Cassandra. Iiling-iling pero sumunod siya kay Carlo. Pinili ni Carlo na pumunta sa isang burger house para doon makausap ng husto si Cassandra.

Iginuhit Daw ng Tadhana 2

"O, anong order mo? Baka sabihin mo ginugutom kita."

Maganda si Cassandra. Hindi mo aakalain na tomboy ito. Kahit laging naka-pantalon at damit panlalaki ang suot, makikita mo na babaeng-babae ang dating nito. Hindi tomboy ang dating. Siguro, dahil ayaw nitong malaman ng mga magulang ang pagiging tomboy n'ya. Old fashion, ang mga ito — taboo sa kanila ang ganito. Well kept secret, ika nga. Only a select few knows. Kaya lang nalaman ni Carlo na tomboy ito ay nang sabihin sa kanya ng isang kaibigan nagbalak diskartehan ito. Tomboy nga daw. Pumutok pa nga raw ang bibig n'ya nang suntukin sya nito.

"Huh! Nang-susuhol ka pa! Huwag na lang. Sige na, sabihin mo na sasabihin mo."

"Ay, naku, omorder ka. H'wag kang mag-alala. Libre ko 'to, kahit pumayag ka o hindi."

"Pag hindi naman ako pumayag, bad shot naman ako sa inyo."

"Kaya nga kumain ka. Kahit d'yan ka na lang bumawi."

"Mmm, sige. Order ako ng malaking hamburger, samahan mo na rin ng 2-piece chicken, french fries, softdrinks at sundae. Yung big size lahat ha!"

"Nakupo, bumawi nga!

Sa totoo lang, alam na alam ni Carlo na matakaw si Cassandra. Kahit balingkinitan ito, kung kumain parang balyena. Hindi nga n'ya alam kung saan napupunta kinakain nito.

"Ano ba ito, suhol?" nangungutyang sabi ni Cassandra.

"Hindi a!" sagot ni Carlo, "pero kung papayag ka sa plano ko, dodoblehin ko pa yan!"

"Ang babaw mo, Carlo... ang babaw mo!" O, sige na nga, matapos na ito... ano bang katarantaduhang iniisip mo at pati ako gusto mo pang idamay."

Nagsisimula pa lang mag-explain si Carlo nang dumating na ang order nila. "Heps!", sabi ni Cassandra, "tsibog muna... mas importante ito!". "Hah? Cass, Hindi ba pwede habang kumakain ka...", hirit ni Carlo. "Sabi nang mas importante 'to! Baka mawalan ako ng gana sa sasabihin mo. O. gusto mo na lang bang mag-walkout ako?" banta ni Cassandra. "O, para may silbi ka d'yan, pakikuha ng ketchup."

Walang nagawa si Carlo kung hindi sumunod na lang sa gusto ni Cassandra — ang maghintay hanggang matapos kumain si Cassandra. Sabagay, napakabilis namang kumain nito. Kakukuha lang n'ya ng ketchup e halos mangangalahati na ang kinakain. Alam din kasi niya na pagdating sa pagkain, sagrado kay Cassandra ito. Manloko ka na raw sa lasing, huwag lang sa kumakain, lalo na kung si Cassandra ang kumakain

"O ano, tapos ka na ba?" may inis na tanong ni Carlo kay Cassandra, "parang isang oras ka nang kumakain, a!"

"Ganun ba?" lalo pang nang-iinis na sagot ni Cassandra, "di ko napansin. E kung naiinip ka na, e di, kalimutan na lang..."

"Ay, naku, *(Grrrrr!)*," buntong-hiningang sagot ni Carlo, "sige na nga, sige na nga, tapusin mo na pag-lamon, este, pagkain mo..."

"Salamat," palokong sagot ni Cassandra, " sandali na lang ito. Dessert na lang."

Sa totoo lang, talagang tinatagalan maubos ni Cassandra ang mga natitirang pagkain. Hindi s'ya talaga komportable sa sitwasyon. Kaya lang, ayaw ni Cassandra na ma-bad-shot sa pamilya ni Carlo. Lalo pa na sa susunod na buwan, magkakasama sila ni Rachel sa seminar at pagkakataon na maka-porma s'ya. *"Ay, naku, ang laking problema nito,"* isip-isip ni Cassandra.

"O, sige na nga, Carlo... sabihin mo nga kung ano itong kalokohang gusto mong mangyari nang makauwi na ako. Inaantok na ako"

"Inaantok? Grabe ka naman! Ganito lang naman, Cass, sabi ko nga kanina, mag-kukunwari ka lang na girlfriend ko."

"Abnormal ka talaga, Carlo. E, alam mo naman na tibo ako."

"Wala namang problema 'yon. For show lang ito. Gusto ko lang na ipakita sa ex-jowa marquez ko na cool ako sa set-up namin."

"Huh? 'Di ko ma-gets?"

"Pwede, chill ka lang. Pwede makinig ka muna? Yung girlfriend ko kasi, si Eloisa, gustong mag cool-off muna kami. Hanap muna raw kami ng ibang partner. Tapos, after 6 months, balikan daw ulit kami. Yun, ganun ka-simple lang 'yon."

"Ganun lang pala yun. E bakit kailangang mag-jowa ka pa? Pwede namang wala, di ba? At bakit ako pa?"

"Sabi ko, chill ka lang. Na-hi-high blood ka na, e... Ganito kasi. Yung jowa ko, meron nang bagong partner, bagong jowa. At kahit sa tingin ko mas yummy ako dun..."

"...ang tingin ng mga usyosero at asumera, hindi mo kayang maka-move on. Na may hang-up ka pa sa kanya," pagtatapos ni Cassandra. "O, sige, gets ko na 'yon. E, bakit ako?"

"Alam mo, akala ko smart ka... bobo ka rin pala," sabi ni Carlo, "di mo ba ma-gets. Gusto ko lang namang mag-show off. Para 'di akalain ng Jowa ko na di ko kayang mag-move on.

"Ay, naku, gets ko na nga 'yon. Ikaw ang bobo... hindi mo naman sinasagot ang tanong ko. Bakit nga ako? Bakit ako pa?"

Ay, Naku, Sige na Nga!

"**Alam mo Cassandra, hindi ko nga alam na kung bakit sa dami-dami naman na pwedeng bigyan ng kagandahan, sa iyo pa ibinigay ni God.** Sinayang lang n'ya. God 'wag kang magagalit, ha? Whether I like it or not, mas maganda ka pa dun sa mga ibang chicks na kilala ko — kahit tibo ka."

"Ganun? Pinuri mo nga ako, tapos, inilaglag mo rin. O sige na, sige na. Wala ka bang ibang mabola? Kahit less sa ganda ko?"

"Hay, naku, turtle ka talaga. Ayoko ng bagong relationship. For show nga lang. Baka hindi maka-get over sa akin kung mag-girl friend pa ako ng totoo — itong guwapo kong ito!"

"Aba, at nagyabang pa!"

"Totoo naman di ba? Anyway, ayaw ko din naman na maka-hurt ng feelings. Di naman ako ganun. Sabi ko nga, short term lang ito. To make the long story short, kung ikaw ang bago kong jowa marquez, mas kapani-paniwala at malamang mai-impress si Eloisa at makipag-balikan agad sa akin! End of your mission, end of the story, everybody happy. Gets mo na?"

"Ayoko, naasiwa ako. Ngiii! Ngayon pa lang, na yuyucky na ako. Hanap ka na lang ng iba. Sorry."

"Okay, di *Not Welcome* ka na muna sa amin, ha! Sorry, din."

"Ang labo mo naman, Carlo..."

"Look, Cassandra. For show lang ito. Walang lovey-dovey, walang mushy-mushy. Holding hands at akbay lang. Yun lang. Dati ko namang ginagawa sa iyo yun, a! Di ba, brod, tayo? Saka, hindi naman kita type. The moment na nakipag-balikan na sa akin si Eloisa, tapos na yung charade natin."

"Ngiiii! Yucky talaga! Ngayon pa lang tumataas na ang balahibo ko."

"Ano, in ka ba o out?"

"Hay, naku, ano ba itong napasukan ko?" isip-isip ni Cassandra. *"Mag-pretend na girl friend, e tomboy nga sya. Ayaw n'ya talaga. kadiri! Kaya lang, paano na si Rachel. Pag na bad-shot sya sa magulang nito, parang nawala na rin ang pag-asa n'yang maka-score dito. Paano na ba?"*

"Basta pag okay na kayo ng girl friend mo, tapos na, ha?"

"Oo, promise."

"Walang lovey-dovey, walang mushy-mushy. Kung hindi, pasasabugin ko yang mukha mo."

"Wala, wala. Takot ko na lang!"

"Ngiiii! Kadiri talaga! Pero, sige, sige, payag na ako. Pangako mo lang, bibigyan mo ako ng maraming pogi points kay Rachel, ha? I-promise mo!"

"Oo, promise, promise. Okay na tayo?"

"Huh! Anong okay? Order mo pa ako ng 3 burger, 3 french fries, saka isang bucket na chicken. Akala mo, ha. Umpisa pa lang ito. You will pay my friend, big time."

"Cass, have a heart naman, ubos na allowance ko..."

"Waiter, order pa ko!"

"Haiisss!"

Ay, Naku! Ito na nga...

The next day, tumawag si Carlo kay Cassandra. "O, Cass, this is it. Start tayo ngayon. Sunduin kita sa school n'yo."

"Hah? Ngayon na agad? Hindi ba pwede sa isang buwan na tayo mag-umpisa, o sa isang taon? Saka, masama pakiramdam ko ngayon, panay ang pupu ko," sagot ni Cassandra.

"Ops,ops, ops! Naku, Cass, tigilan mo na yan. Alam na alam ko na style mo — bulok na 'yan. May kasunduan tayo. Alalahanin mo, naubos mo allowance ko kahapon."

"Naubos? Hoy, me natira pa, no? Pamasahe mo, He! He! He! Pero seryoso, Carlo, masamang-masama talaga ang pakiramdam ko. Ang totoo nga, 'di ako papasok ngayon. Sa bahay lang ako."

"Talaga, nasa bahay ka lang. Di ka makakilos? Hindi mo kayang pumasok? Naku, Kawawa ka naman"

"Yun na nga, ang sakit-sakit lagi ng tiyan ko — Aaaray! O ayan na naman... kumukulo, kumukulo... ahhhh, teka Carlo, talagang di ko na mapigilan, mag CR lang ako... Arrrayyy!"

"Ganun ba? Wawa naman, friend ko. O, sige CR ka na... ehemm, may CR na ba sa loob ng bus ngayon?"

"Huh?" gulat na sagot ni Cassandra. "Paano nalaman ng mokong na iyon na nasa bus ako at papasok na sa school? Ang aga-aga ko na ngang umalis," isip-isip n'ya. Kinutuban, lumingon si Cassandra sa dakong likuran ng bus. Buking! Nandoon nga si Carlo. Kumakaway at ngingiti-ngiting parang luko-luko.

"Basta, mamaya, susunduin kita!" mariing sabi ni Carlo.

Alam na alam ni Carlo na gagawa ng paraan si Cassandra para makalusot ito. Madalas n'ya itong gawin kaya nagtanda na s'ya. Minsan, niyaya nito si Carlo para kumain, kanya-kanyang-bayad daw. Pagdating ng bayaran, biglang sasabihin, naiwan yung wallet, s'ya na muna ang magbayad. E, ano pang magagawa ni Carlo, kung hindi siya ang magbayad. Don't worry daw, babayaran daw n'ya agad-agad. Babayaran? Kailan, pagputi ng uwak? Madalas pa nga nangungutang ito. Laging nangangakong magbabayad, as in "agad-agad" more. Kaso, ang siste, maputi na mata ni Carlo hindi pa ito nagbabayad. Pag siningil mo naman, biglang nagkakaroon ng amnesia. Minsan pa, nang pinag-lilinis sila ng bahay ng parents nila, inako ito ni Cassandra. S'ya na lang daw ang bahalang maglinis ng bahay, basta ilibre lang daw sya ng snack. Okay, snack pa more! Ang kaso, dumating at dumating na ang parents nila, di pa ito nakakalinis. Tuloy, silang magkapatid ang napagalitan. Nang hinarap nila ito, ang sabi ba naman, "Huh! Ngayon ba iyon? Akala ko bukas pa."

Eksaktong uwian sa pinapasukan ni Cassandra ay naandun na si Carlo. Buti na lang at mas maaga ang uwian ng klase n'ya. Medyo malayo ng konti and school nila pero walking distance naman. Si Carlo ay nag-aaral sa FEU samantalang si Cassandara ay sa UST. Medicine ang kurso ni Carlo samantalang Fine Arts naman si Cassandra. Magaling mag-drawing si Cassandra at kadalasan madalas sa kanya nagpapa-drawing si Carlo pag may project sa school. Syempre, libreng snack pa more ang kapalit.

Nagtataka si Carlo. Fifteen minutes na s'yang naghihintay sa labasan ng building ni Cassandra ay hindi pa rin ito lumalabas. May namukhaan itong kaklase ni Cassandra. Dali-dali itong lumapit at nagtanong kung nasaan na si Cass. Ang sabi ng kaklase ay matatagalan pa daw bago umuwi kasi may tinatapos na drawing for submission. Mga dalawa o tatlong oras pa daw.

Pasilip na nakikita ni Cassandra si Carlo habang kausap ang classmate n'ya. Nakahinga s'ya ng maluwag nang makitang umalis na si Carlo. *"Yehey! Tagumpay ang plano ko," isip-isip ni Cassandra, "Ano kaya ang maii-dahilan ko bukas?"* isip pa n'ya. *"Dapat yung hindi naman ako magagastusan. Sayang din yung sandwich na treat ko kay classmate para makutsamba lang. Dapat tsibug ko din yun."*

Matapos ayusin ang gamit, umuwi na rin si Cassandra. Ngingiti-ngiti ito habang naglalakad. Naisahan na naman n'ya si Carlo. Aba, kasalanan naman n'ya ito. Sukat ba naman na s'ya pa ang napili sa kalokohan nito. Kung hindi lang kapatid ito ni Rachel, malamang dugo-dugo na ang nguso nito.

Maraming tao sa sakayan. Agad naghanda ng pambayad si Cassandra. Baka nakatayo lang s'ya sa bus, mahirap bumunot ng pera. Laking gulat na lang nito nang biglang may kumuwit sa kanya sa likod.

"May drawing palang tatapusin, hah! Ganun? Akala ko mga 2 to 3 hours pa bago ka matapos? Aber...," pakutyang banat ni Carlo.

"Uy, Carlo, andyan ka pala. He! He! He! Naku, totoo yun... e kasi, kasi... ano kasi, sumama pakiramdam nung professor namin, kaya, ayun pinauwi na kami. Bukas na lang daw i-submit yung mga plates namin..."

"Huh! Sumama pakiramdam? Naku, baka nahawa na sa iyo? Ano, pupu rin ng pupu?"

"Carlo naman... nakakahiya sa mga tao."

"Aba ang siga, marunong din palang mahiya. Bakit nahihiya ka bang malaman nilang pupu ka nang pupu kanina. Tingnan mo sila o, naglalayuan na sa iyo. Nangangamuy ka na kasi."

"Sori na. Pasensya na."

"Hmmp! Kung hindi ko lang kailangan tulong mo. Sige na, sige na, tara na at aabutan pa natin si Eloisa."

"Hah? Tuloy pa rin ba? Baka wala na yun? Bukas na lang ulit..."

"Halika na!" sambit ni Carlo sabay hatak sa kamay nito.

Wala Nang Urungan

Halos kaladkarin ni Carlo si Cassandra sa paglalakad. Gusto kasi n'yang mahabol si Eloisa bago ito umuwi. Habang naglalakad, pasimple nitong tinitingnan si Cassandra. Iniistima kung hindi s'ya nagkamali sa pagpili dito. Maganda talaga si Cassandra. Makinis ang mukha at balat, mamula-mula at hindi na kailangang ng makeup para gumanda. Okay ang height at marunong magdala ng damit. Fashionista ika nga kahit tomboy. Mapapansin mo lang na kung maglakad ito, parang siga. Iyon lang ang senyales na tomboy ito. Maikli lang ang buhok, pero pinaghalong Liza Soberano at Maine Mendoza ang dating nito.

"Mmmm, okay na okay. Pwede. Tamang-tama naka-uniform pa, mas may dating," isip-isip ni Carlo, *"siguradong mapapabilib sa akin si Eloisa. Nice catch, ika nga. Ha! Ha! Ha! Kung alam lang nila."*

"Ano ba naman, Carlo, dahan-dahan naman maglakad. E, kulang na lang kaladkarin mo ako."

"Kasalanan mo kasi. Kung hindi ka kasi nagtago, e di hindi tayo nagahol sa oras."

"E, saan ba natin hihintayin yung jowa marquez mo? Hindi naman ako pwedeng pumasok sa school mo?"

"Doon sa snack bar sa may Recto. Dun sila nagkikita ng bago nitong jowa bago sila umuwi."

"Huh! Alam mo pa yun? Ano ka stalker? Ngiii, nakakahiya ka, Carlo!"

"Ay, naku, manahimik ka nga dyan. O, malapit na tayo. Okay, hinga, hinga... breath in, breath out... one, two, three... o, ready ka na? Sige, pasok na tayo ng dahan, dahan. Kunwari di natin alam na nasa loob din sila."

"Asusss! Nakupo, ang baduy!," isip-isip ni Cassandra habang napapa-buntong-hininga.

Pumasok si Carlo at Cassandra sa loob ng snack bar. Bago pumasok, hinawakan ni Carlo ang kamay ni Cassandra. Hawak mag-syota. Ngiiiiiii! Feeling ni Cassandra, nangalisag ang balahibo n'ya. Gustung-gusto na nitong mag-backout. Kung hindi lang n'ya naiisip si Rachel, baka bigla na lang nitong iniwan si Carlo. *"Sige na nga, carry mo 'to, kiddo!"*

"Hey, guess who's here? It's Carlo! Carlo, Carlo!"

Pa-cute pang lumingon si Carlo sa lugar na may tumawag sa kanya. Kahit alam niyang si Eloisa iyon, kunwari ngayon lang niya napansin ito. Pa-beautiful eyes pa bago sumagot, "Uy, Eloisa! Nandito ka pala!" ang bati niya, "nice meeting you here." *"Yuck! Nakupo, itong si Carlo, ang baduy umarte. Bigwasan ko na kaya ito?"* naiiling at natatawang naisip si Cassandra. Para hindi mahalata, nagkunwari itong nauubo at tinakpan ang bibig ng panyo.

"Hey, come on, join us! The more, the merrier," anyaya ni Eloisa sa kanila.

"Hmmm, why... why sure! Why not?" sagot naman ni Carlo, sabay lapit at umupo. Sa nerbiyos, nalimutang paupuin si Cassandra na naiwang parang tangang nakatayo. Buti na lang hindi napansin ni Eloisa dahil may sinasabi ito sa kalapit niya. Simpleng, siniko ni Cassandra ang ulo ni Carlo na nahimasmasan. Tumayo ito at tapos hinandaan ng silya si Cassandra. "Sorry, pero masakit yun ha!" ang pasekreto nitong sabi kay Cassandra. "Shunga-shunga ka talaga kasi, haiisss!" bulong pabalik nito.

"Carlo, why not introduce us to your *friend*?" pantutukso ni Eloisa. "Ay, teka, I'm being rude. First, please meet Arthur, my boyfriend — for now... Joke, joke, joke! Seriously, the love of my life, my lovey-dovey. Okay, na bang introduction 'yon Arthur?"

"Ha! Ha! Ha! Okay lang," sagot naman ni Arthur. Pero kitang-kita mo sa mukha nito na hindi nagustuhan ang mga sinabi ni Eloisa.

"O, Carlo, who is your new catch? Iba na talaga ang guwapo!"

"A, syempre. Alam mo naman ako, yummy, habulin ng chicks!" sagot ni Carlo. "Aray!" biglang sigaw ni Carlo. Bigla kasing tinapakan ni Cassandra ang sapatos nito. "O, bakit," sabi ni Eloisa, "what's wrong?" "Wala... wala, nabunggo lang yung tuhod ko sa table," katwiran ni Carlo, "Anyway, please meet Cass, my special friend."

"Wow, ha, Carlo. May pa-special-special friend ka pang alam ngayon, ha! Cass as in...?"

"Yes, Cass, short for "Cassintahan," sagot naman ni Carlo. Muling tinapakan ni Cassandra and sapatos ni Carlo. Kahit nag-aaringking na sa sakit si Carlo ay tiniis niya ito. "Ahhh, ummm, ano, seriously, Cass is short for Cassandra." Sabay bulong kay Cassandra, kunwari pa-sweet, "Aray ha, nakakarami ka na, a!" Sagot naman ni Cassandra, habang nakangiti, "Ayus-ayusin mo kasi ang pagsagot-sagot mo, no!"

Habang nagku-kwentuhan sina Carlo at Eloisa, palihim na pinagmasdan ni Cassandra si Eloisa. *"Ano kayang nakita ni Carlo dito? In fairness, maganda nga ito. Materyales fuertes. Pwede ko kayang syotahin ito? Huh! Erase, erase! Salbahe ko. Mmm, may hawig s'ya kay Kristen Stewart. Medyo may pagka-flirty flirty lang. Hmmp, kaya siguro popular sa school nila. Anyway, porke ba popular, halos sambahin na ito ni Carlo? Tingnan mo nga itong si mokong o, kulang na lang tu-*

mulo ang laway sa kakatitig sa former jowa nya. Eee-ww! Mmmm... yung boyfriend naman n'ya, kamukha ni Taylor Lautner, yun nga lang pag-wolf na! Ha! Ha! Ha! Salbahe ko, talaga. Sabagay, mukhang rich. Super rich. Mukha ring mayabang," isip-isip habang tawa ng tawa sa sarili.

"O, bakit, parang natatawa ka d'yan?" pasekretong tanong ni Carlo.

"Hah? Ay, wala... wala! May naalala lang ako. Mmmm, napanood mo na ba ang Twilight movie?" sagot ni Cassandra.

"Syempre! Lahat nung series nito. Paboritong-paborito ko si Kristen Stewart."

"Ahhhh, no wonder. E, sa wolf mahilig ka rin?" tanong ni Cassandra sabay hagikhik ng tawa.

"Anong no wonder? Bakit pati wolf nasali dito? Anong connect?"

"Ha? A, e... wala, wala. Huwag mo nang isipin yun. Wala lang akong masabi," pagtatapos ni Cassandra.

"Uyyyy, ang sweet-sweet naman nila, o," sabi ni Eloisa, "panay ang usapan nila ng sweet nothings! Inggit ako..."

"Huh? Ayyy, naku, alam mo naman ako, Eloisa," pagyayabang na naman ni Carlo, "nobody but nobody can resist my charm. Kaya itong si Cass, kilig-kilig sa akin. Gusto lagi kaming chummy-chummy... *Araaay!"* Napahawak si Carlo sa tagiliran n'ya na siniko ni Cassandra.

"O, bakit Carlo?" usisa ni Eloisa.

"Aray! Hah! A, e... wala, wala. Parang may sumakit lang bigla sa... ay, siguro heartburn lang ito. Okay na ko," sagot ni Carlo. Pag-baling nito kay Cass, pabulong na sinabing, "'No ba naman Cass? E, hindi matatapos itong araw, baka lampa na ako!" Sagot ni Cassandra, "Ayusin mo kasi mga sagot mo!".

"O, Cass, I hope you don't mind me asking. How's Carlo as a kisser?" biglang tanong ni Eloisa.

"Hah? Kisser? Si Carlo? Ay, ano... kwan... okay naman," sagot ni Cass.

"Okay lang? Ganun lang? Weh, Carlo, Don't tell me, humina na ang powers mo?" pangungutya ni Eloisa.

"Humina? Hindi, a! Hindi lang mai-describe ni Cass yung supercalifragilisticexpialidocious na feelings n'ya."

"How about an actual demonstration?" panghahamon ni Eloisa.

"Ha? A, e...," sagot ni Carlo sabay napatingin kay Cassandra. Nabasa ang kahulugan ng nanlilisik na mata nito na nagsasabing, "Sige, ituloy mo lang Carlo at siguradong sabog and labi mo." Nakita pa n'ya ang pagsara ng kamao ni Cassandra.

"Ha! Ha! Ha! No, I will not fall for that trap. We only kiss in private. And I don't kiss and tell. Mainggit ka na lang, Eloisa," sagot ni Carlo. Nakita n'ya na nag-relax ang kamay ni Cassandra. Nakahinga siya ng maluwag.

"Ayy, party-pooper!" banat ni Eloisa na mukhang na-dissapoint.

Napansin ni Cassandra na parang natutulala na si Carlo sa tuwing titingin kay Eloisa. Pasimpleng binatukan n'ya ito para matauhan, sabay nagyaya nang umuwi. "Carlo, uwi na tayo. Medyo late na at marami pa akong plates na tatapusin. Pasensya na Eloisa, ha."

“Ha? A, o sige. Sorry, guys, we have to go,” dugtong ni Carlo, “Gusto na rin kasing masarili ang *mi amore* ko,” dugtong pa n’ya. “Aray!” biglang sambit ni Carlo dahil sinipa naman ni Cassandra ang tuhod niya.

“O, Carlo, what happened na naman?”

“Ay, wala, nauntog na naman kasi yung tuhod ko sa table. He! He! He! Clumsy me... It’s nice seeing you again, Eloisa... Arthur. See you around!”

“Bye Carlo, bye Cass! Nice meeting both of you,” ang pahabol na paalam ni Eloisa at Arthur.

Naandyan Na, Panindigan Na

"Grabe ka naman, Cass. Ang sakit yata ng paa ko, saka tagiliran ko. Pakiramdam ko maga na paa ko. Pati ulo ko di mo pinatawad. E, para akong sumabak sa UFC, a! Bakit ka ba masyadong violente?"

"E, paano po, Mr. Carlo Sandoval, masyado kang pabebe. Haisss! Nakakinis! Huwag kang masyadong pa-cute. Pa-chill, chill ka pa, e ikaw yung ninenerbiyos. Nalimutan mo pa akong paupuin, no! Tapos, gusto mo pa ang dating e, ang sweet sweet natin! Eeewwww! Tigilan mo yan Carlo ha. Di ba usapan natin, as I quote "Walang lovey-dovey, walang mushy-mushy. Iyang sakit ng katawan, kasalanan mo yan! Tandaan mo!"

"Di ba pwede kahit holding hands man lang at saka akbay?"

"Yuck, kadiri! Akbay? Holding hands? Akbayan mo at i-holding hands mo ang sarili mo!"

"Sige na naman Cass. Di ba kasama naman sa usapan natin yun? Saan ka ba naman nakakita ng mag-syota na hindi man lang nag-hahawakan? E, paano naman maniniwala si Eloisa kung ganun tayo... parang tuod pag mag-kasama?"

"Hmmp! Sige na nga, pero umayos ka, ha? Pag yung kamay mo, iba na ang dating, babaliin ko 'yan."

"Promise, promise!

Saka, Carlo, konting ayos sa pagsasalita. Isipin mo muna ng mabuti bago mo ibuka yang bunganga mo."

"Ano naman ang nasabi kong masama?"

"Yummy, habulin ng chicks? Wow, ang yabang ng dating mo, ha! Carlo, kung totoong GF mo yung kasama mo, mao-offend yun. Huwag ganun magyabang, respeto sa feelings."

"Ganoon ba? Sorry, ha..."

"Tapos, Cass as in Cassintahan? Eeuww! "No ba yon? At... pasalamat ka... pasalamat ka talaga at hindi mo itinuloy yung balak mong pag-kiss. Buti, naintindihan mo yung tingin ko. Kung hindi, naku, mata mo lang ang walang latay! Correction, baka bulag ka na ngayon."

"Huh! Yun? Bakit ko naman gagawin yun... mahal ko pa yata buhay ko!" Saka, para lang akong humalik sa bato! Di bale na lang, sayang naman itong kissable lips ko. Ha! Ha! Ha! Joke lang. Ikaw naman, aamba ka na naman. Mmmmm... by the way Cass, anong impression mo kay Eloisa?"

"Maganda syempre... marunong kang pumili. Pwede ko bang diskartehan yun, pag-break na kayo?"

"ANO?"

"Joke, joke, joke lang! Ikaw lang ba ang marunong magbiro? Saka, Gagawin ko ba 'yon? Ummmm, siguro... pwede! O... o, sabi nang joke lang e! Masyado kang high blood! Anyway, maganda si Eloisa. Ang kinis ng katawan, galing pa mag-carry ng sarili. Parang model. Sigurado ka bang naging kayo? Baka naman nag-ilusyon ka lang?"

"Aba, loko ka, a! Naging kami talaga... ang pogi kong ito! Sabi ko nga, cool off period lang. Sigurado ako, sooner or later, mare-realize n'ya na ako ang the perfect guy for her."

"Hmmp, sige na nga. Kaya lang may suggestion ako para mabilis kayong magkabalikan."

"Talaga? Ano... ano?"

"Tigilan mo yung para kang Zombie pag nakatingin ka sa kanya. Para kang tulalang natatae. E, kulang na lang, tumulo laway mo sa pagsamba. Naku, e pag ganyan ka, lalong di makikipag-balikan yun sa iyo."

"Ganun ba?"

"Oo, masyado kang obvious. *O... B...V...I...O...U...S – OBVIOUS!* As in... nakakahiya!"

"Huwag mo nang i-rub-a-dub-dub sa akin. Nakakasakit ka nang pride. He! He! He! Meron din ako nun. Konti lang... O, sige na. Punta na lang ako sa inyo bukas, tutal Saturday naman. Iplano natin kung anong mahusay na strategy kay Eloisa. Ano game ka?"

"Haaayyy! Oo na, tutal nasimulan na rin natin. Basta yung promise mo sa akin kay Rachel ha?"

"Consider it done. O paano, see you when I see you... babay!"

"Oy, oy, mokong, anong babay? Ano ka sineswerte? Ni hindi mo ako pinakain kanina, matapos mo akong kaladkarin, tapos, babay, babay ka na dyan!"

"Cass, have a heart naman... ang gaan na ng wallet ko... ang nipis na..."

"Hmp! Anong heart, heart ka dyan. Pasensya ka! Gusto mo ng tulong ko, magdusa ka! Nagutom ako, ikain mo ako!

Haiissss!

Boy Scout na, Gentleman Pa

Kinabukasan, pagkatapos mag-agahan ay pumunta na si Carlo kina Cassandra. Magkakilala na rin ang parents nilang dalawa kaya hindi naaalangan si Carlo pumunta sa bahay nila. Parang pamilya na rin ang turing ng mga ito kay Carlo. Naabutan niyang papaalis ang Daddy ni Cassandra.

"Magandang umaga, po!" bati ni Carlo

"O, Carlo, naandyan ka na pala," sagot ng daddy ni Cassandra. "Nasabi nga pala ni Cass na pupunta ka ngayon. May ipapa-drawing ka raw?"

"Huh! Drawing? Ako po? A... ay... ay opo. Kailangan ko pong ipadrawing yung human body kay Cass."

"Ah. Yun pala kailangan mo. E, teka, di ba pwede namang mag-pick-up sa internet at tapos i-print na lang? Bakit kailangan pang i-drawing?"

"Ho? Kasi... kasi... ahhh... ano po... kasi sabi po nang professor ko, gusto n'ya mas detalyado. Hindi raw masyado detalyado yung mga picture sa internet."

"Ahhh, ganun ba? Okay... teka... saan naman n'yo kukunin ang pagkokopyahan ninyo?

"... *(huuuh!)*... e... sa... internet din po..."

"Huh! Sa internet din? Teka, nakakalito. Akala ko ba... ay naku, bahala na nga kayo dyan! Di ko na talaga maintindihan mga pinagagawa ng mga school ngayon. *(Ayaw sa internet, tapos sa internet din pinakokopya... ano ba yan?)* O sige, sige na. Aalis na ako at kanina pa naghihintay ang mommy ni Cass sa kanto. Kain na lang kayo pag nagutom kayo."

"Sige po, salamat po. Ingat po kayo."

Pagkaalis ng Daddy ni Cass ay lumabas si Cass sa pinagtataguan n'ya. Nagkakanda-pilipit sa pagtawa. "Ayos ka din Carlo! Hi! Hi! Hi! Halos mautot na ako katatawa sa dahilan mo. Gusto po ng drawing na detalyado, ayaw po ng galing sa internet, pero kokopyahin po sa internet — ah, Ha! Ha! Ha! Wagas!" alaska niya.

"E, hindi mo naman ako sinabihan na yun ang idinahilan mo," depensa ni Carlo.

"E, sa wala rin naman akong maisip. Alangan namang sabihin kong... Dad, pupunta po si Carlo ngayon kasi tutulungan ko po s'yang mabawi ang love-of-his-life. Ha! Ha! Ha! Epic! Tapos, tatanungin ako nun... bakit mo naman s'ya tutulungan? E, kasi po girlfriend po niya ako ngayon! Bwahahahaha! Wagas na wagas talaga!"

"Tingnan mo 'to, nang-aalaska pa. Tama ka na dyan."

"Hi! Hi! Hi! Okay, okay... peace... peace na tayo."

"O, pa'no, start na tayo ng strategy?"

"Sige, pero wait ka lang muna dito. Check ko lang yung dalawang bubwit kung nakaligo na. Saka may tatapusin lang ako. Nood ka na lang muna ng TV. Ummm, wala ka bang dalang tsibog?"

"WALA!!!"

"Hi! Hi! Hi! Nagtatanong lang po, huwag high blood! O, sige, wait ka lang."

Nanood na lang ng TV si Carlo habang naghihintay. Hindi nagtagal, nainip na ito sa paghihintay. "Nakupo, umi-style na naman 'tong si Cass. Mukhang nagtatago na naman. Labo talaga nung babaeng iyon. Mahanap nga," isip-isip ni Carlo. Hinanap ni Carlo si Cass. Natagpuan niya si Cass sa likuran ng bahay. Buhat-buhat ang isang malaking kahon papunta sa kubol na nagsisilbing taguan ng gamit.

"Oy, Cass, anong ginagawa mo?"

"Huh! Uy, Carlo, inililipat ko lang itong mga tambak na kahon. Naalala mo yung kwartong ginagawa lang naming tambakan ng gamit? Gusto ko kasing gawing kwarto ko yon. Masikip na kasi sa aming tatlo yung kuwarto namin. Pumayag naman si Daddy, bahala daw akong mag-ayos. Pasensya na. Ang bibigat pala ng mga iyon. Hingal na nga ako, e. Wait ka na lang ng konti, dyan na ako... *(Whew!)*"

"Ahhh, akala ko nagtatago ka na naman, e. E bakit di ka patulong dun sa dalawa mong kapatid?"

"Ano? Okay ka lang? Alam mo namang mga babae ang mga 'yun at mga bubwit pa. Madisgrasya pa ang mga 'yon, di lalong naunsyami itong kwarto. Saka, andun sa taas at nag-aaral. Pinagalitan ni Mommy kasi ang bababa ng grades. Mag-aral daw buong araw ngayon at bukas. Bawal ang laro, TV, video, pati computer. Grounded sila ngayon, bawal kahit cell phone."

"Ganun ba? Ha! Ha! Ha! Ang higpit pala ni Mommy."

"Sinabi mo pa! O, sige na, sige na, balik ka na sa salas at manood ka na nang TV. Di ako tatakas. Sandali na lang ito. Hala alis!"

"Baka gusto mong tulungan kita?

Hah? Nako, huwag na hoy, yakang-yaka ko ito. Gusto mo lang ng libreng miryenda. Alis na dyan!"

Pabalik na sana si Carlo ng maisipan nitong silipin ang kwarto kung saan galing si Cassandra. "Ngek, ano ka ba Cass, e ang lalaki nang mga kahon na ililipat mo, a. Ano bang mga laman nito?" tanong niya.

"Alam mo, istorbo ka na. Laman n'yan ay mga lumang libro, lumang appliances, damit at kung anu-ano pa. Umalis ka na nga ng matapos na ako. Kulit!"

"E, sa itsura nyan e, palagay ko sa isang taon ka pa matatapos."

"Sobra ka naman."

"Hindi, totoo. Bakit di mo na lang sa ibang araw gawin 'to. Pag naandyan na Daddy mo?"

"Alam mo Carlo? Pogi ka nga sana, kaya lang utak biya ka."

"Huh! Bakit naman?"

"Mabuti nga napapayag ko si Daddy. Gusto nga niyang gawing recreation room ito. Tapos gusto mo pang magpatulong ako sa kanya. E, kung biglang magbago isip nun. Di mo ba naisip yun, ha turtle? Kaya nag-aarimuhan ako para di na s'ya makapag-bago ng isip. Intyende, Mr. Turtle?"

"Ahhh, okay. Ganun ba? Mmmm, sige, ikaw ang umalis dito."

"Huh! Bakit?"

"Ako na ang maglilipat ng mga gamit."

"He! He! Seryoso? Anong pakwela ito, Carlo? Umalis ka na nga! Baka mainis pa ako, sige ka, mag-backout ako..."

"Alam mo, Cass, minsan yang pride chicken mo, itago-tago mo o kaya iluto mo na lang. Hindi ito trabahong pambabae, ke tibo ka pa o hindi. Mas kaya ko ito, so scram!"

"Yabang nito, a! Kung hindi mo ako iniistorbo, kanina pa ako tapos dito!"

"Ganun? O, sige, ilang kahon na ba ang naiilipat mo? Aber?"

Nanahimik si Cassandra. Di malaman kung sasagot o hindi. "Ito pa lang," hiyang-hiya inamin nito.

"Sabi ko na nga ba. Sige na Cass, ako na 'to. Alam mo, sabihin mo nang old-fashion ako, pero para sa akin, ang pagbubuhat ng mabibigat na bagay, ay trabahong panlalaki — hindi sa babae. Kahit sabihin mo pa na tibo ka at kaya mo akong bugbugin, iba pa rin ang lakas ng lalaki. So, sagot ko na 'to."

Hindi agad nakasagot si Cass. Sa totoo lang, talagang hingal na hingal na syang maglipat nung kahon. At iisa pa lang talaga ang naiilipat n'ya! Gusto na nga niyang sumuko, kaya lang natatakot s'yang magbago ang isip ni Daddy. Pag naayos na ang kwarto, hindi na pwedeng umayaw pa ang Daddy nito. "O, sige, pero, talaga bang okay lang sa iyo?" nahihiyang sabi nito.

"Pag hindi ka pa umalis, baka magbago pa isip ko. Sige na, maligo ka na at ang baho-baho mo na!"

"Isang tanong lang. Paano mo nalaman na isa pa lang ang nabubuhat ko?"

"E, paano kong hindi malalaman? Tingnan mo nga yung kwarto, maalikabok. Yung pwestong pinagtanggalan mo ng kahon ang tanging malinis dun. In short, yun pa lang ang naiilipat mo. Intyende, Miss Turtle. Sige na, alis... scram!"

"Sige, sige. Paghahanda na lang kita ng miryenda pagtapos kong maligo. Thank you!"

Pwede Naman Palang Maging Close

Nangingiti si Cass habang naliligo. *"Akalain mo, may pusong mamon din pala si mokong. Kung hindi ako tinulungan, sigurado di ko makakayang mabuhat yung mga kahon. Isa pa nga lang, hingal na hingal na ako. Thank you, Lord, magkakaroon na ako ng sariling kwarto! Yehey!"* masayang naisip nito.

Matagal-tagal din bago bumaba si Cass. Binantayan muna ang dalawang kapatid kung nag-aaral at behave. Buti naman at tumino. Natakot talaga siguro kay Mom at Dad. Dinalhan n'ya ang mga ito ng meryenda, bago bumalik kay Carlo. Pinagdala n'ya ito ng twalya para makapag-punas-punas at pamalit na t-shirt.

Laking tuwa at gulat ni Cassandra nang makita n'yang wala na ang lahat ng kahon at iba pang gamit. Eksaktong dumadating si Carlo, habang pinapagpag ang mga dumi sa katawan.

"O, Cass, andyan ka na pala! Nailipat ko na lahat. Inayos ko rin ng husto dun sa kubol. May nakita rin akong pentel pen at papel. Nilagyan ko ng label para di kayo mahirapang maghanap."

"Ganun! Wow, impress ako. Di ko alam na very organized ka pala!"

"Well, ganun talaga pag guwapong katulad ko. Ha! Ha! Ha! Huwag kang kokontra!"

"Hindi a, ngayon pang natulungan mo ako. O ano, miryenda tayo? Pero, teka, eto muna ang twalya, maglinis ka muna ng katawan. Suot mo na rin muna 'tong t-shirt ko. Ang dungis-dungis mo na, sa totoo lang."

"Miryenda? O, parang masarap pakinggan 'yun, a! Pero, wait muna. Ilipat na muna natin yung mga gamit mo, para makapag-ayos-ayos ka na. Mam'ya na ako magpupunas."

"Seryoso? Di ka pa ba pagod? At saka bakit pa? Okay na naman, to. Di na makakaurong si Dad."

"Malay mo? Baka pag nakita nyang malinis e, lalong gawing recreational den n'ya ito. Ikaw rin."

"Oo nga ano... di ko naisip yun. Eh, nakakahiya naman sa iyo. Napagod ka na, di pa tayo nakapag-strategize ng battle plan natin para kay Eloisa."

"Okay lang, Cass. May bukas pa. I'm just protecting my investment."

"Ganun! Akala ko pa naman, tulong galing sa puso, yun pala, galing sa motibo. Hi! Hi! Hi! Grabe boy, talagang seryoso ka!"

"He! He! He! Para wala ka nang dahilan. So, tara na. Tapusin na natin ito.

Magkatulong inilipat ni Cass at Carlo ang kanyang mga gamit. Kahit tomboy, nagkaroon ng paghanga ang dalaga kay Carlo. Sa totoo lang, pwedeng hindi na n'ya tulungan si Cass. At hindi mamasamain ni Cass iyon. Hindi rin s'ya naniniwala na kaya s'ya tinutulungan ni Carlo ay para protektahan ang kanyang investment. Talagang may pagka-boy scout ito. Wagas sa loob ang pagtulong. *"Don't worry, Carlo,"* isip-isip nya. *"I'll help you win back your Eloisa. Di na 'ko magpapalusot."*

Samantala, si Carlo, tulong pa more, buhat pa more. Kung kaya din lang, s'ya na lang ang nag-bubuhat. Kung magkatulong sila sa pag-bubuhat, sinisigurado nitong sa kanya nakapaling ang bigat. Parang naging supervisor ang dating ni Cass, dahil itinuturo na lang n'ya kay Carlo kung saan ilalagay ang mga gamit. Very gentleman din ito. Minsan, sa laki at bigat nang binubuhat nila, halos dikit na dikit na sila sa isa't isa, pero hindi mo nakitaan si Carlo na namamantala ng sitwasyon. Nang muntik nang mabagsakan si Cass nang flower vase, hinarang n'ya sarili n'ya para sa kanya na lang tumama. Ayun, nabukulan.

"O, masakit pa ba?" tanong ni Cass kay Carlo habang nilalagyan ng yelo ang bukol nito sa ulo."

"Di na masyado. Syunga-syunga ka kasi. Isipin mo ba namang kuhanin yung pinagpapatungan mismo ng flower vase."

"Mas shunga-shunga ka, ikaw ang nabukulan."

"Aba, ang donya, walang utang na loob. Ang kapal ng mukha!"

"Weh, di bale, wala namang bukol. Hi! Hi! Hi!"

"Ay, nako, iba ka talaga Cass."

Ngingiti-ngiti lang si Cass. Pero kahit tibo, nakakuha ng pogi points si Carlo sa kanya. "O, sige na, sige na. Maglinis ka na ng katawan. Tapos, wait ka lang dito, at serve kita ng miryenda," wika niya.

"Wow, si Cass, paghahandaan ako ng miryenda? Wala ka bang sakit? Nanalo ka ba ng lotto at magpapa-miryenda ka?"

"He! Ang lakas mo mangbuska, a! Mam'ya magbago pa isip ko, sige ka..."

"Joke lang! Sige na, go na. Baka nga magbago isip mo, minsan lang ito mangyari. Teka? Kaninong t-shirt ba ito?"

"Mr. Sandoval, sa akin po 'yan. At masisigurado ko po sa inyo, malinis at mabango po iyan. Also, paki-soli po kasi may sentimental value sa akin yan."

"Anong sentimental value nito? E, mukhang lumang-luma na ito."

"Bigay sa akin 'yan ng best friend ko nung high school. Si Michael."

"Anong nangyari, nasaan na s'ya?"

"Wala, nag-abroad na. Dun na nag-aral. Ang alam ko di na uuwi."

"E, di huwag na lang ito ipahiram mo. May sentimental value pala."

"E, wala na akong maipapahiram sa iyo. Di naman kasya t-shirt ko sa iyo. Mag-mumukha kang belyas na hindi kumita. Hi! Hi! Hi! Okay na yan. Matagal na rin naman wala si Michael, naka move-on na ako."

"O, sige, kung talagang okay lang sa iyo. Sige, naspunaspu na ako. Excited na ako sa ipapamiryenda mo."

Pumunta na sa kusina si Cass. Hindi n'ya alam, napa-bilib si Carlo sa kanya. *"Okay din pala itong si Cass. Akala ko ice lady, kwela rin pala. Maraming nakakatuwang kwento. Kahit tomboy, di ka maiilang. Totoong-totoong tao. Walang dull moment,"* isip-isip ni Carlo habang naglilinis ng katawan.

Maya-maya pa ay tumawag na si Cass, "Miryenda na!"

"Sa wakas, napag-miryenda rin ako ni Cass... Yes! Coming! Andyan na 'ko!"

Close Na Talaga Sila

"ANG DAYA, DAYA MO, CASS!"

"O, bakit naman?

"Sabi mo, i-blow-blowout mo ako ng masarap na miryenda?"

"O, e ano pa bang angal mo dito sa inihanda ko? Masarap naman 'yan a."

"E, ITO RIN YUNG BINILI KONG PAGKAIN KAGABI, DI BA? Yung pina-blowout mo sa akin. Parang niluluto mo ako sa sarili kong mantika, a!"

"Ahh Ha! Ha! Ha! Ay, oo nga, no? Ikaw nga rin pala ang bumili nito. nalimutan ko. Hi! Hi! Hi! O, e pagkain din naman ito, saka ininit ko naman. Anong gusto mo, ito o ensaymada?

"Hmmp! Sige na nga. Okay na 'to. Ikaw talaga, ang kuri-kuripot mo!" sabi ni Carlo, sabay tawa na lang.

Hapon na rin natapos sina Carlo at Cass sa paglilipat ng gamit nito.

"Pasen'ya na Carlo, hinapon na tayo sa pag-aayos ng kwarto ko. Di na tayo nakapag-strategy para kay Eloisa," pag-didispensa ni Cassandra.

"Hus, kunwari ka pa e, gustong-gusto mo naman. Pero, okay lang yun. At least may kwarto ka na."

"Yes, at last... finally! Thank you, thank you."

Nadala sa tuwa ni Cassandra ay nayakap nito ang nagulat na si Carlo. Nang mahimasmasan, bigla rin itong kumawala, sabay sabing, "Ang baho mo, Carlo!" Nagkatawanan ang dalawa.

"Don't worry, Carlo, bilang pasasalamat sa pagtulong mo, yung isang part ng kwarto ko, tatawagin kong Carlo's Memorial Side. O, ayos ba yun?"

"Teka, teka. Parang ang sama ng dating... Carlo's memorial?... e, parang libingan ang dating nun a! Buhay pa ako!"

"Ganun? Oo nga nu. Mmmm, teka... kung ano na lang kaya ... In memory of Carlo..."

"Ay, naku, e lalo pang mas malala yan. Teka, parang gusto mo na akong matigok!"

"Hi! Hi! Hi! Ikaw naman, di na mabiro. O sige serious na. Ummmm... tatawagin ko na lang itong, Carlo's Corner. CC for short. Ummm, teka... teka... parang lugi ako dun. Ikaw may corner sa kwarto ko, tapos ako wala. Di yata fair. Gawin ko na lang kayang,,, Carlo and Cass. Parang Tango & Cash — yung movie ni Sylvester Stallone at ni Kurt Russel. Magka-away sila dun sa simula, pero lately naging mag-kakampi. O, di ba, parang tayo lang? Ako si Tango... si Sylvester yun. Tamang-tama, laging beast mode yun. Ikaw naman si Kurt... si Cash, kasi marami kang pera. Hi! Hi! Hi! Carlo and Cass Corner — okay ba? Ano sa palagay mo?"

"Carlo & Cass Corner? Ummm, sige, pwede na rin. Buti na yung kasama pangalan mo. Baka pag pangalan ko lang nakalagay, babuyin mo. Baka lagyan mo ng picture ko, tapos tirikan mo ng kandila. Ha! Ha! Ha! Ummm, teka, kung alisin na lang natin yung word na *corner*... gawin na lang nating CS2 para mas maikli... mas madaling tandaan."

"CS2? Ano yun... Creative Suite 2 ng Adobe? Anong connect?

Alam mo, Miss Turtle, kung hindi mo pa nakukuha, ganito yun... Di ba parehong C at S simula ng pangalan natin at apelyido, Cass at Carlo, Sandoval at Sta. Maria. O di CS2. Diba parang times 2 lang?"

"Ahhhh"

"Ay, naku, turtle ka talaga! Saka, ano bang date ngayon?"

"2. September 2... Ahhh, gets ko na. Wow, ang galing a! Bakit di ko naisip yun?"

"Kasi nga turtle ka. Ako yung rabbit," banat ni Carlo.

"Ganun? Tamang-tama. Pag gumagamit ako ng PhotoShop o kaya inDesign, maaalala kita."

"Huh? Bakit Paano?"

"Kasi, programs yun ng Adobe Creative Suite — CS2 rin in short."

"Anong connect?"

"Adobe! Diba dito sa atin ang adobe ay makapal, matigas? O, ikaw yun! Sobrang kapal at ang tigas ng mukha mo! Ahhhahahaha!"

"Ganun? Ako pa ang makapal? Kung adobe ako, e di ikaw asbestos sa kakapalan."

"Paano? Paano ako naging makapal, aber nga?"

"Naku, e diba pag pag-kumakain tayo sa labas, ako lagi pinag-babayad mo? Ang dami-dami mong oorderin, tapos ako pag-babayarin mo. O di ang kapal mo!"

"Hoy, hindi kakapalan yun! Ang tawag doon, wise. Hi! Hi! Hi!

"Huh! Ibig mong sabihin, yung pagkain mo nang bulto-bulto, hindi kakapalan 'yon?

"Hindi a! Ang tawag dun ay katakawan. Iba ang ibig sabihin ng kakapalan sa katakawan. Ikaw makapal at ako naman ay matakaw. Intyende? Saka, hindi mo ba alam ang kasabihang *Daig ng matakaw ang masipag.*"

"Huh? Hindi yun ang alam kong kasabihan a!"

"E, sino ba ang nagsasabi nitong kasabihan?"

"Ikaw."

"Yun naman pala e. Yan ang *Cassandra's words of wisdom*. Huwag ka nang umangal."

"Sige na nga. Di na ako talaga nanalo sa iyo"

"Diba ganun. Mabilis man daw ang rabbit, talo pa rin sa turtle... gets mo?"

"Oo na, oo na. Talo na ako. Mag paparaya na ako. Tutal kwarto mo naman ito. Ako lang naman ang *NAG-BUWIS DUGO* para maayos ito."

"Asus, nangonsyensa pa! Neknek mo! Okay, CS2 it is, yan na official name ng corner na yan. Yan ang magpa-pa-alala sa atin ng araw na ito, kung kailan nag-BUWIS DUGO tayong dalawa... take note ha, *TAYONG DALA-WA* upang maitayo ang bantayog na ito. Wow! Parang totoo a... wagas! Hi! Hi! Hi!"

"Sige. Saksi ang corner na ito, ipinangangako ko na ako'y magiging isang tunay at wagas na kaibigan, kahit na kuripot, matakaw at higit sa lahat mabantot ka."

"Aba, lokong ito a..."

"Joke lang! Ikaw talaga, oo. Pero, itong frienship natin mas magiging matatag pa kaysa sa Rock of Gibral-tar."

"Ano yun?"

"Ay naku, GMT mo!"

"Ha? Anong GMT"

"Google Mo Tanga!

"Aba, aba, Carlo, nakakadalawa ka na ha!"

"Hindi, serious na. Pag ikinumpara sa Rock of Gibraltar, ibig sabihin solid, malakas at hindi masisira."

"Wow, ganun ba yon? Maganda yun, a. Okay, gusto ko 'yon. O, sige, promise ko sa iyo, tutulungan kita ng todo-todo kay Eloisa. I will do my part. Promise ko yan."

"Salamat naman. Wala nang taguan ha? I-promise mo dito sa ating corner."

"Promise!"

"Ay, salamat. May peace of mind na ako. Hirap mo kayang hantingin."

"Ha! Ha! Ha! Hindi na talaga, promise. O, ayan cross my heart. Mmmm... mukhang seryoso ka talaga kay Eloisa, 'no?"

"Oo naman, kita mo naman kung gaano kaganda si Eloisa. Sikat pa! Para akong nakatuhog ng bituwin. Pakiramdam ko, para akong si Prince Harry pag kasama s'ya. Inggit na inggit yata lahat sa akin sa school."

"Kung sabagay... kaya lang... ummm, wala... wala lang..."

"Huh? Ano yon? Bakit may nakikita ka bang di okay...?"

At Nabuo Ang Makasaysayang Pagkakaibigan

Natigil ang kwentuhan ng dalawa ng dumating na ang Daddy at Mommy ni Cassandra.

"Oy, Carlo, nandito ka pa pala! Kamusta, natapos ba ni Cass yung ipina-drawing mo?" sabi ni Daddy. "Aba, teka... mukhang naayos mo na ang kwarto mo, Cass. Ang bilis, a! Pati kama at mga aparador nailipat na. Paano mo nagawa ito? Teka, huwag mong sabihin kinatulong mo si Carlo? Akala ko ba, ipagdo-drawing mo siya?"

"Cass, anak, masyado mo naman yatang inaabuso si Carlo porke may kailangan sa iyo? Aba, hindi yata tama 'yon at mahiya ka naman," sabi naman ng Mommy n'ya."

"Ay, totoo po, Ma'am, Sir. Pinahihirapan po ako ng husto ng anak n'yo. Masyado pong sadista. Pagod na pagod na nga po ako, ayaw pa po nya akong magpahinga. Wala po s'yang awa, Hu! Hu! Hu!" hagulgol kuno ni Carlo.

"Hi! HI! Hi! Oy, loko-loko ka! Huwag kang mag-drama dyan. Best actor ka na sige. Bahala ka, pag di ka nagsabi nang totoo, grounded ako kina Dad at Mom. Ikaw din."

"Ha! Ha! Ha! Joke lang po. Ako po talaga ang nag-prisinta kay Cassandra para tulungan s'ya. Kawawa po kasi, mukhang lantang kamote. Ni hindi nga po makabuhat ng kahit ano."

"Ano? Grabe ka na ha? Hi! Hi! Hi! Hindi porke tinulungan mo ako, aalipustahin mo na ako. Ang yabang mo! E, kung bugbugin kaya kita ngayon?"

"Ha! Ha! Ha!" ang tawa ni Daddy at ni Mommy. "Hoy, Cass, wala ka namang utang na loob. Bukas mo na lang awayin si Carlo. Ha! Ha! Ha! Biro lang, Carlo. Anyway, salamat sa tulong mo," sabi ni Daddy, "Natupad din ang pangarap ni Cass na magkaroon ng sariling kwarto at matatahimik na rin kami ng Mommy n'ya."

Ay, oo nga," dugtong naman ni Mommy, "Naku, e naiirita na nga ako d'yan sa pangungulit sa amin."

"Ganun po ba? Ay talaga pong makulit ang anak n'yo. Matutuyuan po kayo ng dugo dito. Ha! Ha! Ha! Joke lang Cass. Pero, seryoso po, okay lang po sa akin yung tulungan si Cass. Tutal madalas naman po akong nagpapa-drawing. Amanos na lang po kami. Ummm, sige po. Uuwi na rin po ako. Hapon na rin, baka hinahanap na po ako sa amin. Saka, mabaho na rin po kasi itong si Cass, di ko na matiis."

"Aba, talaga naman. Hoy, ikaw nga d'yan ang mabaho. Maantot-antot ka na nga. Buti pa ako naligo na, ikaw,hindi pa rin. Tingnan mo nga yang libag mo sa katawan. Eeewww! Yucky!"

"Ha! Ha! Ha! O, sige na, sige na Carlo. Umuwi ka na bago ka pa awayin ng husto nitong amazona kong anak. Salamat ulit sa tulong mo," sabi ni Daddy. "Oo, nga, Carlo, maraming salamat sa tulong mo," dugtong naman ni Mommy.

"Inihatid ni Cass si Carlo sa labasan. "Ang yabang mo, ha! Porke natulungan mo ako, masyado mo na akong inaalipusta."

"Wow! Hanep sa terminology, a! Ang lupit. Naka-drugs ka ba? Ha! Ha! Ha! Ikaw naman, ngayon lang naman kita nabibiro ng husto. Lagi nga akong lugi sa iyo. Madalas nga may batok pa sa ulo o suntok sa t'yan. Di ba?"

"Hi! Hi! Hi! Oo nga pala, no. O sige, excuse ka ngayon, dahil natulungan mo ako. Pero next time, mag-iingat-ingat ka na. Hi! Hi! Hi!"

"Nakupo, one day lang yung pass ko? Akala ko lifetime. May CS2 na nga, tapos one day lang? Wala bang extension o kaya baka puwedeng maging unlimited."

"Sira talaga, tuktok mo, Carlo. O sige na nga. Kung hindi sa iyo, wala pa rin akong sariling kwarto, kaya unlimited na yung pass mo sa aking pambubugbog. Pwera na lang kung sobrang abusado ka na o kaya lalampas ka dun sa "No lovey-dovey, no mushy-mushy" rule natin pag andyan si Eloisa. Klaro ba?"

"Yes, ma'am. Don't worry, I will toe the line. Ayokong mabalik ulit yung beast mode mo."

"O, sige na, uwi ka na. Baka hinahanap na yung baby sa kanila. Hi! Hi! Hi!"

"Anong baby? Kita mo nga na ang pogi-pogi ko at habulin na ng mga tsiks! Anyway, may naisip ako Cass."

"O, ano na namang kabalastugan ang naiisip mo? Gusto mo yatang ma-revoke agad yung unli pass mo, a!"

"Hindi, hindi. Serious ako. Hindi ko na isosoli itong t-shirt mo."

"Ha? Bakit? Di ba sabi ko sa iyo may sentimental value sa akin yan."

"Alam ko, di ba sinabi mo nga. Pero, di ba sabi mo, matagal na iyon, halos limot mo na nga. Dapat palitan na yang t-shirt. Palitan na yung memory. Mas magandang memory... mas magandang t-shirt ang dapat ipalit d'yan."

"Huh? Ano yun?"

"Yung t-shirt ko! From now on, ako na ang best friend mo. Naandito ako at hindi kita iiwanan. Di ba mas maganda yung andito bestfriend mo at hindi malayo. Ganyan dapat di ba mag-bestfriend. Di nag-iiwanan. From this day, ako na 'yon!"

Hindi nakaimik si Cass. Sa totoo lang, gusto na nyang maiyak. Ngayon lang kasi ulit siya nagkaroon ng kaibigang, sa pakiramdam niya, ay laging naandyan na ulit para sa kanya. Miss na n'ya yung dating panahon nila ni Michael na magkasama sila kahit saan. Na may napagsasabihan siya ng sama ng loob at kahit ano pa. Na laging karamay kahit saan. Walang iwanan. Itong si Carlo, kahit sandaling panahon pa lang sila nagkakasama, feeling n'ya ganun na rin sila. Na hindi sya pababayaan at hindi iiwanan nito. Ewan nga ba n'ya, pero talagang ganito ang nararamdaman niya kay Carlo. Isang kaibigang maaasahan mo.

"O ano Cass? Natulala ka na dyan. Masyado ka bang na-gwapuhan sa akin. Ha! Ha! Ha! O, seryoso na ako, okay ba sa iyo, yon? Tayo na ang mag-bestfriend for life. Itaga mo pa sa rock of gibraltar. Magiging ganoon katatag ang friendship natin."

"Ikaw, bahala ka kung kaya mong panindigan."

"Syempre, ako pa! Anyway, huwag mo nang labhan yung t-shirt ko, para may DNA ko iyon, He! He! He! Kasama na pawis at lahat na. Oy, imported yun, ha!"

"Eeeewww! E, kahit pa imported yun, mabaho pa rin yun. Nasaan ba yung t-shirt mo?

"Ha! Ha! Ha! Di mo nakita? Andun sa wall natin. Naka-hang na dun, bweno mano! Ikinabit ko nung naghahanda ka ng miryendang "ako" din naman ang bumili. Ha! Ha! Ha! O, sige na Cass, going home na ako talaga. Kailangan ko na nang beauty sleep. Bye na, see you when I see you. Ay, bukas na rin pala iyon. Babay! *Astalavista, baby!*"

"Babay! Ingat ka, ha! Salamat ulit... *bestfriend!*"

Totoo na Talaga Ito

Kinabukasan, maagang gumising si Carlo. Kahit medyo masakit-sakit pa mga muscle at mabigat ang pakiramdam, bumangon na ito. Gusto nito kasing makag-aral at maayos ang kwarto niya bago ito pumunta kina Cassandra.

"Uy, ang aga-aga nating gumising Kuya. Saan ba lakad natin? bati ng kapatid na si Rachel.

"Oy, Rachel, gising ka na rin pala. Pupunta kasi ako mamaya kina Cass. Magpapatulong para sa project ko," sagot ni Carlo, "nag-aayos muna ako ng kwarto, saka medyo hinahanda ko itong isa-submit kong project research sa Psychiatry. Naku, e napaka-higpit ng prof ko dun. Pag di ko nai-submit ito bukas, malamang bagsak na ako. E, ikaw, bakit maaga kang bumangon?"

"Haller, Kuya, Sunday ngayon, baka nalilimutan mo. Magsisimba lang po."

"Ay, oo nga pala! Naku, magsisimba na rin ako. Mahirap na baka malimutan ko pa. Tutuloy na lang ako kina Cass pagkatapos."

"E, ano bang pinagagawa mo kay Cass, Kuya?"

"Ha, a e, ummm, kwan yung project sa Lab subject ko. Masyado kasing mahigpit yung prof ko. Gusto drawing mismo."

"A, ganon ba. Pasalamat ka at mabait si Cass, meron kang tagapag-drawing. Ba, mahal din ang magbayad ng ganyan, a."

"Aba, e madalas ko naman syang ilibre ng snack. Naku, akala mo ba yun, napakalakas kumain. Dyosme, isang bandehado yatang pansit, kaya ubusin. Tapos, naghahanap pa nang dessert! Saan ka pa. "Ummm, maiba ako, tol. Di ba magkasama kayo ni Cass sa seminar sa Baguio sa isang buwan?"

"Ay, oo kuya, bakit?"

"E pag ano, kay Cass ka mag-sasama. Mabuti na yon at kilala natin ang kasama mo. Sigurado hindi ka mapapahamak," payo ni Carlo. Pero sa isip-isip niya, medyo nakokonsensya siya. Alam na ipinapain n'ya ang nakababatang kapatid kay Cass. Depensa na lang n'ya sa sarili, *"Mabait naman si Cass. Mabait nga ba? Hindi naman siguro nito lalamangan si Rachel. Sana! Please God, kung hindi, patay ako kay Papa at Mama."*

"Oo nga. Tama ka dun, Kuya. Sige tatandaan ko. O, tara na! Simba na tayo."

Pagkatapos ng simba, lalong sumama ang pakiramdam ni Carlo. "O, Kuya, okay ka lang ba? Parang namumutla ka na yata," tanong ni Rachel na halatang nag-aalala. "Para nga akong nanghihina," sagot ni Carlo, mukhang di ko kayang magpunta kina Cass. Uuwi na lang ako. E ikaw Sis, saan ang tuloy mo?"

"Di ba kumbidado tayo sa binyag nung anak ni Ate Frieda. Naandun na nga sina Papa at Mama," sagot ni Rachel, "kaya lang kung masama ang pakiramdam mo, di na ako tutuloy, sasamahan na lang kita," pagtatapos pa nito.

Sandaling nag-isip si Carlo. Masama talaga ang timpla ng katawan n'ya, pero kaya naman n'yang umuwi mag-isa.

"Okay lang ako, Sis. Sige na pumunta ka na kina Ate Frieda. Baka magtampo 'yon. Ninang ka pa naman sa anak nila. Kaya ko namang umuwi ng mag-isa."

"Sigurado ka Kuya? Baka kailangan mo ng kasama?"

"Ano ako baby? Sige na tumuloy ka na. Idispensa mo na lang ako sa mga tao dun. Sabihin mo na lang kung bakit hindi ako nakapunta. Huwag n'yo lang kalimutan na pasalubungan ako ng malaking burger at softdrink. Okay?"

"O, sige Kuya, tuloy na ako. Ingat ka ha. Pag di mo kaya, tawag ka lang. Bye! Bye!"

Oo na, oo na. Ang kulit nito. Sige na, babay na. ingat ka rin."

Sa totoo lang, masamang-masama na ang pakiramdam ni Carlo. Sumasakit pa ang ulo n'ya. Ayaw lang n'yang mag-alala si Rachel kasi alam nitong looking forward ito sa okasyong pupuntahan. Baka hindi na pumunta. Ayaw naman ni Carlo mangyari iyon. Magkikita-kita sila doon ng mga pinsan na super close sa kanila. Hindi gusto ni Carlo na mag-sacrifice si utol para lang sa kanya kasi paminsan-minsan lang magkakaroon ng reunion ang angkan nila.

Halos hindi na malaman ni Carlo kung paano siya nakauwi. Parang umiikot na ang paligid at binabayo ang ulo niya sa sakit ng ulo. Pagdating sa bahay nila, hinang-hina na siya kaya bumulagta na lang ito sa sofa at dun na nakatulog. Dead to the world. Hindi na niya namalayan ang paglipas ng oras.

Maya-maya pa ay naalimpungatan s'ya. May gumigising sa kanya? Sino? Nang mahismasmasan ay tumambad sa harap niya ang mukha ni Cassandra.

"Hoy, Carlo, gumising ka! Ang taas-taas ng lagnat mo."

"Huh? Cass, ikaw ba yan?"

"Ay, hindi, si Wonder Woman ako. O, iangat mo sandali ulo mo at nang maka-inom ka nang paracetamol para sa lagnat mo."

Hilong-hilo si Carlo. Pakiramdam n'ya parang mausok ang paligid. Para bang slow motion ang galaw ng lahat. Naramdaman na lang n'ya na kalong-kalong ni Cass ang kanyang ulo habang pinaiinom siya ng gamot. Pagkatapos noon ay nag-blackout ulit ang paligid n'ya.

Makalipas ang hindi n'ya mawaring oras, muling nagising si Carlo. Bagama't nahihilo at masakit pa rin ang ulo, medyo gumanda na ang pakiramdam nito. Malaking improvement kaysa kanina. Napansin n'ya si Cassandra na nasa may ulunan.

"Cass, anong ginagawa mo d'yan?"

"Huh! Oy, sa wakas, nagising ka na. Weh, ano raw ang ginagawa ko. E di eto po, binabantayan ka. Ano pa kaya? Haay, talagang wala ka sa wisyo, no? O...o... teka, teka. Huwag ka munang gumalaw ha. Baka bigla ka na lang bumaliktad d'yan, mabagok pa ulo mo. Aba, e, sayang naman ang sahig, baka masira. Hi! HI! Hi! Joke lang, ikaw talaga di na mabiro. Ummm, oo nga pala, pinakialaman ko na kusina n'yo. Nagluto ako ng sabaw. Itsura mo kasi di pa kumakain e. Paano ka makaka-recover? Tamang-tama makakaige sa iyo 'yon, maiinitan sikmura mo. Wait ka lang."

Tumakbong umalis si Cass at nagpunta sa kusina. Maya-maya pa ay nakarinig siya ng kalampagan ng kutsara at mangkok. Muling bumalik si Cass na may dala-dala ng tinolang manok.

"O humigop ka muna ng sabaw, para magkalaman yang t'yan mo. Mmmm, teka lang, ha..."

Lumapit si Cassandra kay Carlo at tinulungan itong makaupo. Pagkatapos ay kinuha ang mangkok na may tinola at lumapit sa kanya.

"Tingin ko, di mo pa kayang kumain ng sarili mo. Susubuan na lang kita. O, nganga!"

Hindi na umangal si Carlo. Sa totoo, parang hinag-hina pa rin s'ya. Dahan-dahan ay sinusubuan s'ya ni Cass ng sabaw. Habang tumatagal ay sinasamahan na n'ya ito ng ilang piraso ng manok. Hindi nagtagal ay natapos din kumain si Carlo. Pinainom siya ng gamot ulit dahil every 4 hours daw ang duration nun.

"Cass, paano ka nakapasok dito? Saka paano mo nalamang may sakit ako?"

"Di mo ba alam may powers ako. Ako si Wonder Woman! At na se-sense ko na maysakit ang bestfriend ko kaya lumipad ako para sagipin ka."

"Seryoso, Cass, paano?"

"Ay naku, Carlo, nalimutan mo ba na dapat ay pupunta ka sa bahay ngayon... para sa Operation Get Eloisa, Alive definitely. E ayun, namuti na mata ko kahihintay sa iyo, di ka naman dumadating. So naisipang kong puntahan ka na lang dito."

"Paano ka nakapasok ng bahay?"

"Di ba si Wonder Woman ako, e di lumipad ako at pumasok sa bintana. Hi! Hi! Hi! O, nagsasalubong na naman kilay mo. Joke lang! Ang totoo, bukas ang pinto n'yo sa harapan. Mukhang nalimutan mong isara. Kaya ayun pumasok ako at presto, nakita kitang nakasadlak dyan sa sofa. Daig mo pa lasing sa itsura, a!

"Ganun ba? Salamat... salamat at si Wonder Woman yung dumating."

Pagkatapos kumain, nakatulog muli si Carlo. Nagising s'ya nang makarinig ng maraming boses na nag-uusap-usap. Dumating na pala sina Rachel kasama na sina Papa at Mama.

"Carlo, kamusta ka na, anak?"

"Mabuti-buti na po. Napagod yata po ako nang sumimba kami ni Rachel."

"Masama na pala pakiramdam mo nung umaga, dapat nag-pahinga ka na lang." dugtong ni Papa.

"Ay, kailangan naman pong sumimba ako. Obligasyon ko po 'yon. Grabe lang po talaga yung init. Dun siguro lalong sumama ang katawan ko."

"Sabi ko naman sa iyo, Kuya, uwi na rin ako para may kasama ka."

"Rachel, okay lang. Carry ko 'to."

"Mabuti na lang at dumating si Cass. Napainom ka ng gamot at napakain. Baka nasa hospital ka ngayon kung sakali. Teka... paano ba nalaman nun na may sakit ka?"

"Wonder Woman po daw s'ya."

"Ano?" nagtatakang tanong ng tatlo.

"Ha! Ha! Ha! Tawag lang po n'ya yun sa sarili. Ano po kasi, may usapan kasi kami na pupunta ako sa kanila. Nung hindi ako dumadating, s'ya na ang pumunta dito. Ginising po ako at pinilit uminom ng gamot, tapos pinakain ako."

"Mabuti naman. Talagang mabait na bata yan si Cass. Aba, e masarap din palang magluto. Tinikman ko yung tinola, ang sarap, napakain tuloy ako." sabi ni Papa.

"Teka, nasaan na po ba si Cass?" tanong ni Carlo.

"Aba'y pinauwi na namin. Gusto nga sana niyang hintayin kang gumising, kaya lang kawawa naman at dis-oras na nang gabi. Sabi namin umuwi na s'ya at kami na ang bahala sa iyo. Ha! Ha Ha! Parang wala pang tiwala sa amin! Kabilin-bilinan pa sa amin na huwag kalimutang painumin ka ng gamot ngayong alas-dose at pagkatapos daw e, every 4 hours hanggang wala ka nang lagnat. Daig pa nga ang doktor kung magbilin. Inihanda pa nga yung gamot at tubig mo dun sa ibabaw ng study table mo. Ka-bait at ka-maalahanin na bata. Masipag pa! Aba'y, inabutan pa naming naghuhugas ng pinag-lutuan at pinag-kainan mo. Mmmm, teka, Carlo, meron ba kayong... ibig sabihin ko... kayo bang dalawa?"

"Naku, itong si Papa! Magkaibigan lang po kami. Mabait lang po talaga si Cass at maalahanin. Si Rachel nga po ang talagang kaibigan nun, saling-pusa lang ako. Saka..."

"Saka... ano?"

Hindi masabi ni Carlo na tomboy si Cass. Nasambit na lang n'yang, "Saka... saka may girlfriend na ako, di ba? May boyfriend na rin 'yun." *"Si Rachel ang gustong tuhugin nun,"* nasabi na lang ni Carlo sa sarili.

"Ahhh, ganun ba? Sayang..."

"Ano pong sayang?" tanong ni Carlo.

"A, wala, wala," sagot ni Papa, "may naisip lang ako. Kasi pwede mong..."

"Mabuti pa, Carlo," singit ni Mama, "magbihis ka na at matulog na ulit para makapahinga ka ng husto. May pasok ka pa bukas."

"Oo nga pala! Saka talagang parang hinang-hina pa ako."

"Sige, goodnight," sabay-sabay na sabi ng tatlo habang palabas.

Bumangon si Carlo para magpalit ng pantulog. Medyo nanghihina pa pero okay na s'ya. narinig n'yang humihiyaw si Mom, pina-aalala ang inom ng gamot. nakita nitong nakahanda na nga ang gamot at tubig dun. May note pa galing kay Cass na nagsasabing huwag daw n'ya kakalimutan uminom ng gamot, kung hindi lagot s'ya kay Cass. Ibang klase! Nangingiting uminom ng gamot si Carlo.

Pag-palit ni Carlo ng damit, napansin nito na may bumagsak na bimpo galing sa kanyang likod. Aba, pinunasan pa pala ako ng pawis ni Cassandra at nilagyan nang bimpo sa likod. Ibang klase din ito si Cass. Pag nag-alaga, wagas! Napansin din nito na naka-apak na rin s'ya. ibig sabihin, tinaggal din ni Cass ang sapatos n'ya. Naku, dyahi, baka mabaho ang paa ko, naisip ni Carlo. Biglang napa-balikwas si ito, kinapa ang sarili. Whew, nakahinga ng maluwag ito. Akala n'ya kasi baka pinalitan din siya ng pangbaba!

Pagtulog ni Carlo, hindi niya mapigilan mapabilib kay Cassandra. *"Ibang klase, talaga,"* muni-muni niya. Bago ito tuluyang nakatulog, pumasok sa guni-guni n'ya ang nasabi ni Papa na, *"Sayang..."*

Talagang Maaasahan si Wonder Woman

Kinaumagahan, mabigat pa rin ng konti ang pakiramdam ni Carlo kahit wala na siyang lagnat. Minabuti na lang niyang hindi na pumasok at baka mabinat pa siya. Nagtulog na lang siya buong umaga para lalong makabawi ng lakas. Pumayag naman si Mama. Sang-ayon ito na makakaigi sa kanya ang lubos pang makapag-pahinga.

Tanghali na ng lumabas ng kwarto si Carlo para kumain ng tanghalian.

"O, Carlo, gising ka na pala. Hindi na kita ginising kanina, para mas lalo kang makapahinga. Tamang-tama kakain na tayo ng tanghalian. Umupo ka na." sabi ni Mama.

Habang kumakain, tinanong siya ni Mama, "O, anak, okay na ba ang pakiramdam mo?"

"Opo. Parang nakabawi na ako, Ma. Tamang-tama, mam'yang gabi, siguradong makakapagre-charge pa ako nang husto. Ready for school, good as new!" dagdag pa nito.

"Buti naman. O, e wala ka ba namang mami-miss na lesson o project ngayon?"

"Wala po naman... Nakupo! Teka... patay... last day na nga pala ngayon para i-submit ang research project ko sa Psychiatry. Naku, yun pa naman ang final requirement... Ahhhh, siguradong bagsak na ako...," nanlulumong nasabi ni Carlo.

"Ha! E, baka naman pwedeng i-submit mo na lang bukas. Sabihin mo nagkasakit ka. Kung gusto mo, kahit ako na ang magdala." wika ni Mama.

"Huwag na Ma, mapapahiya lang kayo. Grabe sa higpit yung prof ko dun. Walang konsiderasyon. At saka, nun last week pa original na deadline para i-submit yung research. Binigyan lang kami ng extension kasi bumagyo the week before, diba? Ang sabi ng prof ko, last and definite deadline na raw. Wala raw siyang pakialam kung may sakit man kami o wala. Kahit sino pa raw Herodes ang mag-submit ng project namin, basta daw mai-submit. Kahit ipa-JRS, DHL o FedEx pa daw namin, basta he wants it on his desk by 10 o'clock in the morning. After that, wala na raw. I-consider na daw naming bagsak na kami sa subject niya kung hindi kami nakapag-submit."

"Ganun ba? Naku, nakakalungkot naman. Hirap na hirap ka pa naman sa subject na 'yun."

"Oo, nga Ma. Pati schedule ko next enrollment baka magkaroon pa ng problema. Hayyy, naku... nakakaiyak naman."

Buong maghapong tahimik at malungkot si Carlo. Laking pagsisisi nito at nalimutan yung deadline. Sayang talaga ang mga pinaghirapan nito sa subject na nabanggit. Gusto na nitong iumpog ang ulo sa pader. Terror pa naman yung prof. Ayaw man n'yang aminin kay Mama, ninenerbiyos ito tuwing papasok sa subject na iyon. Para kasing pinag-iinitan siya ng professor nito. Tuwang-tuwa na nga siya at akala ay matatapos na ang paghihirap at kalbaryo n'ya dito. Hindi pa pala! Ngayon kailangan ulitin pa n'ya ito, at ang masaklap pa, baka yun pa rin ang magiging professor niya. *"Pag minamalas ka nga naman talaga."* mangiyak-ngiyak na nasabi n'ya.

Mga bandang ala-singko ng hapon ay dumating si Cass kina Carlo. "Carlo, Carlo! Andito si Cass!," hiyaw ni Mama, "lumabas ka na sa kwarto mo at tigilan mo na ang pagmumukmok!," dagdag pa nito.

Lulugo-lugong lumabas si Carlo. Inabutan niya si Cassandra na sa salas. Galing sa eskwela at dala-dala pa ang mga gamit. Kahit papaano gumaan ang pakiramdam niya ng nakita si Cass. "Bakit kaya?" isip-isip niya.

"Uy, Cass, kamusta na?," bati ni Carlo.

"Uy, eto, buhay pa rin, humihinga pa! Hi! Hi! Hi!"

"Ikaw talaga, oo." sagot ni Carlo

"Ikaw nga ang dapat kong kamustahin. E, kahapon para kang lantang kulangot nung iwanan kita."

"Naku, salamat nga pala kahapon. Grabe ginawa mo, ha! Feeling ko kung hindi ka dumating baka patay na ako ngayon."

"Sobra ka naman. Yang lakas mong yan? Saka di ba matagal mamatay ang mga masamang damo?"

"Ha! Ha! Ha! Loko-loko! Pero, thank you talaga, ha. Biruin mo para kitang naging private nurse. Inalagaan, pinagluto at pinakain pa. Saan ka pa. Sobra-sobra ginawa mo. Touched ako. Pati sina Mama at Papa, tuwang-tuwa sa iyo. Thank you, thank you ng maraming-marami."

"Bestfriend tayo... walang iwanan ang usapan natin, diba? Bakit kung sa akin ba nangyari 'yon, hindi mo ba gagawin yun?"

"Aba, syempre, ganun din ang gagawin ko! At mas higit pa!"

"Huh! At papaano kaya yun?"

"Kung ako, pinunasan mo ng pawis, tinanggalan ng sapatos at nilagyan ng bimpo sa likod... ikaw e, papalitan ko pa ng buong damit! Ha! Ha! Ha!"

"Hung-hang! Hay naku, e lumabas pagka manyakis mo! Naku, subukan no lang at sigurado walang parte ng katawan mo ang walang latay."

"Wow, grabe ka, ha! Gusto ko lang naman na maging maginhawa ka. Masama ba 'yun?"

"Neknek mo! Lokohin mo lelong mong panot! Sige maiba ako, bakit di ka pumasok ngayon, sabi mo okay ka na?"

"Baka kasi mabinat kaya nagpalakas pa ako ng husto." Muling naalala ni Carlo ang tungkol sa project na hindi nai-submit. Hindi niya maiwasang malungkot na naman. Agad naman napansin ito ni Cassandra.

"O, Carlo, bakit para kang pinag-sakluban ng langit at lupa? Oo nga pala, sabi nga pala ni Mama, nagmumukmok ka daw sa loob ng kwarto mo. Bakit naman? Ummm, baka nakaka-istorbo ako? Aalis na lang ako."

"Hindi a, sumaya nga ako ng dumating ka. Naalala ko lang kasi yung Psyc subject ko. Sigurado ng bagsak ako dun."

"Bakit naman?"

"E, kasi last day ngayon ng pag-submit. Tanga-tanga ko. Nawala sa isip ko deadline pala ngayun. Naku, e napakahirap at napaka-terror pa naman nung prof ko. Ngayon, mag ta-take two pa ako. Isa-submit na lang yung project, napalpak pa ako. Ang tagal-tagal kong pinag-tiisan yung prof ko, tapos... Sino ba naman ang hindi madidismaya." halos mangiyak-ngiyak na nasabi ni Carlo.

Sa pag se-self-pity ni Carlo, hindi nito napansin na may kinuha si Cassandra sa gamit n'ya at inihagis sa kanya.

"Iyan ba ang iniiyakan mo?" tanong ni Cass kay Carlo, matapos ihagis sa harapan nito ang folder. Nagulat si Carlo. Pamilyar sa kanya ang itsura ng folder. Nang buksan n'ya ito ay laking gulat n'ya nang makitang ang laman nito ay ang kanyang research project. Kompleto sa tatak, grade at pirma ng professor. *NAI-SUBMIT AT PASADO NA!* Gulat na gulat si Carlo. *NAI-SUBMIT NI CASS ANG PROJECT N'YA!*

Hindi napigilan ni Carlo ang saya at nayakap ng napaka-higpit ang nagulat na dalaga. Halos maiyak-iyak pa ito. "Cass, maraming-maraming salamat, ha? Hindi mo lang alam kung gaano kaimportante sa akin ito. I owe you my life, my soul, my everything..." ang tuwang-tuwang nasabi nito.

"Unnng, ahhh... pwede, hindi na ako makahinga. Balak mo ba akong patayin?"

Sa wakas binitawan din niya si Cass sa pagkakayakap.

"Sori, sori. Pasensya na, talagang sobra lang ang tuwa ko. Haay, talagang Wonder Woman ka. Hulog ka ng langit sa akin. Gusto kitang halikan sa tuwa!"

"Ganun? OA ka na. Baka gusto mong sa hospital abutin?

Ikaw naman. He! He! He! Joke lang. Tuwang-tuwa lang talaga ako! Mmmm, pero, teka... teka? Paano mo nalamang dapat mai-submit yung project ko? Paano mo nakuha? Paano mo nai-submit? Paano ka nakapasok sa school namin?" ang sunod-sunod na katanungan ni Carlo.

“Heps, teka lang. Isa-isa lang, pwede? Mahina kalaban.” sagot ni Cassandra. “Sabi sa iyo e, si Wonder Woman itong kaharap mo. Maganda na, may super-powers pa... Mmmmm, sige na nga, sasagutin ko na mga tanong mo. Nagsasalubung na namn kilay mo, e. Uhumm, dahil sa angking kong kagandahan... Hi! Hi! Hi! Okay, okay... eto na... seryoso na ito. Una, nung wala akong magawa habang binabantayan ko po kayo, nag-ayos-ayos ako ng gamit mo. Nakita ko yang research project mo na nasa ibabaw ng table mo. Paano ba namang hindi ko mapapansin at malalamang importante yan e, sangkatutak na “Important, Deadline, Must Submit, Matter of Life and Death” at kung anu-ano pang mga kaekekan ang naka-post sa paligid nito. Kulang na nga lang tirikan mo ng kandila at shrine na dating nito. Anyway, na-curious ako, alam mo naman nosy-nosy ako, tiningnan ko. Nakita kong project mo ito at kailangang-kailangang mai-submit bukas or else, yari ka. E, sa tingin ko sa iyo, daig mo pa ang sinuntok ni Pacquiao. Itsurang hindi ka makapapasok. So, naisip ko, “Naku, pag hindi nai-submit ito ni Carlo, siguradong magpapalahaw ito ng parang baboy ramo na kinakatay at yung iyak baka umabot pa hanggang sa bahay namin! Kawawa naman kami. Pati kami mato-torture. So, para sa peace on earth, nag-decide ako — ako na lang ang magsu-submit. And the rest is history!”

“Tingnan mo ‘to, nang-aasar ka pa! E, paano ka nakapasok sa school namin?”

“Haler, nakarinig ka na ba ng “Visitor’s Pass?” Basta naman may legal kang dahilan, pwede ka namang pumasok kahit saan. Akala ko ba ako ang turtle?

“Paano mo nalaman room ko, kung saan isa-submit?”

"Ay naku, ikaw na ang bagong turtle! E, diba nakalagay naman lahat d'yan sa folder? Mr. Sandoval the turtle, baka nalilimutan mong marunong akong magbasa. College na po ako. Mmmm, yung nga lang... ummm ... medyo may konting hassle nung i-submit ko yung project mo."

"Ha! Bakit, di ba tinanggap?"

"Haaayyy! Ang bobo-bobo mo talaga ngayon! Ayan na nga submitted at pasado na yang project mo, itatanong mo pa kung hindi tinanggap. Naapektuhan na talaga ng sakit mo yang utak mo."

"Ay, oo nga no. Syunga-syunga ko nga. E, ano bang hassle ang sinasabi mo?"

"Classmate mo pala sa subject na yun si Eloisa. Nakita ako."

"Ha! E, ano ngayon kung nakita ka?"

"Wala naman. Ipinaalam lang naman n'ya sa buong madlang people doon, as in nag-announce ng todo-todo, na ako ang bagong girlfriend mo." naiiling na nasabi ni Cassandra.

Saglit na natigilan si Carlo. Nag-isip. Di nagtagal, natawa rin ito.

"O, bakit ka natatawa d'yan?," tanong ni Cass.

"Ay, naku, masanay ka na kay Eloisa. Ganun talaga yun. Ma papel. Umm, sigurado, may effect ka na sa kanya, so she is putting you on the spot. Either nai-insecure na yun o threatened na siya. Yes, good news yan!"

"Na insecure? Na threatened sa akin? Bakit?" At bakit good news yon?

"Ibig sabihin, she is taking notice of you. Checking the competition, ika nga. Threatened na if ever, hindi na niya ako ulit makuha kung sakali — which is exactly our plan. 'Yan ang good news!"

"Ah, yun pala yon!"

"O, e ano naman ang reactions ng mga classmates ko?"

"Wala naman. Mga nag-hello, hi at nice to meet you. Yung iba mga naka-tingin lang — parang mga tuod sa madre kakaw. May mga hunghang naman na sumisigaw na pag nag-break daw tayo, first-in-line daw sila. Gusto ko nga sanang pag-susuntukin pero hindi ko na rin pinansin kasi priority kong mai-submit project mo."

"Ha! Ha! Ha! Mga loko-loko talaga ang mga iyon. Pasens'ya ka na."

"Okay lang 'yon. O, paano, mission accomplish na ako. Uwi na ako."

"Uy, Cass, thank you... maraming-maraming salamat ulit. Hindi ko malilimutan ito. Lab na kita forever, promise!"

"Oo na! OA ka talaga, ha. Sige na, huwag mo na akong ihatid. Magpahinga ka na at baka bumalik pa sakit mo. Wala akong balak maging nurse mo ulit. Babay!"

Babay! Ingat Cass. Sweet dreams!

Matagal ng nakaalis si Cass nang maalala ni Carlo na dahil sa sobrang saya, nayakap niya ng mahigpit si Cassandra. Tanong niya sa sarili, *"Bakit hindi ito nagalit? Mmm, h'wag ko na ngang isipin yun. Swerte ko na nga at 'di ako nasuntok."*

Sa bahay nila Cassandra, habang naghahanda na itong matulog, naalala din niya ang pagyakap sa kanya ni Carlo. Tanong din niya sa sarili, *"Bakit hindi ako nagalit? Mmm, hwag ko na ngang isipin yun. Swerte n'ya at 'di ko s'ya sinuntok."*

Ganito Kami Noon, Ganito Pa Rin Ngayon?

Maagang pumapasok ng trabaho ang Daddy ni Cassandra, kasabay ang dalawang nakababatang kapatid na papasok ng school. Isinasabay na ito ni Daddy para isang lakad na lang. Kapag maaga ang pasok ni Cassandra ay sumasabay din s'ya sa mga ito. Ngayong Martes, nataong tanghali ang pasok niya kaya nagpaiwan na muna siya. Nakaligo na s'ya pero balak pa rin nito na matulog ulit pagkatapos maghugas ng pinag-kainan nila ng umaga. "Magbibilin na lang ako kay Mommy na gisingin ako pagkaraan ng 2 oras. Okay na okay pang matulog," isip-isip ni Cassandra, "ang sarrraaaap!"

"Good morning, Wonder Woman!" masayang bati ni Carlo. Muntik-muntikan nang mabitawan ni Cassandra ang platong hinuhugasan niya sa gulat. Galit na humarap ito sa binata.

"Ano ka ba naman Carlo? Muntik na akong himatayin sa takot a!"

"Tingnan mo 'to, hindi muna nag-good morning. Ang ganda-ganda ng bati ko tapos..."

"Anong good morning, good morning ka d'yan? E, kung nabasag 'tong hinuhugasan ko, babayaran mo?

"Sori na. E, pinapasok na ako ni Mommy mo, tapos naandyan ka, e di syempre babatiin kita. Akalain ko ba naman na magugulatin ka pala."

"Hindi ako magugulatin... nagulat lang ako sa iyo!"

"Huh? Paano kaya 'yun? Hindi magugulatin pero nagulat!

"Ewan ko sa 'yo... ang aga-aga mong nangbu-bwisit!"

"Sori na. Sori na talaga... pasensya na. Good morning, ulit!"

"Oo na, sige na... Good morning, na! O ayan, masaya ka na? Kung hindi, bahala ka sa buhay mo! O, sagot, bakit ka nambu-bwisit ng maaga? Naghilamos ka na ba? Nag-toothbrush ka na ba?

"Oo naman. O, kahit amuyin mo pa ang mabango kong hininga." sabay hinga sa mukha ni Cassandra.

"Eeewww! Kadiri ka Carlo... Yuck! Kapag hindi ka tumigil, uuwi kang walang ngipin!

"O, hindi na. Titigil na ako. Ikaw naman di na mabiro."

"O, sige na! Bakit ang aga-aga mong naandito? Nagsisiguro ka bang di ako mag-tatago ulit? Di ba napag-usapan na natin tungkol dito? Wala ka bang tiwala sa akin?"

"Naku, para palang machine gun yang bunganga mo! Aba e, nag kilometro-questionaire ka na, a. Chill ka lang, pwede. Makinig ka muna. Ganito yun. Naisip ko na since hindi tayo nakapag-brainstorm nitong weekend para kay Eloisa, sabi ko this morning na lang. Tutal, mamya pa first subject ko, at alam ko naman na mam'ya pa rin ang first class mo, di ngayon na lang tayong umaga mag-battle plans."

"Ganun, nagpa-plano ka ng hindi ko alam."

"Hindi naman ganun. Kaya nga naandito ako para ipag-paalam sa iyo. E di kung ayaw mo, huwag ituloy."

"Naku, ako pa ngayon ang lalabas na hindi nagko-cooperate. Hmmmp! Sige na nga. Ano ba balak mo?"

"Magbihis ka na ng uniform mo saka dalhin mo na gamit mo. Dun na tayo sa may UST mag-strategy. O di pagkatapos natin, diretso pasok ka na. Ako din tuloy pasok na rin."

"Ay, naku, ang aga-aga pa, inaantok pa ako, marami pa akong gagawin — maglilinis, mag-aayos mag-plaplantsa, saka yung kwarto ko aayu..."

"Libre kita ng lunch. Treat ko."

"Tara na!"

———————————————

Naglalakad na si Carlo at Cassandra malapit sa UST. "Saan mo ba gustong kumain?" tanong ni Carlo. "Hmmm, dun na lang tayo sa Mami House. Masarap ang mami dun saka siopao. Tamang-tama mainit kakainin natin." sagot ni Cassandra, "Saka, maluwag dun, pwede tayong makapag-usap na hindi mariring ng iba. "O, sige, doon na tayo." ayuda naman ni Carlo.

Pagdating nila sa Mami House ay pumila na agad si Carlo para maka-order na ng kakainin nila. Si Cassandra naman ay humanap na ng mauupuan nila. Naalala ni Carlo na hindi n'ya naitanong kay Cassandra kung anong gusto n'yang kainin. Malayo ito at natatakpan pa kaya hindi niya matawag. Di naman siya makaalis kasi ang haba na ng pila. Nag-desisyon na lang siya na bahala na siya sa oorderin para kay Cassandra.

Pagpunta ni Carlo kay Cassandra, sinabi nito ang inorder n'yang pagkain. "Ito ang inorder ko para sa atin, 1 chicken at 1 beef mami, 1 bola-bola at 1 asadong siopao, tsitsaron at 4 na butse para pang-alis uyam. Syempre, dalawang large na root beer. O, ano, okay ba 'yon sa iyo" tanong ni Carlo. Nanatiling tahimik si Cassandra. Nakatingin lang kay Carlo. Nag-alala tuloy ito.

"Uy, Cass, hindi mo ba gusto yung inorder ko? Pasensya ka na kasi di ko naitanong kung ano ang gusto mo. Ako na lang ang pumili." tanong ni Carlo, Uy, ano? Kung di mo gusto, baka mahabol ko pa, papalitan ko." dagdag pa niya.

Hindi pa rin sumasagot si Cassandra. Wari ba ay inaarok nito ang saloobin ng kasama niya. Sa wakas, sumagot si Cassandra. "Hindi, okay lang... okay lang talaga.", eksplika nito, "Akala ko kasi, nangloloko ka lang. Akala ko pinasasakay mo lang ako."

Hah? Bakit? Hindi ko maintindihan?

"Kasi yung mga inorder mo... ano... kasi... yun mismo inoorder namin ni Michael pag nakain kami."

Tayo Naman Ngayon

Hindi maikaila kay Carlo ang lungkot sa mga mata ni Cassandra kahit ayaw magpahalata nito. Gusto ni Carlo na pasayahin ang sitwasyon.

"Ganon ba? Aba, hindi naman ako gaya-gaya? Itong mukhang ito, gaya-gaya? No Way! Ako ang magiging original. Abrakadu-abrakada...yan ang powers ko kaya ko nalaman kung ano ang gusto mong pagkain. At higit sa lahat... *tan-tara-tan*! Yung order ko may kasamang halo-halo. O, may halo-halo ba sa inyo? Wala diba? Espesyal pa — may ice-cream!" banat ni Carlo sabay nag beautiful eyes at wacky face. Natawa si Cassandra at sinabing, "Grabe ka sa promotion, a. Sige na nga, ikaw na ang da best!" Natawa na nang tuluyan si Cass na ikinatuwa naman ni Carlo.

"Maiba naman. Alam mo Cass, ngayon lang tayo kumaing dalawa, as in tayo lang dalawa talaga. Madalas kasi may mga kasama tayo o kaya naman di naman tayo magkalapit.

"Huh? Paano kaya yun. E diba nitong simula ng mag-operation Eloisa, madalas kitang ma-blackmail ng blowout?"

"Nung una, ikaw lang naman ang halos kumain, a. Kumuha lang ako ng ketchup, nangangalahati na yung food mo. Feeling ko parang di rin tayo magkasama dun, disjointed ang conversation. Tapos, dito naman sa pangalawa, parang hit and run lang ginawa natin. Sumubo ka lang ng konti tapos take home na lahat inorder mo. E, diba yun pa nga ang ipinakain mo sa akin kinabukasan?"

"O, e anong idina-drama mo d'yan?"

"Wala. Ang ibig kong sabihin, dapat i-mark mo itong araw sa wall natin. Ano bang date ngayon? Mmmm... September 5. Ayun lagyan mo ng star yung calendar mo at isulat mo... da first time mabusog together. O di ba okay?"

"Unggoy! Sige na, matigil ka lang."

Dumating na ang order nilang pagkain. Si Cassandra naman ang nag-asikaso. Kay Carlo ang chicken mami at bola-bola siopao at sa kanya naman ay beef mami at asado siopao. Nilagay sa gitna ang tsitsaron at butse at sa tabi nila ang softdrinks. Pagkatapos, kinuha ang kutsara at tinidor at isa-isang pinunasan ng tissue. Kasunod nito, sinilip muna n'ya isa-isa ang straw bago inilagay sa softdrinks.

"E' bakit pinupunasan mo pa yung kutsara at tinidor? Di ba malinis naman iyon?" tanong ni Carlo

"Malay ko! Buti na yung sigurado."

"Sabagay. Tama ka naman doon. Ano naman yung ginawa mo sa straw at sinilip-silip mo pa?"

"Sinisilip ko yung gitna para siguradong walang dumi sa loob. Mam'ya mo merong kulangot sa gitna, mahirap na."

"Yuck! Oo nga no!"

"O, pray muna tayo bago kumain."

"**Bless** us, **O Lord, and these**, **Thy gifts**, which we are about to receive from **Thy** bounty. Through Christ, our **Lord**. Amen."

Habang kumakain ay pinag-usapan nila si Eloisa. Ang plano ni Carlo ay ang siguraduhin na palagi silang makita ni Eloisa na magkasama. Siguradong niya lalo itong mai-insecure. Pag na-insecure na ito, magiging interesado na naman ito kay Carlo at malamang makipag-break agad-agad sa present boyfriend. At pag nangyari ito, malamang na makipag-balikan na ito kay Carlo. Tapos na agad ang boksing ika nga!

Ngayong hapon, plano ni Carlo na makipagkita ulit sila sa snack bar na tinatambayan ni Eloisa at Arthur. Ganun ulit, chika-chika lang, walang specific na gagawin. "Let's play it by ear," wika ni Carlo, "Ang importante, Eloisa gets to see me with you. I'm sure ma-unnerve 'yun."

"Hanep din naman ang plano mo... walang ka-kwenta-kwenta!" banat ni Cass.

"Huh? Bakit naman?"

"Ganun? Pa-display-display lang. Magpapa-cute ka lang? Eeeuww! Parang sayang lang ang oras ko. E, kung magdala ka na lang ng picture ko, at iyon na lang kunwari ako?"

"Cass, naman. Di ba promise mo..."

"Oo na. Sige na. Kokonsensyahin mo naman ako. Kung yun ang plano mo, sige — Go! Okay na? Pwede na nating tapusin 'tong lunch natin?"

"Oo na..."

"Hus, nagtampo pa bata, o. Sori na. Uyy... ngingiti na yan, ngingiti na yan! Pag di ka ngumiti, iiwan na kita dito!"

"Nanunuyo ka ba o nananakot?"

"Hi! Hi! Hi! Nanunuyo syempre! Ikaw kasi ang arts-arts mo. Ano okay na tayo?

"Oo naman!"

"Hayy, salamat! Teka, finish ka na ba d'yan sa mami mo? Ang dami mo pang tira a."

"Ha? A, oo, kasi mas type ko yung sabaw, so kadalasan natitira yung noodles."

"Ganun? E, ako, mas type ko naman yung noodles, soup ang natitira sa akin. Ummm, di ka ba maselan?"

"Huh? Depende, bakit?"

"Switch tayo, sa iyo na lang soup ko, akin na lang yang noodles mo. Sayang, e!"

"Wala ka bang AIDS?"

"Aba, baka gusto mong..."

"Joke lang, ikaw naman di ka na nasanay. O, sige, palit tayo. Kanina ko pa nga rin gustong hingin yang soup mo, e."

"O, yung butse, tatlo akin, isa sa iyo, para fair and square."

"Wow, okay din naman pala sense of fairness mo."

"Bakit, me angal ka?"

"Wala. Sabi mo nga fair and square, diba?"

"Buti naman. Asan na yung halo-halo?"

Pagkatapos, kumain, naghiwalay na si Carlo at Cass para pumasok sa kani-kanilang klase. Magkikita na lang sila sa hapon dun sa snack bar.

Pagdating ni Carlo sa room, pinuntahan agad siya ng kanyang mga kabarkada.

"Wow, pare, ang ganda ng bagong jowa mo, a!"

"Oo, nga, bro. Nakakainggit ka naman. Wala bang kapatid yun o pinsan man lang?

"Kapatid, halos lumuwa mata ko sa paghanga dun sa bago mong chicks! Iba ka talaga"

"Hep! At ang pinaka-importante, bro... Si Eloisa, parang kiti-kiting di mapalagay. Halatang curious na curious sa bago mong girlfriend"

"A, ganun ba?" sagot ni Carlo, sabay pasimpleng sulyap kay Eloisa. Kunwari ay walang paki, pero halatang nagmamatyag ito sa kanya. Nagkatinginan sila. Ngumiti si Carlo at bumati ng patango. Tumango rin si Eloisa pero pagkatapos ay inirapan s'ya at biglang tumalikod. Ngising-ngisi si Carlo. Kitang-kita n'ya na naapektuhan na si Eloisa kay Cassandra. Halatang naiinis din ito sa lantarang paghanga ng mga classmates nila kay Cassandra. Wow! Suntok sa pride n'ya ito. At ayaw na ayaw nito na s'ya ay matatalbugan sa kagandahan man o sa pagiging sikat.

Buong maghapon, madalas nahuhuli ni Carlo na nakatingin sa kanya si Eloisa. Pag nagkakasalubong ang mata nila ay ngingiti ito saka ibabaling ang tingin sa iba. Playing coy naman siya. Kunwari okay lang at cool siya. Pero sa totoo lang, kilig na kilig na si Carlo sa nangyayaring developments. Dati, ni hindi na s'ya halos pansinin ni Eloisa. Para bang sa isang iglap ay hindi na s'ya kilala. Snob to the max! Ngayon, wow, patingin-tingin na at may kasama pang smile. Feeling ni Carlo, nagiging successful ang plano n'ya. Konting pa-drama pa nila ni Cass ay siguradong bibigay na itong si Eloisa at s'ya mismo ang makikipag-balikan sa kanya. *"Haay, I can't wait to see that day!"* isip-isip ni Carlo.

Kanino Ka ba Talaga Kakampi?

Tulad ng napag-usapan nila ni Carlo, pumunta si Cassandra sa snack house kung saan nila na-meet si Eloisa at ang boyfriend nito. Hindi na ito nagpasundo kay Carlo dahil mas maaga ang uwian n'ya kaysa dito. Maglalakad lang naman siya papunta sa Recto, malamang naandun na si Carlo pagdating n'ya.

Wala pa si Carlo ng dumating Si Cassandra sa snack bar, pero naandun na si Eloisa at Arthur. Huli na para umiwas dahil niyaya siya ni Eloisa na sa table na nila umupo. Halatang iniistima s'ya ni Eloisa.

"O, tell us naman Cass, where and when did you meet Carlo?" tanong ni Eloisa.

"Ha? Ano, malapit lang house nila sa amin. Medyo matagal ko na rin siyang kilala. Sa UST din nag-aaral si Rachel, yung bunsong kapatid ni Carlo na naging una kong friend," sagot ni Cassandra.

"Ah, yes, si Rachel. I met her once, sweet din s'ya pareho ni Carlo. In fact, alam kong botong-boto s'ya sa akin nung kami pa ni... Oh, I'm sorry. Am I being rude again? Alam mo na bang Carlo and I were once..."

"Ay, oo, nabanggit na ni Carlo sa akin ang tungkol sa inyo...," sagot ni Cassandra, sabay diin, "*BEFORE.*"

"Oh, and okay ka naman? I mean, okay ka lang na magkakasama tayo, with me and Carlo being an item before? Well, kay Arthur, okay lang. Very understanding itong love ko. Di ba, Arthur?" Tumango lang si Arthur pero hindi nagsalita at halata mong medyo naiinis pero ayaw magpahalata.

"Uhmm, oo naman. Diba *BEFORE NA NGA*. Tapos na diba? So hindi ka na dapat naghahabol, Oops, sori, I mean, hindi na dapat mo... natin hinahabol pa yung nakaraan." may patutsadang sagot ni Cassandra.

Halatang napika ni Eloisa. Namula ang mukha. Sasagot pa sana ito ng dumating na si Carlo.

"Hi, guys!" bati ni Carlo, "Pasens'ya na na-late ako. Medyo hassle yung last subject ko, ang daming discussion. Ayun, lumampas tuloy kami sa oras. Oops, before anything else, this is for you, Cass!" Sabay abot kay Cass ng isang bouquet na pink roses. "I love you!"

Nagulat si Cassandra. Paano nalaman ni Carlo na pink rose ang favorite n'ya? Natulala. Lumapit si Carlo at pabulong na sinabi, "Hoy, ano ka ba d'yan? Sumagot ka naman!" sabay ngiti, kunwari may sinasabing sweet nothings.

"Hah! Ah, oo... ah, thank you, thank you!" na para pa ring wala sa sariling sagot ni Cassandra.

"Wow, sweet ha! Wala bang kiss d'yan," tukso ni Eloisa.

"Sabi ko naman sa iyo, Eloisa," sagot ni Carlo, "we don't kiss and tell."

"Ay, party pooper ka talaga!

"O, kamusta? Did I miss anything? Mukhang gini-grill mo si Cass, Eloisa. Bakit naman?"

"Hindi naman. I just want to know her well. Alam mo naman concerned pa rin ako sa 'yo, so I want to be sure na you've got a girl worthy of you. Parang ako lang," banat ni Eloisa sabay tawa ng malakas. "Pasensya ka na Cass, ganyan lang ako talaga magmahal, ummmm, kahit hindi na kami. And please don't get offended. Looks like you are a good fit to Carlo. Hindi lang kasing level ko. Ha! Ha! Ha! Joke lang. Don't worry, I have my Arthur here already. He's more than a match to Carlo. Di ba Arthur?"

Ngingisi-ngising tumango lang si Arthur.

Kanina pa napipikon si Cassandra. Kulang na lang umusok ito sa galit. Isip-isip nito, *"Kung hindi lang kay Carlo, baka kanina ko pa binigwasan ng suntok si Eloisa. Masyadong mayabang at masyadong bilib sa sarili. Wala man lang decency. Kung may decency ba, ipa-flaunt pa ba n'ya yung past nila ni Carlo. And the gall to say she's better than me... harap-harapan pang sinabi sa akin.* ANG KAPAL! *At ito naman si Carlo, syunga-syunga, di man lang nakaramdam. Palibhasa na-starstrucked na naman. Hmmmp!"*

Para mabawasan ang init ng ulo, nagpaalam na pupunta sandali sa CR si Cass. Pagpasok na pagpasok ay sinipa nito ang pinto ng cubicle. Mabuti na lang at walang tao. Medyo nahimasmasan at pinilit kalmahin ang sarili. Makaraan ang ilang minuto, nang siguradong humupa na ang galit, lumabas na si Cassandra. Tyempo naman naghihintay si Arthur sa labas para din gumamit ng CR. Iisa lang ang CR kaya share ang babae at lalaki.

Ngumiti si Cassandra kay Arthur bilang palatandaan na napansin niya ito. Laking gulat n'ya ng humarang ito sa daanan at hawakan ang braso n'ya.

"Umm, bakit?" tanong ni Cassandra.

"Well, it seems your boyfriend and Eloisa knows each other very intimately. Don't you want us to know each other better like them... and even much more intimately?" matamis na sagot ni Arthur.

"Ha! E, di dun tayo sa table, para mas masaya."

"Hey, hindi ba mas comfy kung tayong dalawa lang?" sagot ni Arthur, habang lumalapit ng husto. "Sigurado ko, you will really... really enjoy my company," patuloy pa nito sabay himas ng balikat ni Cassandra.

Masayang-masaya si Carlo. Kasalukuyang nagkakasayahan sila ni Eloisa. Ito ang moment na gusto n'yang mangyari. Okay ang timing ng pag-alis ni Cass at ni Arthur. Nasosolo niya si Eloisa. *"I better make the most of it,"* naisip niya, *"sana huwag muna bumalik yung dalawa."*

Maya-maya pa ay may narinig silang ingay na nanggagaling sa dako ng CR. *"Naku, sabi ko na nga ba! Panira ng moment. Pag minamalas ka nga naman. Sino naman kaya ang mga iyon?"* may pagkainis na nasabi ni Carlo. Ayaw sana n'yang pansinin ang nangyayaring komosyon, kaya lang halos lahat ng tao ay doon na nakatuon ang atens'yon, pati ni si Eloisa. Hindi nagtagal bigla nang nagkagulo. Napilitan silang maki-usyoso na rin. Nagulat na lang si Carlo ng makita si Arthur na duguan ang ilong habang kasunod si Cass.

"Arthur, anong nangyari? Bakit duguan ang ilong mo?"

"Your !@#*#@!# girlfriend did this!"

"Ha! Ano? Bakit?"

"Aaargh! I don't know. I was just being nice and she just hit me!"

"Ano? Cass, ano 'to? Anong nangyari? Sinuntok mo nga ba si Arthur?"

"!@#*#@!# kasi ulo n'yan! Gustong maka-isa!"

"Ha! Anong gustong makaisa?" pagkakaklaro ni Carlo.

"Don't believe that !@#*#@!#! Medyo nasagi ko lang, nanuntok na!" sabat ni Arthur.

"Totoo ba 'yon, Cass?"

"Hindi. Sabi ko nga sa iyo, gusto n'yang !@#*#@!# na maka-isa!"

Sa kagustuhan ni Carlo na matigil agad ang kaguluhan para matuloy ang naudlot na moment nila ni Eloisa, naging clouded ang judgement nito at pinag-dudahan si Cass. "Baka naman totoo ang sinabi ni Arthur. Baka nag-over-react ka lang?" tanong ni Carlo kay Cass.

Nagulat si Cass sa reaksyon ni Carlo, "Huh? Ibig mong sabihin, hindi ka naniniwala sa akin? Na ako pa sa palagay mo ang mali? " sabi niya.

"Hindi naman sa ganoon, Cass. Kaya lang alam ko naman na medyo... ano.. diba?"

"Ganun? Huh! Ganun ba pagtingin mo sa akin, Carlo? Akala ko ba tayong dalawa ang magkakampi... na walang iwanan? Pero ngayon, sa kanila ka kumakampi at ako pa ang hindi mo pinaniniwalaan?"

Parang binuhusan ng malamig na tubig si Carlo. Na-realize niya na maling-mali ang kanyang naging reaksyon. Dapat kay Cass siya kumampi, kahit na ano pa man ang nangyari. Hindi n'ya dapat ito pinag-dudahan. Magso-sori na sana siya kay Cass nang bigla s'yang tawagin ni Eloisa.

"Carlo, we have to bring Arthur to the hospital. Kailangan mabigyan siya ng first aid." hiyaw ni Eloisa. Sandaling nabaling ang pansin ni Carlo kay Eloisa at nawala sa isip ang pag-hingi ng sori kay Cassandra. Akma na siyang lalapit kina Eloisa at Arthur nang maalala niya si Cassandra. Huli na ang lahat dahil nakaalis na ito.

Lumapit si Carlo kina Eloisa at sinabi, "I'm sorry. I'm really very sorry but you have to bring Arthur to the hospital yourself, Eloisa. Ilong lang naman ang problema at nakakalakad naman siya. I have to go after Cass."

Mabilis na umalis ci Carlo para habulin si Cassandra. Galit na galit na naghuhumiyaw ni Eloisa pero hindi na 'yon alintana ni Carlo.

Pagdating nya sa sakayan ay wala na si Cassandra.

Hindi Dapat Nangyari

Masamang-masama ang loob ni Cassandra. Hindi nito malaman kung masama ang loob n'ya dahil hindi s'ya kinampihan ni Carlo o dahil hindi ito naniwala sa kanya o dahil pinabayaan siya o dahil mas parang mas pinili nito si Eloisa. Sabagay, katwiran niya sa sarili, dapat lang doon kumampi si Carlo para lalo siyang maging good-shot kay Eloisa. Dapat lang talaga. E, iyon naman ang plano nila, diba? Mas mapadali ang pagbabalikan nung dalawa, mas mabuti sa kanya. Correct! Pero, bakit parang ang gusto n'yang dapat sa kanya kumampi si Carlo?

Malapit na si Cassandra sa bahay nila nang narinig nito si Carlo na tumatakbo at tinatawag siya. Bago pa siya nakarating sa gate nila ay nahabol na siya ni Carlo.

"Cass, Cass, sori na. Pasens'ya ka na kanina. Mali ako dun. Sori, sori, sori," sabi ni Carlo.

"Okay lang yun, Carlo. At least diba naka pogi points ka kay Eloisa," sagot ni Cass.

"Hindi e, I've been a jerk! Dapat sa iyo ako naniwala. Sori na. Di na 'to mauulit."

"Hindi, okay lang. Dapat lang siguro na kay Arthur ka maniwala. Baka nga nag-over-react ako. Lumabas yung pagka-amazona ko. Pasensya na... di ko napigilan. Saka, mukha naman na nagiging okay na kayo ni Eloisa kahit na nagkagulo. Hindi pa naman siguro nasira nang husto yung araw n'yo! Okay na yun. Tama ka rin... lumabas yung totoo ko. Ako talaga yung mali. Okay na... tanggap ko na."

"Cass, sori na. Maling-mali ang ginawa ko. I should have believed you, not doubt you. I'm kicking myself now for being so stupid. I'm a first class jerk. Sori na Cass. Promise, hinding-hindi na mangyayari iyon. Sori, patawarin mo na ako."

Binukas ni Cassandra ang gate nila, tumingin kay Carlo saka pumasok bago isinara ulit ito. Hindi na s'ya lumingon hanggang nakapasok sa bahay nila.

Matagal naiwan sa labas si Carlo na nakatayo. Naghihintay na lumabas ulit si Cassandra. Pero, hindi na lumabas ulit ito. Walang nang nagawa si Carlo kung hindi umuwi na.

———————————————————

Paikot-ikot si Cassandra sa kama. Hindi mapalagay. *"Masyado naman yata akong pabebe. Nag-sosori na nga yung tao ng sobra-sobra, hindi ko pa tinanggap. Ano pa ba ang gusto ko, lumuhod pa yung tao para patawarin ko? Parang bigla akong nagkaroon ng pride a. Bakit ba ganoon? Kasi naman siya, hindi sa akin naniwala. Kay Arthur pa nakinig, ano yun? Syempre kahit sino siguro, sasama rin ang loob. Akala ko, ipagtatanggol ako, yun pala, ako pa ang ibinaon! Hus, tama ka na nga dyan, Cass. Mag-kaibigan lang naman kayo, diba? Nag-sori na nga yung tao, e. Lungkot na lungkot na nga, di mo pa pinatawad. Masyado naman yata akong..."* paulit-ulit na litanya ni Cass hanggang sa makatulog na ito.

———————————————————

Lungkot na lungkot si Carlo. Sinisisi ng husto ang sarili. Tama lang na magalit si Cass sa kanya. *"Ako pa naman ang inaasahan n'yang kakampi, tapos ako pa yung nagduda sa kanya,"* lulugo-lugong nasabi nito sa sarili, *"Ang mokong na si Arthur kasi, sukat ba namang ka dami-daming tataluhin si Cass pa napili. Ayun, sab-og tuloy ang ilong n'ya. At ako naman, s'ya pa ang kinampihan ko. Nakakainis! Tuloy nagalit pa si Cass sa akin. Syunga-syunga naman kasi ako, inuna ko pa yung panlalandi kay Eloisa. Kaya lang... hindi ko naman alam na ganun ang mangyayari. Hindi, mali talaga ako... dapat kahit ano pa ang nangyari... dapat talagang kay Cass ako naniwala. Kaya lang hindi yun ang ginawa ko...,"* paulit-ulit na pagmumuni nito. Hindi nito maintindihan bakit masyado s'yang naaapektuhan at parang ang bigat-bigat ng loob n'ya sa pangyayari.

Uuwi na sana si Carlo nang mapadaan siya sa isang peryahan. Dahil masama pa rin ang loob nito naisipang dumaan muna para mabawasan ang sama ng loob na nararamdaman. Balak niya na magpalipas oras muna hanggang sa palagay n'ya ay okay na ang pakiramdam. Walang masyadong tao sa peryahan kaya madaling nakapag-ikot-ikot si Carlo. Tila wala pa rin ito sa sarili. Naubos na ang barya niya sa mga palaro, wala naman siyang napapanalunan. Sinubukang mag-target practice, pero dahil wala sa isip ang ginagawa, wala ni isa mang tinamaan. Wala rin syang ganang kumain. Sayang, naisip niya, kung naandito si Cass, siguradong tuwang-tuwa iyon at sigurado ubos ang pera n'ya sa lakas kumain nito. Lalo lang nalungkot si Carlo ng maisip ito.

Wala na ring masyadong ride na umaandar dahil medyo gabi na at malapit nang magsara ang peryahan. Puro halos pambata na lang. Aalis na sana ito nang namataan ang ferris wheel ride. Last ride na raw, sigaw ng operator at stop na. Hindi naman mahilig sa ferris wheel si Carlo pero dahil ayaw pa rin nitong umuwi, pumunta at bumili ng ticket para sumakay.

Matagal-tagal din bago umandar ang ferris wheel. Pinipilit mapuno dahil last ride na. Pero halos wala rin halos sumakay, bakante ang ibang sakayan at solo si Carlo sa sasakyan. Malungkot pa rin ito at malayo ang iniisip. Sa bigat ng nararamdaman ay hindi nito napansin na nakatabingi na ang nasakyan n'ya. Hindi rin ito binigyan pansin ng bantay na nagpapasakay dahil inaantok at gustong nang makauwi. Hindi rin narinig ni Carlo ang paglagitnik nang bakal, ang waring pag-angal nito sa bigat — tanda na ito ay delikado ng sakyan. Tuluyan ng umaandar ang ferris wheel. Habang umiikot ay unti-unti ng kumakalas sa pagkakabit ang naturan na sasakyan. Ilang minuto pa lang ang lumilipas matapos umandar ang ferris wheel, nang tuluyan ng kumalas ang sasakyan ni Carlo at...!

Nagulat si Cassandra sa malalakas na katok na galing sa pinto niya. Narinig niya si Mommy na humihiyaw at parang umiiyak. Dali-dali itong bumangon at binuksan ang pinto.

"Mommy, bakit? Bakit kayo umiiyak... anong nangyari?"

"Cass, huwag kang mabibigla."

"Bakit Mommy? May nangyari ba kay Dad? May nangyari ba sa mga kapatid ko?"

"Wala, wala. Walang nangyari sa kanila. Ah,... si Carlo..."

"Ho? Si Carlo po? Bakit po?"

"Patay na si Carlo! Bumagsak ang sinasakyan nitong ferris wheel!"

Mahal Kita, Hindi Ko Alam

Parang pinagsakluban ng langit at lupa si Cassandra. Hindi ito makapaniwala. Ayaw niyang maniwala.

“Hindi! Hindi! Ahhhhh! Mom... Mom, baka naman nagkakamali kayo. Baka naman hindi si Carlo yun. Bakit naman sasakay ng ferris wheel yun, gabi na. Saka diba pauwi na s’ya?”

“Si Carlo talaga. Ang balita kasi, parang wala sa sarili at lungkot na lungkot nang sumakay. Nang umandar daw yung ferris wheel, kumalas daw yung mismong sinasakyan ni Carlo. Nagulat na nga lang daw ang mga naandoon nang... Wala naman daw ibang nasaktan kasi... Hinimatay nga raw si Misis Sandoval...”

Hindi na narinig pa ni Cassandra ang mga sumunod na sinasabi ni Mommy. Grabe ang sakit na naramdaman niya. Pakiramdam niya sasabog ang puso niya sa tindi ng lungkot na bumabalot sa kanya. Hindi na nito namalayan na bumubuhos na ang luha dahil sa matinding paghihinagpis. “Bakit ganun? Bakit ganun? Nagalit lang naman ako? Sabi ko naman, okay na... uhhhh! Kasalanan ko ‘to! Kasalanan ko ‘to! Kung hindi ko tinikis si Carlo sana hindi ito sumakay... Ahhhh! Hindi, hindi, hindi! Hu! Hu! Hu! Sori, Carlo, sori, uuhhhh!”

“I was wrong to let you go
I didn’t know this would happen
And now it pains me to see you gone
The memories you left are all that I have”

Mahal Kita, Hindi Ko Alam II

"I miss you so terribly
I can't bear the pain inside of me
I was wrong to let you go
But now it's too late
Because you're gone"

Biglang napabalikwas si Cassandra. Nagulat na nasa kama siya at tahimik na tahimik ang paligid. Nagising siya dahil sa kantang nagmumula sa kanyang cellphone. Nagpatugtog nga pala siya bago nakatulog.

NANANAGINIP LANG PALA S'YA!

Pero kahit ganoon, damang-dama pa rin niya ang hinagpis na naramdaman sanhi ng panaginip. Luhaan din ang kanyang mga mata. "Salamat po, God! Salamat po, panaginip lang pala lahat iyon," ang maikling dasal niya.

May kabang biglang naramdaman si Cassandra nang muling nawari ang kanta. Naalala ang napaginipan. Napatingin sa relos. "Huh! 10 minutes? Sampung minuto pa lang s'ya nakatulog! Feeling ni Cassandra parang lifetime na iyon. Dali-dali nitong kinuha ang cellphone, itinigil ang kanta at tumawag.

"Hello!" malungkot na sagot ni Carlo.

"Carlo, nasaan ka?"

"Huh! Cass... ano nandito, naglalakad lang pauwi. Cass, sori talaga. Sori, sori, sori! Di na mauulit iyon. Please naman bati na tayo," pagmamakaawa ulit ni Carlo.

"Okay na Carlo, okay na. Hindi na ako galit. Pasensya ka na rin. Nagtatampo lang ako... 'yun lang 'yon. Bilog lang siguro buwan. Okay na, bati na tayo."

"Talaga, Cass! Thank you, thank you, thank you."

"Sige na, sige na. O, umuwi ka na ha. Gabi na, delikado na sa daan."

"Ha, oo ba, malapit na naman ako sa amin."

"Basta, diretso ka na nang umuwi. Huwag ka nang pupunta pa kung saan-saan. Huwag ka nang tatambay. Kung makakita ka ng peryahan, h'wag na h'wag kang sasaglit dito. *AT LALONG-LALONG HUWAG KANG SASAKAY NG FERRIS WHEEL!* Tandaan mo. Umuwi ka ng diretso at matulog agad!" mahigpit na bilin ni Cass.

"Huh? Ferris wheel? Ano yun? Bakit nasama 'yon?" takang-taka nasabi ni Carlo.

Kinabukasan, nag-text si Carlo kay Cassandra para sabihin na wala muna silang lakad. Pagkatapos ng nangyaring insidente, siguro mas makakaganda kung chill lang muna daw sila kina Eloisa. Tamang-tama naman ito para kay Cass dahil marami s'yang tatapusing mga drawing projects and plates para i-submit. Malapit na rin matapos ang semester kaya kailangan matapos lahat ng prerequisites para hindi ma-incomplete.

Walang bakanteng room sa loob ng building nila kaya sa labas na lang naisipan ni Cassandra magtrabaho. Mabuti na lang at ang mga Fine Arts student ay pwedeng mag-drawing kahit saan sa loob ng campus na hindi sisitahin ng security at ng mga patrol. Nauunawaan nilang bahagi ito ng kanilang kurso.

Mga alas-tres na nang hapon nang matapos si Cassandra. Bumalik siya sa Fine Arts building para itago ang mga na-drawing at mga gamit sa locker niya.

"Haay, tapos na naman ang isang araw," naisip niya habang papauwi na, "Ewan nga ba, pero parang ang bagal-bagal ng araw na ito. Ang dami ko namang nagawa pero bakit parang... wala lang."

Sumagi sa isip na siguro na mi-miss n'ya si Carlo. "Erase, erase, erase. Kalokohan 'yon! Ahh! Alam ko na, si Rachel ang nami-miss ko. Matagal na din kaming di nagkikita. Tama, yun nga! Di bale, malapit na team building namin, Madalas na kaming magkakasama."

Swerte naman at hindi masyadong ma-traffic at nakarating agad si Cassandra sa kanila. Laking gulat n'ya nang makita si Carlo na naghihintay sa bahay nila. Kahit hindi n'ya aminin sa sarili ay tuwang-tuwa s'yang makita si Carlo.

"Hi Cass! Kamusta school? Late ka yata umuwi ngayon?" bati ni Carlo.

"Oo nga, kasi may mga tinapos pa ako. Alam mo naman, malapit nang matapos ang semester. Mahirap na baka magaya pa ako sa isa d'yan. Hi! Hi! Hi!"

"Tingnan mo 'to, nang-aasar pa."

"O, diba totoo naman?"

"Kailangan pa bang i-rub mo nang i-rub sa akin? May feelings din ako... nasasaktan... na..."

"Naku, OA ka! Tama na 'yang drama mo. Para kang teleserye. O, sa totoo lang, bakit ka napasyal dito. Akala ko wala tayong "mission impossible? May problema ba?

"W-Wala naman. Na mi-miss lang kita."

"Hah!"

Paano Na Ba Ito?

"Ano, kwan... ibig kong sabihin na mi-miss na kitang bwisitin. Ha! Ha! Ha! Yun yon! Parang kulang ang araw ko pag hindi kita nakikita... ano, pag hindi kita nakikita at saka nabu-bwisit."

"He! He! He! Ganon! Natawa naman ako sa iyo."

Biglang natahimik si Cass at Carlo. Sariwa pa rin ang alaala nung isang gabi kaya hindi nila malaman kung magbibiro o magseseryoso. Si Carlo ang unang nagsalita.

"Cass... pasens'ya na ulit kagabi, ha," pasimula ni Carlo, "sori, sori, sori. Ako talaga ang mali dun. Best-friend tayo tapos hindi pa ako naniwala sa iyo..."

"Okay na yun, Carlo. Ano ka ba... wala na yun! Tapos na. Kung may kasalanan ka, siguro meron din ako. Huwag na nating isipin pa 'yun. Move on na tayo."

Natahimik na naman ang dalawa. Hindi malaman kung anong pang sasabihin. Alangan pa rin. Mabuti na lang at lumabas ang mommy ni Cassandra.

"Aba, Cassandra, naandito ka na pala! Hindi ka man lang muna pumasok sa loob," ang tawag ni Mommy nang makita ang anak.

"Ay, oo nga pala!" sabi ni Cassandra, sabay takbo papunta kay Mommy para mag-kiss at mag-bless.

"Bless you, anak, sabi ni Mommy. "Buti naman nandito ka na. Aba, baka di mo alam, may dalang miryenda si Carlo. Ang tagal mong dumating kaya kumain na kami. Kayo na lang dalawa ang hindi pa kumakain. Sige na, kumain na kayo bago pa lumamig ng husto 'yun," dagdag pa ni Mommy.

"Miryenda lang? Wala po bang pang-dinner?"

"Ay, naku, Cassandra. Mahiya-hiya ka nga kay Carlo."

"Joke lang po. Mom. Nakakahiya nga pala kay Carlo at may dala siyang miryenda... *LANG AT WALANG DINNER!* Hi! Hi! Hi!"

"Aba, aba, ang kapal mo Cass! Wala akong masabi," banat ni Carlo.

"O, sige, sige na. Tigilan n'yo na yang pag-bibiruan ninyo. Kumain na kayo. Maiwan ko na rin kayo at kailangan ko pang tulungan sa pag-aaral ang dalawa mong kapatid," sabi no Mommy bago ito tuluyan ng pumasok.

"Opo, Mom." sagot ni Cass.

"Sige po!" sabi naman ni Carlo.

Dahil sa pagdating ni Mommy ay tuluyan ng nawala ang pag-aalinlangan ng dalawa sa bawat isa.

"May miryenda ka pa lang dala, hindi mo sinasabi. Pino-problema ko na nga kung ano ang ipapakain ko sa iyo. Akala ko magagastusan ako. Whew! Buti na lang. Pag ganyan ka nang ganyan lagi, aba, e di syempre lagi kang welcome dito."

"Ganun? Kunwari ka pang pakakainin ako. E saksakan ka ng kuripot! At saka, ibig mo bang sabihin, kapag wala akong dalang pagkain, di ako welcome dito?"

"Ganon na nga. Hi! Hi! Hi! Joke lang! Ano bang dinala mong miryenda?"

"Pansit palabok. Espesyal 'to."

"Wow, okay 'to... thank you! Paborito ko 'to. Ang galing mo talagang...! Mmmm... teka, teka... *TEKA!* Huwag mong sabihing na-s'wertehan mo lang na ito ang binili mong pagkain? Oo, nga pala... naalala ko, hindi lang ito ang una. Yung pink roses! Oo, nga! Huwag mong sabihing na-*TSAMBAHAN* mo din lang 'yun?"

"Hah! Oo, ganon na nga... tsamba lang talaga... swerte... intuition lang... parang six sense. He! He! He!"

"A ganun ba? O, sige, magsasabi ka ba ng totoo o gusto mong ma-six sense na magagaya ka kay Arthur?"

"Cass naman... pati ba naman ako... Ops! Ops! Awat na... awat na! Ito naman, o. Siga na, sasabihin ko na. Ano... nung nag-lilipat tayo... ummm, nag-aayos ng kwarto mo... nakita ko yung parang mga notes mo. Na-curious ako. Wala ka... so ayun, binasa ko. Diba pareho tayong... ummm... kwan... yung ano... nosy-nosy? So, ayun nabasa ko. "

Napa-buntong-hininga na lang si Cassandra. "Pasalamat ka, masarap 'tong palabok mo. Kung hindi...! Hmmp! Tandaan mo ha, sa susunod ayaw ko nang..."

"Hindi na Cass, promise. Ayan o, cross my heart."

Parang dinaanan ng bagyo ang pansit palabok. Sandali pa lang ay naubos na ito. Akala mo mga bata ang dalawa kung mag-unahan sa pagkain.

"O, paano, tapos na tsibug. Uwi ka na," pagbibiro ni Cass.

"Wow, ang tindi mo, ha? Hindi ba pwedeng pababain ko muna ang kinain ko?"

Natawa na lang si Cassandra habang nagligpit ng pinag-kainan nila.

"Ay, hindi ako maghuhugas, ha? Bisita mo ako."

"Bisita ka dyan... baka b'wisita!" sagot ni Cass pero tatawa-tawa.

"Maiba ako, Cass. Ano ba talaga ang nangyari dun sa snack house at kay Arthur. Ikwento mo naman. Please. O 'wag ka nang magagalit ha. Okay na tayo, 'diba?"

Natigilan si Cassandra. Naalala ang panaginip niya ng nakaraang gabi. Damang-dama pa rin nito ang sakit na dinulot nito. Naisip niya, "Bakit nga ba ako masyadong naapektuhan? Syempre, kung may masamang mangyari kay Carlo, malulungkot ako. Natural, kaibigan ko s'ya, e. Natural lang 'yon, malungkot ako. Pero, bakit... bakit parang hindi lang lungkot ang naramdaman ko kagabi. Hindi normal yun, e. Masakit... grabeng sakit ang naramdaman ko... Bakit ganoon?"

Natigil lang sa pagmumuni-muni ni Cassandra ng marinig magsalita ulit si Carlo.

"Uy, Huwag ka nang magalit. Gusto ko lang naman talagang malaman 'yung kompletong pangyayari. At... kung ano man ang nangyari, ke may kasalanan ka o wala — at tiwala akong wala kang kasalanan — sa iyo pa rin ako kampi. Mali pala. *SA IYO AKO KAMPI!*"

Natuwa si Cassandra sa sinabi ni Carlo. Unti-unti na niyang ikinuwento ang lahat ng pangyayari. Hindi na lang nito binanggit na uminit din ang ulo n'ya gawa ng mga patutsada ni Eloisa. Makalipas ang ilang minuto ay natapos din n'ya ang pagkukwento.

Sandaling nanahimik si Carlo. Waring ninanamnam ang kwento.

"!@#*#@!# pala ulo nung Arthur na 'yun!" galit na nasambit ni Carlo, "parang walang pinag-aralan. Alam n'yang girlfriend kita, tapos babastusin ka. Aba, wala nang respetuhan. Tama lang 'yung binigwasan mo. Dapat nga binigyan mo pa ng dalawang blackeye! Kung hindi lang ako syunga-syunga nung araw na 'yon, baka nag-pang-abot kami ng mokong na 'yun!" nang-gigil na dagdag pa nito.

"Hus, tama na. May souvenir na naman ako sa kanya. Hi! Hi! HI! Siguro magtatanda na 'yun. Kalma! Ikaw na yung nag-iinit d'yan e. Mam'ya mo ma-high-blood ka. Sige ka, hindi pa nakakapag-recharge si Wonder Woman. Walang mag re-rescue sa iyo."

Natawa si Carlo. "Oo nga, sayang naman kung pag-uubusan ko pa ng oras 'yun."

"O, okay ka na? Parang hindi pa, e. Parang stress ka pa."

"Oo e, kasi kapag naiisip kong kaya tayo nagkasamaan ng loob ay dahil kay Arthur, nag-iinit ako. Na i-stress ako. Huh! Wala ka ba d'yang heavy bag... o kahit punching bag man lang... o kahit ano na lang na pwedeng pagbuhusan ng galit?"

Mmm... wala e, pero palagay ko may alam akong way para matanggal yang stress mo?"

"Huh? Paano?"

"Laro tayo ng basketball. One-on-one. May ring kami sa likod. Praktisan ko lang pag nasa bahay ako."

"E, gusto ko yung may sinusuntok ako."

"A, ganon. O, sige... nakikita mo ba yung pader? Sige 'yun ang pagsusuntukin mo hanggang magkabasag-basag yang mga kamay mo. Sama mo na rin yang mga paa mo nang mabalda ka na rin."

"Cass, naman..."

"Ang kulit mo kasi, e. Ano, maglalaro ba tayo o ayaw mo?"

"Ayoko, varsity player ka, e."

"Hmmp! Duwag! Kalalaki mong tao, duwag ka. Naglalaro ka rin naman a!"

"Sa bara-barangay lang naman ako naglalaro."

"Nakita na kitang maglaro, magaling ka rin a. Maliit ka nga lang kumpara sa iba. O, e sa akin nga, malaki ka pa. Ano game? O, talagang duwag ka lang?"

"Ang yabang mo, ha! O, sige game."

"Ang lagay walang man lang pustahan para pampagana?"

"Nakow, sabi ko na nga... mukhang yayariin mo pa ako. O, sige na nga, anong gusto mong pusta?"

"Mmmm, sige... pag nanalo ako, treat mo ako dun sa mami house. Dapat pareho dun sa kinain natin, ha? Kung ikaw naman ang manalo, treat kita ng hopia at softdrinks!"

"Hanep ka din naman, ano? Hindi ba naman ako lugi dyan sa pustahan natin?"

"Aba, hindi. Me advantage ka, mas malaki ka at mas may katawan ka sa akin. Ang ginawa ko ay levelling the odds. Kumbaga, may plus ako. Ano, game ba o chicken ka na?"

"Sige na, sige na. Daig mo pa ang Supreme Court mag-desisyon pag-dating sa rulings. Tara na, game na!"

Magaling talaga si Cassandra maglaro ng basketball. Palibhasa isa sa star player ng varsity team ng UST. Sharpshooter at magaling pa mag-drive. Dinadaan na lang ni Carlo sa laki at lakas kung hindi talong-talo siya. Mukha ring pinag-bibigyan siya ni Cassandra. Lalamang lang ito ng isa o dalawa at pagkatapos ay hahayaang maka-tabla si Carlo. Race to 12 ang laban nila. 11 all na ang score at kay Cassandra ang bola.

"O, paano yan, Carlo? Tapusin na natin ito. Handa na ba pera mo? Hi! Hi! Hi!" panunukso ni Cassandra.

"Miss Sta. Maria, h'wag ka munang magbilang ng itlog. Hindi pa tapos ang laban," sagot ni Carlo.

"Aba, ang lolo, nag-aasa pang manalo," banat ni Cass. Da-drive na sana ito ng mapansin natigilan si Carlo. "O, Carlo, bakit?"

Biglang nagbago ang mukha ni Carlo. Parang nakakita ng multo, sabay sabing, "Si Michael? Si Michael ba 'yon?"

Saglit natigilan si Cassandra. Sinamantala ito ni Carlo at inagaw ang bola sabay nag-dribol papunta sa ring.

"Ha! Ha! Ha! Sino ngayon ang panalo?" pangungutya pa nito.

I-su-shoot na dapat ni Carlo ang bola nang nakita n'ya si Cassandra na nakatayo lang. Walang emosyon, walang ginagawa, nakatingin lang sa kanya.

Napahiya si Carlo. Naisip n'yang maling-mali ang ginawa n'ya. Ibinaba nito ang bola at lumapit kay Cassandra.

"Cass, sori. Di ko dapat ginawa yun..."

Hindi pa natatapos mag-salita si Carlo nang biglang tumakbo si Cassandra palampas sa kanya. Tawa ito ng tawa. Dinampot ang bola, sabay nag-shoot. Pasok, ringless!

"Hi! Hi! Hi! BEH! TALO KA!"

Habang kumakain sila ni Cassandra, hindi mapigil ni Carlo ang magtanong.

"Cass, nagalit ka ba nung ginamit ko si Michael... ibig kong sabihin, yung kunwaring naand'yan si Michael para maagaw ko lang ang bola."

"Hindi."

"Hah? E bakit natigilan ka? Diba, naagaw ko nga ang bola? Bakit hindi mo na ako hinabol?"

"Hi! Hi! HI! Padama ko lang 'yon. Kunwari lang akong natigilan. Alam ko namang nang-gogoyo ka lang. Binigyan lang kita ng chance manalo. E, sorry ka na lang, naniwala ka ng wagas sa acting ko. Isu-shoot mo na lang ang bola, hindi mo pa ginawa. Ayun, talo ka... beh!

"Ganun? Ibig mong sabihin ako yung nagoyo mo?" Hindi ka na affected kay Michael?"

"Hindi na. Mismo. Kasi naand'yan ka na. Ano... ibig kong sabihin... di ba sabi mo, tayong dalawa na ang, solid as the rock of Gibraltar ang friendship? O, kaya hindi na ako affected."

"Teka... e, paano mo naman nawari na nanloloko lang ako?"

"Mr. Sandoval, the turtle of all turtles... pangalan lang ang alam mo kay Michael. Ni hindi mo pa nga ito nakikita. So, paano akong maniniwalang si Michael ang nakita mo?"

"Ay, oo nga no! Ang syunga ko nga."

"O, sige na Mr. Turtle, bilisan mo na d'yan sa mami mo kanina pa ako naghihintay. Swap na tayo. Pati pagkain... turtle ka na rin!"

"Sori naman. O ayan na!"

"Yung butse, isa lang sa 'yo... h'wag mong kalimutan."

"Opo."

Wala pa ba yung ice cream?

Haiiisss!

Sila Naman Talaga ang Bagay

"Hello, Cass, good news! Nakausap ko si Eloisa at cool lang ito sa nangyari. Wala raw s'yang pake kung anuman daw ang nangyari sa inyo ni Arthur. Chill lang daw s'ya. In fact, nagyayaya pa ngang mag-sing-along daw tayo. Ano, game ka ba?"

Kasalukuyang tinatapos ni Cassandra ang isang mobile display para sa isang softdrink brand, nang tumawag si Carlo sa cellphone n'ya. Tine-testing n'ya kung maganda na yung project pag nakasabit na. Kahit medyo alangan pa ang pagkakabit nito ay napilitan s'yang sagutin ang tawag ni Carlo. Dahil drawing class ang subject, pinapayagan silang mag-cellphone basta hindi makaka-istorbo sa mga classmates.

"Okay ka rin naman sa timing, Carlo. Alangan ang pwesto ko kasi isinasabit ko yung mobile project ko," sagot ni Cass.

"Ay ganun ba? Sori, sori! Tawag na lang ako mam'ya."

"Ay, naku! Sige na, sabihin mo na ang sasabihin mo, para matapos na. Baka mam'ya pag tawag mo ulit mas lalong alangan. Ano ba yang tungkol kay Eloisa at... sing-along ba kamo?"

"Nakausap ko si Eloisa at nag-e-explain ako tungkol sa nangyari nung isang araw sa snack house. Sabi n'ya and I quote ha, I don't really care what happened. Tapos na 'yon. Move on na tayo. Yun... yun mismo ang sinabi ni Eloisa. At para daw pakita n'ya na wala ng hard feeling, she said we should all go out and have fun. Suggest n'ya nga mag-videoke sing-along daw tayo. O, diba good news 'yon? Ano, pwede ka ba mam'ya?"

"Mamaya? Naku, teka, may lakad yata kami ng mga ka-tropa ko. Ummm, kasi mayroon kaming didiskartehan. Alam mo na... kung baga, habang wala pa kami ni Rachel, e di... yun na yun!"

"Baka naman pwedeng mag-pass ka na lang muna? Sayang lang itong opportunity. Tamang-tama ang ambiance mamaya. Please, sige na. Huwag kang mag-alala. Level-up na yung pag-build-up ko sa iyo kay Rachel. Sigurado ang taas na ng pogi points mo dun."

Sa totoo lang, wala pang ginagawa si Carlo para i-build up si Cass kay Rachel. Panay lang ang bola at paasa nito kay Cass. Syempre, kapatid n'ya si Rachel at nag-aalangan din s'ya sa sitwasyon. Takot na takot pa ito kung sakaling malaman ng mga parents nila ang ginagawa n'yang kabalastugan. Pag-nagkataon, grounded s'ya forever and ever hanggang magunaw ang mundo.

"Hmmp! Sige na nga. Siguraduhin mo lang na magtitino yung si Arthur," sagot ni Cass. "Kung hindi, baka magkaroon ng s'ya ng shades na permanente. At yung pogi points mong sinasabi para kay Rachel, siguraduhin mo ring totoo, pag hindi, pagsasamahin ko kayong dalawa ni Arthur sa hospital."

"Ang lupit mo naman. Ini-level mo pa ako kay Arthur. Oo, sigurado 'yon. Sige, sunduin kita mam'ya. Mga bandang 4 ng hapon. Thank you, thank you! Bye!"

"Hay, Carlo... panira ka talaga ng araw!" nasabi na lang ni Cassandra matapos ang usapan nila.

Nagulat na lang si Cassandra nang tawagin ang pansin niya ng professor nila.

"Uhmmm, Miss Sta. Maria?"

"Huh? Yes, sir?" tanong ni Cass.

"Your mobile project..." sagot nito na parang may itinuturo.

"Yes, sir. Eto po, sir, nakasabit na..."

Nang tignan ni Cassandra ang mobile project n'ya, wala na ito. Yun pala ay bumagsak na. Natanggal sa pagkaka-kabit. Nasa sahig na at nasira.

"Ngiiiiii!

Wala ng nagawa si Cassandra kung hindi sarilinin na lang ang pagpuputok ng butse, "Naku, ikaw talaga Carlo, panira ka ng araw! Hmmmp!" ang mga nasabi na lang n'ya.

Wala pang alas-4 ng hapon ay naghihintay na si Carlo sa harapan ng building ni Cassandra. Excited na excited na siya. Namataan nitong palabas na si Cassandra kasama ang mga iba pang ka-classmates. Nang makita siya nito ay sandaling nakipag-chika-chika sa mga kasama at pagkatapos ay humiwalay na. Medyo nakasimangot ito habang papalapit sa kanya.

"O, bakit naman sambakol ang mukha mo?" tanong ni Carlo.

"Kasi, ayun paalis na mga ka-tropa ko, papunta na dun sa mga ka-date nila – minus ako. Hmmp!"

"Pasens'ya na Cass. Sayang lang kasi 'tong opportunity. Saka diba si Rachel naman ang... alam mo na."

"Oo na, oo na. Diba sinabi mo na nga kanina. Kaya nga nandito na ako."

"E, bakit ganyan pa rin ang mukha mo? Hindi ba pwedeng ayusin?"

"May isa ka pang atraso sa akin."

"Huh? Ano naman yun?"

"Yung mobile project ko, nung tumawag ka, nalimutan ko, ayun bumagsak... nasira. Pasalamat ka at naayos ko pa. Kung hindi... hmmmp!"

"Sori na, sori na. Di bale, may pambawi naman ako," panunuyo ni Carlo, sabay tumabi para ipakita ang mga brown bags na nasa bench.

"Ano ang mga yan?"

"Hamburger, fries at softdrinks! Ano, okay ba? Abswelto na ba ako?"

"Mmmm, hindi... TRO lang. Temporary restraining order. I-re-review ko pa."

"Akala ko ba, Fine Arts ang kurso mo? E, daig mo pa ang Chief Justice magpataw ng parusa, a!"

"Me angal? Buti nga may TRO ka... anong gusto mo, GUILTY beyond reasonable doubt?"

"Hah! Hindi. Okay na, okay na. Your honor, I rest my case."

"Mabuti naman at natauhan ka! Tara, kain na tayo!"

"Let's party, let's party

The night is young

For you and me

Because it's our time

To express our love

Pagpasok pa lang nila sa karaoke bar ay pumapailanlang na ang boses ng kumakanta sa stage.

Marami nang tao sa karaoke bar at nagkakasayahan na. Nakita naman agad nila si Eloisa at lumapit sa kinauupuan nito.

"Hi guys," bati nito, "bakit ang tagal n'yo? Buti na lang at nakakuha agad ako ng table."

"Pasens'ya ka na Eloisa," sagot ni Carlo, "medyo traffic kasi."

"Hay, 'yan talagang traffic, nakaka-imbyerna! Anyway, you are here now, so let's enjoy ourselves. Oh, Cass, kamusta ka na? I haven't seen you since that infamous incident. Ha! Ha! Ha! Anyway, that's water under the bridge already, so let's just have fun."

Hindi na lang pinili ni Cassandra na sumagot. Baka kung ano lang ang masabi n'ya kaya nagpigil na lang ito.

"Teka...," ani ni Carlo, "nasaan si Arthur? I thought this would be a foursome?"

"Oh, well," sagot ni Eloisa, "at the last minute, nagbail-out. Mayroon daw s'yang importanteng appointment. Can you believe the nerve of that guy? Passing up the opportunity to be with me just for a so called important appointment? I can't believe it. Siguro, natatakot lang s'ya kay Cass! Hee! Hee! Hee! Ang bad ko 'no? Anyway, is it okay with you guys kung threesome tayo? If not, I can make myself scarce?"

"Hah? Hindi a! Okay lang... di ba Cass?"

"Ah, oo, okay lang," malamig na sagot ni Cassandra.

"Yes, I love you guys! Oh, naku, malapit na pala turn natin kumanta. Ang dami-daming gustong kumanta, ayan may numbering pa. Lucky for you, I got us in the list. I go first, then sinong gustong sumunod sa akin and then who's last? Tapos nito, next rotation na ulit. Mga 1 hour ulit bago tayo makakanta."

"Ummm, sige Cass, ikaw na sumunod kay Eloisa. Ladies first, diba? I'll be the last," sabi ni Carlo.

"Haay, Carlo... you really are a perfect gentleman!" sambit ni Eloisa sabay hug kay Carlo.

Pumayag na lang si Cass. Baka kasi gumawa pa ng eksena si Eloisa pag humindi siya. Nakita n'ya kung paano siya tiningnan ni Eloisa nang yakapin nito si Carlo – nang-iinis... nanghahamon. Ang tingin niya ay talagang nananadya ito para mapikon siya. "Hah! Aba, bahala s'ya sa sarili n'ya!" naisip na lang nito.

Turn na ni Eloisa kumanta. "I would like to dedicate this song to a very, very special love of mine. Kung sino man iyon... alam na n'ya iyon!" sabay tingin nito ng malagkit kay Carlo.

"I'm here for you, baby

All you need to do is get me

I'm all yours, I'm always yours

We'll be together all night through..."

Tuwang-tuwa si Carlo. Halatang kilig-na-kilig. Ni hindi na nga nito napapansin si Cassandra. Si Eloisa naman ay halatang-halatang si Carlo ang pinagtutuunan ng awitin.

"Huy!" sabi ni Cass kay Carlo, "Baka naman manigas ka na d'yan? Huminga ka naman."

"Hah? Pasens'ya na Cass. Kasi nakita mo naman kung paano kumanta si Eloisa. Feeling ko ba, ako mismo kinakantahan n'ya. Pati yung lyrics nung kanta, parang patungkol sa akin. Diba?"

“Oo nga,” napaka-lamig na sagot ni Cass. Hindi naman napansin ni Carlo dahil tutok na tutok sa pagkanta ni Eloisa.

Natapos ang number ni Eloisa.

“O, Cass, ikaw na!” paalala ni Carlo.

“Hah! H’wag na. Okay lang ako dito kahit hindi na ako kumanta.”

Dumating si Eloisa at nagsabi, “Cass darling, it’s your time to shine. Sige na parinig mo naman ang golden voice mo. I’m sure maganda ‘yan... pero siguro not as good as mine. Ha! Ha! Ha! Joke! Don’t worry... I’ll take good care of Carlo here. You have nothing to worry about. Ha! Ha! Ha! Diba Carlo? Or are you intimidated by sweety ol’ me?”

Wala sanang balak kumanta si Cass, pero napilitan dahil sa patutsada ni Eloisa na nai-insecure s’ya dito. Baka ipamalita pa na bantay-sarado si Carlo sa kanya. Tumayo si Cass at pumunta na sa stage. Habang pumipili ito ng kanta ay nakikita n’ya na hindi maikubli ang kagalakan ni Carlo sa espesyal na atens’yong ibinibigay ni Eloisa sa kanya. Wala naman mapiling kantahin ito nang mapadako ang pansin sa isang kanta. Ewan nga ba n’ya bakit ito ang napiling kantahin.

“We started on the wrong end
But as each day pass
I can’t explain it
We’re not supposed to be this way
And I’m really going crazy
Because I’m falling in love with you”

Tumingin si Cass sa lugar kung saan sila nakaupo. Noong simula ay nakikita pa nito na nanonood pa si Carlo sa pagkanta n'ya, pero dahil panay ang papansin ni Eloisa ay nabaling na ang atensyon niya dito. "Hmmp, okay lang naman 'yun. Si Eloisa naman talaga ang importante sa gabing ito," naisip na lang n'ya. Pero bakit hindi makaila sa sarili nito na parang may kurot sa puso n'ya ang nakikita.

Masayang-masaya si Carlo. "This night is turning out to be the way I want it to be," naisip niya. "Eloisa is falling for my charms again."

"Carlo, it's your turn to sing!" paalala ni Eloisa. "Tapos nang kumanta si Cass. Go ka na!"

Palihim na nangingiti si Eloisa. Talagang sinasadya nitong agawin ang atensyon ni Carlo away from Cassandra. Tuwang-tuwa ito dahil tuluyan ng napapabayan ni Carlo ang girlfriend nito.

Tahimik na bumalik si Cassandra sa upuan nila. Kahit nagkasalubong sila ni Carlo ay parang hindi naman siya nito napansin. Si Eloisa naman ay parang walang nakikitang iba kung hindi si Carlo.

Nagsimula ng kumanta si Carlo. Biglang naghihiyaw sa tuwa si Eloisa ng marinig na kinanta nito ang kantang "Endless Love", sabay sabing, "Whew, Carlo is singing our song!"

"Oh, Darling, it's you that I want

You're the only one for me

Whatever I do, whatever I say

It's simply because of you"

"Naku, hindi pwede yan. Dapat duet kami! Wait for me Carlo!" dagdag pa nito. At nagtatakbo ito papunta sa stage para makipag-duet kay Carlo.

Naiwan si Cassandra na nag-iisa. Tahimik lang ito habang pinanonood ang pag-duet ni Carlo at Eloisa. Kitang-kita n'ya kung gaano kasaya si Carlo. Maya-maya pa ay tumayo ito at umalis.

Halos hindi magkamayaw si Carlo at Eloisa sa tuwa matapos palakpakan sila ng husto pagkatapos ng duet nila. Nakabalik na sila sa kanilang upuan saka lang napansin ni Carlo na wala si Cassandra.

"Huh? Nasaan si Cass?" tanong ni Carlo.

"Duh, I don't know. She's here when I went onstage with you," kibit-balikat na sagot ni Eloisa, "siguro na OP! Ha! Ha! Ha! Out-of-Place. Joke lang. Ang bad ko'no?" dagdag pa nito.

Tumayo si Carlo para hanapin si Cassandra nang tumunog ang cellphone nito. Tiningnan n'ya ito. Text galing kay Cassandra. Binasa ito ni Carlo:

"Carlo, p'sensya na at umalis na ako. Nag-text kasi yung mga ka-tropa ko at hinihintay pa rin daw nila ako. Nalulungkot daw yung partner ko dun. Aba, nag-e-enjoy kayo ni Eloisa dapat ako din, diba? Kailangan daw makarating agad ako doon kaya hindi na ako nakapag-paalam. O, sige ha, enjoy!

"O, Carlo, who's that?" usisa ni Eloisa.

"Si Cass. Umalis na raw s'ya kasi... ano... mayroon daw biglang emergency sa school project nila. HIndi na raw ito nakapag-paalam kasi nagmamadali at hinihintay na ito ng classmates n'ya."

"Oh, well... Tsk! Tsk! Too bad for her. But for us... the night is still young. So sasayangin ba natin ito?"

"Of course not! Let's party!"

"That's my Carlo!"

Friends Zone Na Lang Ba Talaga?

Dahil malapit nang matapos ang semester, parehong naging busy sa school si Cass at Carlo. Hindi naman nakakalimot si Carlo na tawagan o kaya ay mag-text kay Cassandra para kamustahin ito. Pero nagtataka s'ya dahil hindi man lang nagre-reply si Cassandra. Maraming araw ang lumipas bago muling nakapasyal si Carlo kina Cassandra. Naabutan niya ang Mommy ni Cassandra na naglilinis ng bakuran.

"Good afternoon, po, Tita," bati ni Carlo.

"Oy, Carlo, good afternoon naman. Napasyal ka yata?"

"Opo, naand'yan po ba si Cass?"

"Ay, naku, wala siya. Ang alam ko naandun ito sa mga ka-classmate n'ya. Overnight daw sila kasi tinatapos yung mga final plates nila."

"Ganun po ba. O sige po, aalis na po ako. Ay, maalala ko nga pala po. Anong oras na po nakauwi si Cassandra noong nag-gimmick kami. Yun pong nag-videoke kami? Nakapag-paalam po ba siya?"

"Huh! Nag-videoke kamo kayo? Ummm, teka... a, oo. Tanda ko na. Oo, nag-paalam si Cass. Tumawag sa cell at sabi nga lalabas kayo at baka gabihin ng pag-uwi. Matagal na rin yun a. Bakit naman, Carlo?"

"Kasi po hindi ko na siya naihatid... nakakahiya po naman sa inyo."

"Ah, naku okay lang. Maaaga pa naman nung dumating si Cass. Mga past seven o'clock pa lang ng gabi naandito na s'ya.

"Ho? Mga past seven o'clock pa lang ng gabi naandito na po si Cass?

"Oo. Bakit anong oras ba kayo umuwi?"

"A, e mga ganung oras nga po. Ano po, nalimutan ko lang. O, sige po, aalis na po ako. Salamat po."

"O, sige... ingat ka anak."

Nalilito si Carlo. Paanong maagang nakauwi si Cassandra noong araw na 'yun e sabi n'ya magpa-party-party pa sila ng mga ka-tropa nito? Mga five o'clock na ng hapon ng dumating sila sa videoke bar, tapos mga bago mag-six o'clock ay umalis na si Cassandra. Pupunta nga daw sa mga ka-tropa n'ya. Magha-hapi-hapi rin daw. Tapos, nasa bahay na nang alas-siete! Paano nangyari yun?

Naisipan ni Carlo na tawagan si Cassandra. Ring lang nang ring pero walang sumasagot. Nagtataka na talaga siya sa iginagawi nito. Hindi naman dati ganoon si Cassandra. Datirati, laging sinasagot ni Cassandra ang mga tawag niya. Kung hindi man ay magre-return call ito o mag-te-text. Ngayon... betlog?

Sabado. Maagang nagpunta si Carlo kina Cassandra. Matagal-tagal na rin silang hindi nagkikita o nagkakausap man lang nito. Ayaw man n'yang aminin ay nami-miss na n'ya ito. Walang tao sa labas ng bahay nila Cassandra nang dumating si Carlo.

"Tao po! Good morning, po! Cass... hello! Si Carlo 'to. Hello! Hello!"

Pupungas-pungas na lumabas ang Daddy ni Cass. "O, Carlo, napasyal ka? May kailangan ka ba?"

"Ay, pasensya na po at nagising ko po yata kayo. Naandyan po ba si Cass?"

"Naandito. Pero kaya lang, tulog na tulog. Ngayong umaga pa lang umuwi. Galing dun sa group project nila. Textile design yata yun. Tinapos nila kasi kailangan na raw sa fashion show na gagawin din nila. Bakit may pinagagagawa ka ba sa kanya? Gusto mong gisingin ko?"

"Naku, huwag na po. Wala po, wala po akong pinagagawa sa kanya. Dumaan lang po ako. Huwag n'yo na pong gisingin. HIndi naman po importante pagpunta ko. Sige po, babalik na lang po ako."

Linggo. Maaga pa lang ay sumimba na si Cassandra. Nagpaalam siya sa Dad at Mom niya nang gabi pa lang. Sinabi rin nito na tutuloy na rin siya sa ka-classmate para matapos na ang textile design project nila.

Medyo mapupuno na rin ang simbahan. Swerte naman at nakakuha si Cassandra ng silya na medyo maluwag pa. Lumuhod at nagdasal muna habang naghihintay mag-umpisa ang misa.

"Lord, tulungan mo po naman ako sa pinagdadaanan ko. Nauulit na naman... ayaw ko na... hindi ko na po kaya. Alam po naman n'yo kung gaano ako sobra... sobrang nasaktan noon. H'wag na po sanang maulit muli. Okay na po ako sa sitwasyon ko ngayon, huwag n'yo na pong guluhin. Pwede po ba alisin n'yo na lang 'tong puso ko? Ito po kasi ang nakakagulo. Ayaw makinig sa utak ko... bakit God, mayroon ba itong sariling utak? Hindi po ba dapat, kung ano ang sinasabi ng

utak, susunod ang puso? E, bakit po itong puso ko pasaway? Kung hindi nga lang mahal ang magpa-heart transplant, siguro matagal ko nang pinapalitan ito. Lord... sige na naman... paki-ayos mo naman ang pinagdadaanan ko. Please...!"

Habang nagdarasal ay naramdaman n'yang napuno na rin ang pwestong kinauupuan n'ya. Maya-maya pa ay nag-umpisa na ang banal na misa. Tumayo na si Cassandra at nakiisa na sa selebrasyon. Buhos ang kanyang atensyon sa mga kaganapang nangyayari sa misa. Taimtim ang kanyang pakikinig. Dumating ang parteng pagkanta ng "The Lord's Prayer" at medyo nagulat s'ya dahil may humawak sa kamay n'ya. Okay lang kasi madalas namang mangyari iyon. Nang dumating na ang parteng magbibigayan na nang "kapayapaan ng Diyos" ay ang laking gulat ni Cassandra ng mapagtanto na si Carlo pala ang kalapit niya.

Dumating ang communion.

"Hindi ka ba mag-ko-communion?" tanong ni Carlo

"Hindi."

Uh, bakit?"

"Mmmm, wala... wala lang. Hindi ko lang kasi sigurado kung may kasalanan ako o wala. So, para sigurado... hindi na lang ako mag-ko-communion. Magko-confess na lang muna ako. Ikaw, sige lang, mag-communion ka na."

"Hmmm... hindi ko rin sigurado kung may kasalanan ako o wala. Para kasing nalilito ako kung mayroon akong nagawang kasalanan o baka may nasaktan o nagalit sa akin. Mabuti kaya, hindi na rin ako mag-ko-communion. Siguro dapat mag-confess din muna ako. Ang problema, baka hindi sa pari dapat ako mag-confess."

Alam ni Cassandra na siya ang pinatatamaan ni Carlo. Nakatingin ito at parang naghihintay ng kasagutan pero pinili na lang ni Cassandra na manahimik. Napa-iling na lang si Carlo.

Pagkatapos ng misa ay sabay lumabas ang dalawa. Nananatili tahimik at walang kibo si Cassandra.

"Ummm, Cass... nag-declare na ba ng martial law?

"Huh? Hindi... bakit mo naman nasabi 'yun?

"E, kasi, parang nagkaroon ng censorship ang freedom of speech sa ating dalawa. Yung Cassandra na kilala ko, na abduct na yata ng militar. Incommunicado na... hindi ko na nakikita — lagi na lang wala. Tapos, kahit tawag man lang o kahit text hindi na nagpaparamdam. Ngayon naman... Silent Night, O Holy night ang atmosphere, hindi pa naman pasko. May nagawa ba akong kasalanan sa 'yo?"

"W-Wala, no! Ikaw talaga, kung anu-anong kalokohan ang pinag-iisip mo. BUSY. Busy lang talaga ako ngayon. Grabe na ang pagru-rush namin para matapos yung mga final plates so lagi kaming nag-o-overnight. Puyat as in walang tulugan. Grabe as in sobrang grabe ng stress! Kaya nga bawal ang cellphone — bawal call kahit na text, para walang istorbo. Totally incommunicado. Tapos, ngayon naman, e diba kagagaling lang natin sa misa kaya tahimik ako, medyo ninanamnam ko pa yung solemnity nung mass.

"Seryoso? Yun talaga? Ewan ko, pero parang ayaw kong maniwala sa mga sinasabi mo. Iba, e... bigla ka na lang nawala. Alam mo... yung para bang... ewan ko, di ko talaga maintindihan. Parang bigla na lang nagkaroon ng Berlin Wall sa gitna nating dalawa."

"Sobra ka naman. Sabi ko naman sa iyo, busy lang..."

"Kahit text lang, wala? Syempre, may rest o break time din naman kayo, diba?"

"Oo naman. Kaya lang, sa sobrang pagod, di ko na ma-check messages ko. Diretso tulog na ako."

"Kahit isang text lang? Kahit K lang ang sagot? Mahirap ba 'yon?"

"O sige sori na. Kasalanan ko. Ano, happy ka na? Ikaw naman, kunwari ka pa, e kaya mo lang naman ako pino-problema is because of Eloisa... the love of your life, sabi mo nga! E, kung hindi, nungkang pag-aksayahan mo ako ng oras man lang. O, the last time I check, going great na kayo ni Eloisa, diba? No need for me. Syempre, since, okay naman kayo, aba, paano naman ako? Dapat asikasuhin ko rin naman yung lovelife ko. Ang lagay, ikaw lang ang masaya? Oy, may buhay din ako, noh!"

"Yun pa nga ang isa. Sabi mo nung umalis ka dun sa videoke bar, pupunta ka sa mga ka-tropa mo para mag-party-party... para mag hapi-hapi!"

"Oo nga. E diba lovey-dovey naman kayo ni Eloisa that night, so there's no need for me to be there. Successful ang plan mo. E, ayun nga, nainggit din ako, so sabi ko, dapat ako rin happy. I'm very sure naman, the way the night is turning... 100% hindi mo na ako kakailanganin! Saka, nagpaalam naman ako, diba? Hindi naman ako parang biglang nag-Gone with the Wind...""

"Ganun ba? E anong oras ka na ba nakauwi noong gabing 'yon?"

"Hah? Aba, gabing-gabi na rin, siguro mga bago mag-twelve ng gabi. Oo, tama... mga ganoon ngang oras. Grabe nga enjoy namin at nung ka-partner ko, wow!"

"Totoo 'yon?"

"Aba, syempre naman. Happiest day of my life... so far!"

"E, bakit sabi ng Mommy mo, past seven o'clock pa lang daw ng gabi nasa bahay ka na?"

"Huh! Paanong...sinong nagsabi? Si Mom?"

"Oo, nung isang araw na nagpunta ako sa inyo. Naitanong ko lang, kasi nag-aalala ako kung nakauwi ka ng maayos."

"Naku, itong si Mommy, namali-mali na. Ako ang may katawan kaya mas alam ko kung anong tama. Alas-dos na ako umuwi... sigurado ko yun!"

"Akala ko ba sabi mo kanina, *BAGO MAG-ALAS-DOSE?* E, bakit ngayon alas-dos na?"

"Alas dose o alas dos, e anong diperens'ya ba nun? Basta gabi na ako umuwi. Tapos! Wala ka nang pakialam kung anong oras ako umuwi. Uuwi ako kung kailan ko gusto. Wala ka nang pakialam dun! At wala rin akong pakialam kung anong oras ka umuwi o kung sino pa kasama mo!"

Hindi nakaimik si Carlo. Takang-taka sa naging reaksyon ni Cassandra. Magsasalita pa sana ito nang, "Aba," biglang sabi ni Cassandra, "classmate ko yung nasa jeep! Hey, hey, Nicolle... Nicolle...hintay... hintayin mo ako! Sabay na tayo! O, sige na Carlo, sakay na ako dun sa jeep. Hinihintay na ako ng classmate ko. Babay!"

"Hah! O, sige... ingat ka! Bye... bye!"

Naiwang nakatayo si Carlo habang si Cassandra naman ay sumakay na sa jeep na lulan ang nasabi nitong classmate.

"Miss, miss... ako ba yung tinatawag mo kanina?" tanong ng dalagang tinawag ni Cass. "Kasi hindi naman kita kilala, e."

“Hah! A, hindi... hindi kita tinatawag. Namali ka lang siguro. Hindi rin naman kita kakilala, e.”

Abala pa rin si Carlo sa mga gawain sa school. Kahit ganoon, hindi pa rin nito nakakalimutang mag-text o tumatawag kay Cassandra — kahit hindi pa rin ito sumasagot. Makaraan ang isang linggo, naglakas-loob ulit itong puntahan ang dalaga.

“Good morning! Hello, magandang umaga po! Cass, hello!”

Bumukas ang pinto at lumabas ang Daddy ni Cassandra.

“O, Carlo, good morning! Napasyal ka yata? May kailangan ka ba?

“Ay, wala naman po, Tito. Yayayain ko lang po sana si Cass na kumain sa labas.”

“Hah! Wala si Cass. Hindi mo ba alam? Hindi ba nagpaalam sa iyo?”

“Ho? Bakit po, saan po nagpunta si Cass?

“Dun sa team building seminar-workshop nila sa school. Mga iba-ibang organisasyon yata ang kasali. Ang alam ko kasama rin ang kapatid mo. Si Rachel ‘yun diba?”

“Oo nga po pala,” ang nasabi na lang ni Carlo, “sige po, aalis na rin po ako.”

Nang makauwi si Carlo ay galit na galit ito sa sarili niya. Kulang na lang iumpog ang ulo nito sa pader. "Ang syunga-syunga ko, talaga! Sukat ba namang malimutan ko ang team building na yun! Nagpaalam pa si Rachel sa akin kaninang umaga, hindi pa nag-register sa utak ko na kasama nga pala si Cass doon. Hay, naku...turtle... turtle... *TURTLE!* Hmmmp!"

Bakit Ba Ganyan?

Sa team building campsite, isa si Cassandra sa mga senior officers kaya nagawan nito ng paraan para magkasama sila ni Rachel ng grupo. Magkasama rin sila ng kwarto.

"Alam mo Cass, sinabihan ako ni Kuya Carlo na sa iyo daw ako laging dumikit. Kasi daw, iba na rin daw ang kakilala. Sigurado daw n'ya na aalagaan at babantayan mo ako."

"Aba, syempre naman. Ikaw pa!"

"Thank you, Cass. Tama si Kuya. Sigurado, safe ako pag ikaw ang kasama ko."

"Ayos!" dismayadong naisip na lang ni Cassandra.

Dahil laging naka-alalay si Cass, hindi nahirapan si Rachel mag-adjust sa mga activities sa campsite. Matiyaga itong tinuturuan ni Cass sa mga gagawin. Hindi rin ito naba-balagoong ng ibang mga seniors. Sinabihan din ni Cassandra ang mga uma-aligid kay Rachel na off-limits na ito. Sa kanya na ito. Kung mayroon mang tomboy na may balak pang dumiskarte dito ay hindi na itinutuloy ang balak.

"Alam mo Cass, nagtataka lang ako," sabi ni Rachel kay Cass isang araw habang sila ay kumakain.

"Ano naman ang ipinagtataka mo?" tanong ni Cass.

"Ummm, kasi, wala man lang guy na nagpaparamdam sa akin, dito. Don't get me wrong ha! I'm not looking for it... curious lang ako. Kasi bakit yung ibang girls naman na nakikita ko, may mga umaali-aligid... may pomoporma. Sa akin, parang zero yata. Ummm... katulad n'yan... di ba marami ring LGBT dito? O, e kahit yung mga yun, wala ring umiikot-ikot sa akin? May mali ba sa mukha ko? Hindi ba ako attractive man lang? Pangit ba ako?"

"Hi! HI! Hi! Natawa naman ako sa 'yo Rachel. Kung ganda sa ganda rin lang naman ang pag-uusapan, e di hamak na isa ka sa pinakamaganda dito. Nope, siguro kaya walang naglalakas-loob, e natatakot sa iyo – nao-overwhelm! You are so over them. Yun lang yun."

"Siguro nga. E, ka-partner pa kita. Ang ganda mo rin yata. Officer ka pa. Palagay ko nga... we are so over them! Hi! Hi! Hi! Ang yabang natin, ano!"

"Hi! HI! HI! Sinabi mo pa!" sabay high-five ng dalawa.

Gabi na. Pagod na pagod ang buong camp dahil sa dami ng mga activites at competition na pinag-daanan. Parehong bagsak si Cassandra at Rachel sa kanilang kama pagdating nila sa kwarto.

"Alam mo Cass, swerte ako talaga, kasi naand'yan ka. Kung hindi, baka hindi ko nakayanan ang lahat ng mga pinagagawa dito."

"Bakit naman? Lahat naman ginagawa mo... hindi ka naman excuse."

"Oo nga, pero naand'yan ka lagi. Mas malakas loob ko, kasi alam kong may guardian angel ako. May nagpu-push sa akin. Pag sinabi mong kaya kong gawin, naniniwala akong kaya ko ngang gawin. Saka kahit papaano, hindi ako pinag-iinitan ng mga liders kasi alam nilang close tayo."

"Hmmm, sabagay."

"Parang ngang tingin ko sa iyo, big sister. 'Yung sister na nakakaintindi ng mga ka-syungahan ng little sister na katulad ko. Si Kuya Carlo, okay s'yang big brother. Mabait yun, maaalahanin, saka lagi rin n'ya akong pinoprotektahan. Parang ikaw lang. Pero, iba pa rin yung babae sa babae, diba?"

"Mabait ka rin naman kasi Rachel. Madaling maka-gaanan ng loob. Sige, tutal bestfriend ko naman si Kuya mo, e di ako na ang big sister mo. Simula ngayon, ang tawag mo na akin ay Ate Cass. Okay ba yun?"

"Talaga! Okay na okay sa akin yun , Ate Cass," at tuwang-tuwang yumakap si Rachel kay Cassandra.

Matapos maligo ay naghanda na para matulog ang dalawa. Sandali pa lang ay naghihilik na si Rachel. Samantalang si Cassandra ay parang ayaw dalawin ng antok. Napatingin ito kay Rachel. Nagtatalo ang isip nito. Nalilito... nagtataka. Oo, binabantayan nga niya si Rachel. Binabakuran, sabi nga ng iba. Parang Jaworski nga daw s'ya magbantay. Lagi n'ya itong tinutulungan. Palagi rin s'yang naka-alalay dito. Tulad nga ng sabi ni Rachel, laging nasa tabi lang siya nito. Pero, wala namang s'yang ginagawa para diskartehan ito. Ni hindi nga siya nagpaparamdam na may iba s'yang intensyon. At ngayon, siya pa ang nag-suggest na Ate Cass na ang itawag sa kanya! "Hay, naku, Cassandra... anong nangyayari sa iyo?" panay na himutok nito hanggang sa makatulog na rin siya.

———————————————————

Last day na nang team building. Ilang event na lang ang gagawin at pagkatapos ay open house na. Invited ang mga magulang ng mga participants. Parang family day na rin. Kasalukuyang nag-aayos na ng mga gamit si Cassandra. Si Rachel naman ay nasa labas at may kausap sa phone n'ya.

Maya-maya pa ay biglang pumasok si Rachel sabay sabing, "Ate Cass, ate Cass... phone o, para sa iyo. Si Kuya Carlo!"

Ayaw sanang sagutin ni Cass ang phone, kaya lang nahiya s'ya kay Rachel.

"Hello?" bantulot na sagot ni Cass.

"Good morning, Cass. Kamusta na bestfriend ko?"

"Okay naman... buhay pa."

Nag-stay na si Rachel sa kwarto at nagbasa ng mga notes nito kaya hindi magawa ni Cass na i-cut ang line. Nag silent gesture s'ya kay Rachel na baka kailangan nito yung phone. Sabi naman nito ay, "Nope. Take all the time you want." Wala nang nagawa si Cass kung hindi ipagpatuloy ang usapan nila ni Carlo. Hininaan na lang niya ang boses para hindi marinig.

"Ummm, eh, bakit ka tumawag?" tanong ni Cass kay Carlo.

"Ano... ah, straight to the point na ako Cass, ha? Galit ka pa ba sa akin?"

"Hah? Hindi ah! Diba sabi ko sa iyo nung last tayong nagkausap, hindi naman ako galit sa 'yo."

"Oo, nga... yun nga ang sabi mo. Pero hindi ganon ang nararamdaman ko, e."

"Wala na akong magagawa kung ganoon ang iniisip mo. Basta sa akin, wala akong galit sa 'yo... WALA!"

"O, kita mo... ang tigas ng sagot mo. Galit ka talaga sa akin. Sori na. Sori na kung ano man yung nagawa kong kasalanan sa iyo. Sige na please!"

"Hay, naku, Carlo. Lahat na lang ng ginagawa ko e nilalagyan mo ng kahulugan. Sabi ng wala. Okay na tayo."

"Umalis at umalis ka hindi ka man lang nagpaalam sa akin."

"Di ba kasama ko si Rachel, o di dapat alam mo na."

"Oo nga, kaya lang nasanay na akong lagi kang nagte-text o tumatawag para magpaalam man lang."

"Carlo, ang haba na nito. Cut ko na 'to at marami pa kaming gagawin ni Rachel."

"Sige. Tamang-tama magpapalipas muna ako ng sama ng loob. May bagong itinayong perya dito sa may atin. Try kong sumakay ng ferris wheel."

Hindi pa rin maintindihan ni Carlo ang tungkol sa perya o ang sa ferris wheel. Bigla lang pumasok ito sa isip n'ya. Natandaan lang niya ang mahigpit na pagbabawal ni Cass tungkol dito.

"Carlo ha, ayaw ko ng ganyan. Di ba sabi ko sa iyo..."

"Oo, alam ko yung sinabi ko. Kaya lang kung ganyan ka, e, di kalimutan na lang."

"O, sige. Totoo na ito. Hindi na ako galit sa iyo. Huwag ka lang pupunta sa peryahan. Promise mo, ha?"

"Ayan, ayan ang gusto kong marinig. Yung totoong nag-aalala ka. O, ha, bati na tayo, wala ng bawian."

"Oo na. Ang kulit mo talaga. Okay na tayo."

"Hay, salamat. Makakatulog na ako ng mahimbing."

Lihim na nangiti si Cassandra. Tiningnan nito si Rachel. Mukha namang wala itong pakialam sa pag-uusap nila. Napansin lang niya na parang nag-pipigil ito ng tawa. Bakit kaya?

"Ay, teka, teka, ano nga palang gusto mo pag-uwi mo?" tanong ni Carlo.

"Huh? Anong gusto?"

"Syempre, gutom kayo d'yan. Anong gusto mong kainin pag-dating mo dito?"

"Huwag na! Okay lang... huwag ka nang mag-abala pa d'yan."

"Sige, sasakay ako sa ferris..."

"Carlo, ha... abuso ka na. Hindi ko na gusto yan!"

"Biro lang. Hindi na. Hindi ko na uulitin. Ummm, dun sa mga nabasa ko, weakness mo mo pala ang *lasagna*. Hindi mo ba alam na speciality ko yung lutuin."

"Owws, talaga?"

"Talaga! Kahit itanong mo pa kay Rachel. Sige, promise ko, pagdating mo dito may *lasagna* na pagkasarap-sarap ang naghihintay sa iyo dito!"

"Wow! Ngayon pa lang nag-lalaway na ako. Wuuu! Weakness ko talaga ang *lasagna*. Kung naandito ka lang nayakap na kita sa tuwa!"

"Ganun ba? E, di sige, yakapin mo na ako."

Nagulat si Cass sa isinagot ni Carlo. Lalo itong nagtaka nang narinig si Rachel na pigil na pigil ang pagtawa. Pagharap niya dito ay... *NAROON PALA SI CARLO!*

Anong Nangyari?

Laking gulat ni Cassandra nang makita nitong nasa harapan na niya si Carlo. Kaya pala palihim na tawa ng tawa si Rachel ay dahil kasab'wat ito ng kanyang kuya. Lalong nagulat si Cassandra nang lumapit si Carlo at niyakap s'ya nang mahigpit.

"Miss na miss ko na talaga 'tong bestfriend ko!" bigkas ni Carlo. "Huwag ka na ulit magagalit sa akin ha. Hindi ko na kaya."

Waring nahimasmasan si Carlo at inalis ang pagkakayakap kay Cassandra. Binago ang usapan.

"O, nagulat ka ano?"

"Paano? Ano... Bakit ka naandito?"

"Haler, di ba last day n'yo na at family day ngayon? Nalaman ko na pupuntahan ka nila Tito at Tita dito. E, si Papa at Mama ay pupunta din gawa ni Rachel. So, nagsama-sama na kami para isang sasakyan na lang. And the rest is history! At hindi ako nagbibiro. Seryoso ako sa sinabi ko kanina. Nag-luto talaga ako ng special na lasagna para sa iyo. Mam'ya mamamatay ka sa sarap pag natikman mo ito."

"Ate Cass, h'wag kang magagalit sa akin, ha. Ang kulit-kulit kasi ni Kuya, e. Masyadong ma-drama. Kunwari pa yung tawag-tawag n'ya sa cellphone, "ang nag-aalalang panunuyo ni Rachel.

"ATE CASS?" ang naguguluhang nasabi ni Carlo. "Tama ba yung narinig ko?" isip-isip nito.

"Ay, naku, Rachel. Okay lang... hindi ako galit sa 'yo. Itong kuya mo talaga... nakuuuu, ang kulit-kulit lang talaga n'yan."

"E, kasi... baka hindi mo man lang ako kausapin o harapin... kaya...," depensa ni Carlo.

"Bakit Kuya, magkagalit ba kayo ni Ate Cass?" naguguluhang tanong ni Rachel.

"HINDI, A!" sabay na sagot ni Cass at Carlo, pagkatapos ay nagkatinginan.

"Bakit hindi ka kakausapin ni Ate Cass, Kuya?" patuloy pa ring pag-usisa ni Rachel.

"Naku, Rachel, huwag mo nang pag-isipan," depensa ni Cassandra. "Alam mo naman kung gaano kakrung-krung itong kapatid mo. Yun na yun! Pero, okay na kami ngayon."

"Buti naman. Si Kuya talaga, oo, napaka-abnormal. Nakuuu, h'wag na h'wag mo nang aawayin si Ate Cass, Kuya, kung hindi dalawa na kaming kaaway mo!

"Ay, sabi mo nga pala, naandito na rin sina Mommy at Daddy!" sabi ni Cass. "Pupuntahan ko muna sila. Kita-kits na lang tayo doon."

Naiwan ang magkapatid. Sinamantala ito ni Carlo para usisain ang kapatid.

"Kamusta ka dito Rachel? Okay naman ba? Ummm, wala bang umaaligid sa 'yo dito? Alam mo na... yung nanliligaw?

"Ah, wala, Kuya. Kasama ko kasi lagi si Ate Cass. Siguro natatakot sa amin."

"Aba, talagang binakuran ng husto ang kapatid ko, a," sabi ni Carlo sa sarili, "Naku! Baka syota na ni Cass si Rachel, a! Patay ako kay Mama at Papa! Goodbye world," dagdag pa nito.

"Uhumm, a e... si Cass," pasimpleng tanong nito sa kapatid, "uhummm, ibig mo bang sabihin e... kayo na?"

"Anong kayo na, Kuya? Di kita ma-gets?"

"Ano, ibig kong sabihin, e, yung... ano... kung okay na ba kayong... este... dalawa? Yun nga, ibig kong sabihin e... ano, diba... pag-ano... ummm... close na kayo?"

"Ahhh, yun ba ibig mong sabihin? Kung naging close kami ni Ate Cass? Ikaw talaga, Kuya, ka simple-simple ng sasabihin, di pa masabi. Aba, oo... naging close kami. As in super-super close! Siya ang naging guardian angel ko dito. Binantayan n'ya ako at inalalayan ng husto. Siya ang big sister ko dito. Katunayan nga, Ate Cass na ang tawag ko sa kanya!"

"Hah, ganun? Hindi ka n'ya... ano...ummm... naging...,"

"Ay, naku, Kuya. Hindi ka nakikinig e. Sabi ko nga, sisters na kami. We are more closer than real sisters in life can be! Kaya nga, Ate Cass na ang tawag ko sa kanya. Gets mo? Di mo ba narinig? Ako naman ang little sister n'ya! Ano, maliwanag na? Naku, tama nga si Ate Cass, turtle ka na talaga. O, halika na nga! Baka hinahanap na tayo ni Mama at Papa."

"Oo nga, sige, tara na," sabi ng nagtatakang Carlo. Sa isip-isip nito, "Ano yun? *ATE CASS?* Totoo ba 'to? Akala ko syo-syotain, ngayon naging kapatid? Closer than real sisters pa daw? Anong nangyari?"

Kasama ang mga iba pang pamilya, masayang pinanonood ng pamilya Sandoval at Sta. Maria ang mga activities at events ng team building program. Tuwang-tuwa sila sa mga ipinamamalas na galing at kahusayan ng mga estudyanteng kasali sa programa. Nagkakaisa sila na matagumpay ang pagkakaraos ng team building seminar-workshop.

Si Carlo ay nasa isang tabi lang habang masusi nitong pinanonood si Cassandra at Rachel. Hanggang ngayon ay nalilito pa rin s'ya sa takbo ng pangyayari. "Totoo kaya? Talagang naging close friends lang yung dalawa? As in magkaibigan lang talaga?" pagmumuni-muni nito, "Hindi kaya ginogoyo lang ako? Baka pinasasakay lang ako nun dalawa, a? O kaya gusto nila... secret?" alinlangan pa ring naiisip nito.

Kahit gaano pa man niya suriing mabuti ang aksyon ng dalawa habang nagpa-participate sa mga events, wala talaga s'yang makita na kaduda-duda sa mga kilos nito. Talagang nagtutulungan ang dalawa, kitang-kita na very close at nag-e-enjoy sa company ng isa't isa. Pero, walang mga lovey-dovey o mushy-mushy public show of affection na karaniwang makikita sa may mga relationships. Only the best of friends.

Bagamat natutuwa si Carlo sa kakaibang nangyari — dahil hindi magagalit si Rachel sa kanya plus hindi din s'ya maga-grounded — lubos pa rin s'yang nagtataka at parang ayaw maniwala.

"Anong nangyari?" patuloy pa ring itinatanong ni Carlo sa sarili.

Nagkaroon ng isang maikli at simpleng closing ceremony. Pinasalamatan ng mga kinatawan ang lahat ng mga sumali sa programa. Binigyan pansin din ang mga magulang na dumating at makilahok sa huling araw ng pagtitipon. Nabigyan ng karangalan ang mga iba-ibang grupo na nagpamalas ng kakaibang galing at talento sa pamumuno. Ang grupo ni Cass at Rachel ang tinanghal na pinaka-mahusay sa lahat-lahat. Tuwang-tuwa at umaapaw sa kaligayahan ang pamilya Sandoval at Sta. Maria. Si Carlo ay lubos ding napabilib kay Cassandra na tinanghal na most outstanding leader of the year.

Matapos ang pagbibigay ng mga parangal ay idineklara nang opisyal ng tapos ang seminar-workshop. Ang lahat ay inanyayahang dumalo sa isang simpleng salu-salo na gaganapin sa main dining area ng campsite. Pagkatapos ng kainan ay malaya na ang mga estudyante at ang kani-kanilang mga pamilya na mag-gala, mamasyal, o mag-bonding-bonding muna bago ito magsi-uwian.

Magkakasama sa upuan ang pamilya Sandoval at Sta. Maria. Matagal-tagal na din magkakaibigan ang dalawang pamilya kaya kampante na sila sa isa't isa. Masaya silang nagku-kwentuhan habang kumakain.

"Mom, Dad," tanong ni Cass, "sino po ang naiwan kina Bella at Marie. Bakit hindi n'yo na lang po sila isinama?"

"Gusto nga sana naming isama yung dalawa. Kaya lang may pasok sila kinabukasan. Baka mapagod masyado, magkasakit at hindi pa makapasok. Mabuti na lang napapayag namin si Tita Rosing mo na paki bantayan muna yung dalawa."

"A, ganun po ba."

"Aba, Cass," sabi ni Mr. Sandoval, "hanga kami sa 'yo. Ang galing-galing mo palang lider. Nagulat nga din kami dito kay Rachel namin. Akalain mo, may mga itinatago palang talento itong anak namin."

"Naku, Papa, Mama. Magpasalamat kayo kay Ate Cass," sagot naman ni Rachel, "talagang ginabayan at tinuruan n'ya ako ng husto dito. Kung hindi po sa kanya ay baka hindi ko nagawa ang ilan sa mga gawain dito."

"Ganun ba? Aba, maraming-maraming salamat Cass," sabay na pasasalamat nang mag-asawang Sandoval.

"Wala po yun. Saka napakadali naman pong turuan si Rachel. Maganda, mabait at likas na matalino po ang anak ninyo," sagot naman ni Cass.

"Alam n'yo po? Sisters na po ang turing namin sa isa't isa. Kaya nga po, Ate Cass na ang tawag ko sa kanya," tuwang-tuwang ibinalita ni Rachel.

"Oh, maganda yan," sabay sagot ni Mr. at Mrs. Sandoval.

"Oo nga, approve sa amin yan," sabi naman ni Daddy at Mommy ni Cassandra.

"Nasaan nga pala ang kapatid mo, Rachel?" tanong ni Mr. Sandoval.

"Ay, kinuha lang po yung niluto n'yang espesyal na *lasagna* para kay Ate Cass. Pangako n'ya po 'yun," sagot ni Rachel.

"Ahh, yung pala yung pinagkaka-abalahan ni Carlo. Aba, e alas tres pa lang yata ng umaga ay nagluluto na 'yun!" sabi ni Misis Sandoval.

"Aba, ang lakas pala ni Cassandra kay Carlo," singit ni Mr. Sta. Maria.

"Totoo yun. Aba'y halos araw-araw yata ay magkasama ang dalawang'yan," sabat naman ni Misis Sta. Maria.

"Nagtataka nga ako d'yan sa anak ko," dugtong ni Mr. Sandoval, "bakit hindi pa ligawan si Cassandra. Ehem, pasens'ya na Mare, Pare, Cass, h'wag naman sana kayong magagalit. Nagsasabi lang naman ako ng totoo. E, kasi naman, kaganda at kabait na bata itong si Cassandra. Aba e, kahit sinong magulang magugustuhan s'ya. Kapag si Cass ang niligawan ni Carlo, botong-boto ako d'yan!"

Namula si Cassandra. Hindi nakaimik.

"Sang-ayon ako d'yan," sagot din ni Misis Sandoval.

"Ako rin, ako rin," sabat din ni Rachel.

"Kung sabagay, Pare. Boto din ako kay Carlo n'yo," pag-amin ni Mr. Sta. Maria.

"Ako rin. Nakikita ko naman kung gaano kabait yan si Carlo," dagdag ni Mrs. Sta Maria, "at mukha namang bagay sila, diba?"

"Daddy? Mommy? Ano ba? Hello, naandito lang ako! Eto ako... naririnig ko ang lahat."

Nagtawanan ng malakas ang lahat maliban kay Cassandra. Pakiramdam niya ay lulubog na siya sa kina-uupuan. Tyempo naman na dumadating na si Carlo dala-dala ang *lasagna*.

"Uy, mukhang nagkakasayahan kayo! May na-miss ba ako?" tanong ni Carlo.

"Ay, Kuya, marami. Maraming, marami!" galak na galak na sagot ni Rachel.

"O, sali n'yo naman ako. Lugi naman ako n'yan! Wala man lang akong alam sa nangyayari."

"Naku, Kuya, sa bahay na lang ako magku-kwento. Ang mabuti pa kainin na natin yang espesyal mong *lasagna* na niluto mo para kay Ate Cass," panunuksong sagot ni Rachel.

Sumang-ayon naman ang lahat. Pigil ang mga ngiti at tawanan. Nanatili lang tahimik si Cassandra.

"Uhmmm, este anak, pwede rin ba kaming lahat tumikim n'yang *lasagna?*" pilyong tanong ni Mr. Sandoval kay Carlo.

"Aba, opo. Para naman po sa lahat ang niluto ko. Sobra-sobra po ito," sagot naman ni Carlo.

"Mabuti naman, akala namin e, para kay Cass lang," dagdag pa nito, "O Balae, este, Pare pala, tara at tikman natin itong masarap na *lasagna* ni Carlo."

"Huh... balae? Bakit naging ganun ang tawag ni Papa kay Mr. Sta. Maria?" naguguluhang naisip ni Carlo. Lalo pa itong naguluhan nang makitang biglang umalis si Cass.

"Ummm, pasens'ya lang po. Susundan ko lang po si Cass. Mukha po yatang masama ang pakiramdam," paalam nito.

"Sige lang, Hijo. Pag-husayan mo, ha!" sagot ni Mr. Sandoval. Kasunod nito ang mahinang tawanan galing mula sa grupo.

"Weird," isip-isip ni Carlo, pero hindi na n'ya ito pinansin. Hinabol na nito si Cass.

Ang Pagtatapat

Inabutan ni Carlo si Cass malapit sa may batis. Nakaupo ito sa isang bangko. Malayo ang tingin at malalim ang iniisip.

"Cass, may problema ba? Masama ba pakiramdam mo?"

"Huh! Carlo, bakit ka nandito?"

"Nakita ko kasing umalis ka. E, parang wala ka sa sarili, kaya sinundan kita. Baka kasi may mangyari sa iyong masama. Ano, may problema ba? Okay ka lang?"

"Mmmm, wala... wala akong problema. Okay lang ako. Gusto ko lang mag-isa. Pagod lang ako siguro."

"Pwede ba dito lang ako. Sasamahan kita. Isipin mo na lang, wala din ako..."

"Hmmm, bahala ka."

"May problema ba?"

"Ewan... di ko rin alam."

"Ako... mmmm... kasama ba sa di mo alam?"

Napa-buntong-hininga si Cass pero hindi sumagot. Tiningnan lang si Carlo, pagkatapos yumuko at umiling-iling. Hindi nagtagal, nagsalita na rin ito.

"Hindi lang kami mag-bestfriend ni Michael," panimula ni Cass.

Minabuti ni Carlo na hindi umimik. Nararamdaman nitong wala sa diwa si Cass. Para bang wala sa sarili na gustong ilabas ang lahat ng nasasa-loob. Nagsasalita pero hindi iniisip kung ano ang lumalabas sa bibig. Hindi nais ni Carlo na mapukaw sa kawalang-diwa si Cassandra sa pangambang hindi na matuloy kung anuman ang gustong sabihin nito.

"Naging boyfriend ko si Michael. Nung una, friends-friends lang talaga, kasi naman bata pa lang, kami na ang laging magkasama —hanggang sa pagtanda, magkasama kami through thick and thin. Sana nga, naging ganoon na lang, siguro mas masaya pa. Kaya lang... yun nga... naging kami na."

Nanatiling tahimik si Carlo. Naghihintay ng mga susunod pang sasabihin ni Cass.

"Actually, si Michael... si Michael ang bumago ng lahat. Iba na raw yung feelings nito sa akin. Kahit alam n'yang tomboy ako, willing daw niyang i-work out ang lahat hanggang sa bumigay na raw ako. So, to make the long story short... bumigay ako at naging kami. Hah! Yung rock of gibraltar mo? Wala 'yan sa tatag ng relationship namin ni Michael. Kami yung, cast in stone... hindi pala, cast in solid steel ang relationship. As in, lahat-lahat ng pinaghirapan namin, magkasama kami, hindi kami nag-iwanan. Ipinangako namin na *KAMI LANG ANG PARA SA BAWA'T ISA!* Ang drama 'no? Hindi rin pala..." pagtatapos ni Cassandra habang nangingilid ang luha sa mga mata.

"Bakit? Anong nangyari?" hindi mapigilan ni Carlo ang magtanong.

"Ano pa, e di, syempre akong problema... *TOMBOY AKO* diba? Nag-pretend lang ako na good ako sa relationship na gusto n'ya. Pero wala talaga, e. Kahit gusto ni Michael, e anong magagawa ko kung ayaw naman ng puso ko... anong magagawa n'ya? Nakakaawa nga. Ginawa lahat ni Michael ang lahat — ang lahat-lahat — para mag-work lang yung sa amin. Nag-sakripisyo,nagtiis, naghintay, umaasa kahit nagmumukha ng tanga... pero wala talaga, e. Bato yata ang puso ko. In the end, ayokong lokohin siya... ayokong lokohin ang sarili ko, so I told him the truth. I said, I'm sorry... I want to make it work, but no, I'm a lesbian and there's no room for you in my heart. Let us just stay as friends. Ayun, na-trauma... sobrang na frustrate... hindi na naka-recover. Hanggang ngayon, ayaw ng magmahal ulit. Hindi raw totoo yung one more chance o second chance... malaking kalokohan lang daw ang forever! Isinara nang husto yung puso. Natakot na siya. Hindi na raw n'ya kayang magmahal pa ulit... hindi na raw n'ya kayang... masaktan pa muli... ayaw na n'ya... ayaw na n'ya...*AYAW NA N'YA!*"

Hindi na napigilan ni Cassandra at tuluyan ng humagulgol ng iyak. Ang lahat ng pinipigilan nitong damdamin at sakit ay kumawala kasabay ng pagbuhos ng kanyang mga luha. "Yun din ang dahilan kung bakit nag-abroad si Michael," pagpapatuloy ni Cass. "Hindi na raw niya kayang makita ako araw-araw."

Lumapit si Carlo at niyakap si Cass na sumubsob naman sa balikat n'ya habang patuloy ang pag-iyak. Habang ina-alo ay damang-dama ni Carlo ang paghihinagpis sa puso ni Cass.

Matagal-tagal din ang lumipas bago muling na-kontrol ni Cass ang kanyang emosyon. Unti-unting inalis nito ang pagkaksubsob ng ulo kay Carlo at umupo. Pero nanatiling tahimik pa rin ito. Malalim ang iniisip. Mayroon pa ring bumabagabag sa damdamin.

"Uy, ano ka ba? Hwag mo ng isipin 'yun," pa-kalmang salita ni Carlo, "Tapos na ang chapter ng buhay mong 'yon. Diba sabi mo nga, move on na tayo 'don? Saka, ibahin mo ako kay Michael. Ako, tanggap ko namang tomboy ka — talagang friends zone lang tayo — pero wagas ang pagiging friends natin, walang boundaries, walang expectations. Naandito ako lagi para sa iyo, at syempre naman, expect ko na lagi ka ring naand'yan para sa akin."

"Ganyan din ang sinabi ni Michael... wala nga lang yung friends zone."

"O, kitam! Kaya nga sabi ko... ibahin mo ako! Kung si Wonder Woman ka, ako ang iyong bato. Ay, teka, kay Darna nga pala yun. Ummm, hindi ba pwedeng si Darna ka na lang?"

Dahil sa pagpapatawa ni Carlo ay nangiti si Cass. Gumaan ang pakiramdam. Unti-unting nalilimutan ang nararamdaman.

"Ayoko, lokal lang yun," sagot ni Cass, "ang gusto ko pang-universe! Si Wonder Woman pa rin ako. At ikaw si... Aquaman!"

"Huh? Aquaman, bakit naman s'ya?"

"Hindi ka kasi nagbabasa ng komiks e. Si Wonder Woman at Aquaman, mag-bestfriends yan. Intimate and affectionate ang friendship nila pero walang romance. Hanggang doon lang. Parang tayo, diba?"

"Oo, pwede... pwede. Tamang-tama macho si Aquaman. Parang ako lang."

"Macho? Ano ka sineswerte? E, kahit isang muscle wala akong makita sa iyo!"

"Ito naman, hindi na pinagbigyan ang ilusyon ko."

"Gutom na 'ko."

Hindi kumibo si Carlo. Maya-maya pa ay may inaabot ito kay Cass.

"Huh?" sabi ni Cass.

"Kumain ka na. Baka malipasan ka pa ng gutom."

"Paano mo nalamang magugutom ako?"

"Hmmp! Ikaw pa!"

"Salamat. Ummm... Sarap, a!"

"Syempre, sabi ko naman sa iyo speciality ko 'yan."

Tahimik na itinuloy muli ni Cass ang pagkain. Hintay muna ni Carlo na matapos itong kumain bago muling nagsalita.

"Okay ka na?"

"Busog na... Mmmmm, alam mo may kulang sa *lasagna* mo. Okay na sana, pero may kulang."

"Huh? Teka, teka... d'yan ako aangal. Speciality ko ang *lasagna*. Kompletos recados 'yan. Cheese, ground beef, mushroom at the best na pasta. Kaya h'wag mong sasabihin na may kulang!"

"Di naman yun ang ibig kong sabihin, e."

"E, ano?"

"Walang softdrinks. Hi! Hi! HI! Joke lang! O, tara na, baka hinahanap na nila tayo..."

"Teka, teka nga pala. Bakit nga pala sila nagtatawanan nung dumating ako? Gawa rin ba nun kaya ka umalis?"

"Hay, naku... sigurado namang malalaman po kay Rachel. Dun mo na lang alamin sa inyo."

"Connected ba 'yon dun sa pag-da-drama mo?"

"Loko ka ha! Promise mo sa atin lang yun. Pag sinabi mo sa iba yun, yung rock of gibraltar mo, ibabato ko sa iyo! Tandaan mo 'yan."

"Oo naman. Takot ko lang sa 'yo! Pero, connected ba?"

"Hmmm, oo, connected. Kapag nalaman mo na, sigurado mapapag-konek-konek mo na pati na yung drama ko. O, happy ka na? O, tara na!

"Tara!"

Naabutan nila ang mga kasama nila habang naghahanda ng umuwi. Na-impake na ang lahat ng gamit nila at naisakay na rin sa sasakyan. Sila na lang ang hinihintay bago umuwi.

"Hay, buti naman at naisipan n'yo na ring bumalik," sabi ni Mr. Sandoval, "akala namin e, dito na kayo titira. Ha! Ha! Ha!"

"Pasen'sya na po, Dad," wika ni Carlo, "napasarap lang po ang kwentuhan namin ni Cass."

"Hah! Ibig mong sabihin nag-kwentuhan lang kayo?" sagot ni Mr. Sandoval. Bigla itong napangiwi ng siniko ito ni Mrs. Sandoval. Tatawa-tawa lang naman sina Mr. at Mrs. Sta. Maria, pero hindi na nagsalita pa.

"Aray!" sabi ni Mr. Sandoval, "Ehem, ibig kong sabihin, akala namin ay may trabaho pa kayong hindi pa natatapos."

"O, naandito na rin lahat tayo, e di, tara na at nang hindi tayo masyadong gabihin sa daan," wika naman ni Mr. Sta. Maria.

"Oo, nga, tara na, tara na. Let's go!" ang halos sabay-sabay na pagsangayon ng lahat.

Pareho din ang daan ng ilang kasama at kaibigan nina Cass at Rachel, kaya nagkasabay-sabay na sila sa paglalakad patungo sa kani-kanilang sasakyan.

Hindi nagtagal ay nakasabay din nila ang isang pang grupo ng estudyanteng pauwi na rin. Halatang medyo nakainom ng alak ang mga ito dahil magugulo sa daan at malalakas ang mga boses habang nagkwe-kwentuhan. Hindi maiwasang marinig nila ang mga salitaan nito.

"Bro, nakakahiya namang ang grupo natin. Betlog tayo sa awards. Lagi na lang tayong kulapot! Ha! Ha! Ha!" sabi ng isa.

"Oo nga. Nakakahiya sa school pagbalik natin. Di bale pare, marami naman tayong nakilalang mga chicks! Ha! Ha! ha!

"Speaking of chicks mga repapaps. Alam n'yo ba kung bakit laging nanalo yung team nila Cassandra?"

"Oo, kasi, ang daming magaganda dun sa team nila. Nai-in love yata sa kanila yung mga judges! Bwa! ha Ha! Ha!

Natatawa rin sina Carlo at ang kanilang mga ka-pamilya sa kant'yawan ng grupo. Akala nila ay doon na matatapos na ang usapan nang biglang magsalita ulit ang isang estudyante.

"Hindi Bro, seryoso. Alam n'yo ba kung bakit laging nanalo ang team nila Cassandra?"

"Hindi pare... bakit nga ba?"

"Kasi nga, sobrang magaling 'yung lider nilang si Cassandra Sta. Maria. Di kasi nila alam na kaya napaka-athletic nun, e tibo 'yun. *TOMBOY... TOMBOY SI CASSANDRA STA. MARIA!*"

Dinig na dinig nang lahat ang sinabi ng estudyante.

Lalong Yatang Naging Komplikado

Parang tumigil ang ikot ng mundo sa pamilya nina Carlo at Cass. Dinig na dinig nilang lahat ang sinabi ng estudyante. Natulala si Cassandra. Hindi maganda ang pagkakatingin sa kanya ng Mommy at Daddy niya. Parang naghahanap ng kasagutan. Hindi malaman ni Cass kung ano ang gagawin. Hindi alam kung ano ang sasabihin. Hindi rin malaman ng mag-asawang Sandoval kung ano ang gagawin kaya umiwas na lang ng tingin. Si Carlo ang nakapagsalita.

"Bro, huwag ka namang magbiro ng ganyan," sabi ni Carlo, "hindi magandang biro 'yan. Lalo pa naandito kami at ang mga parents ni Cass."

Napalingon sa kanila ang naturang estudyante. Nakita nito sina Cassandra at Carlo na kasama ang kani-kanilang mga pamilya. Kung normal ang sitwasyon, siguro ay hiyang-hiya na ito at baka humingi agad ng dispensa. Kaya lang, dahil medyo lasing na ay hindi ito nahiya. Bagkus ay lalo pang nagalit at nakipagtalo.

"Bro, sino ka ba? Hindi ka naman taga *USTE!* Bakit ka ba nakikialam dito? Saka, totoo ang sinasabi ko. Alex Aguirre toits at taga *USTE* ako, kaya alam ko! E, ikaw... sino ka ba? Taga saan ka ba para sabihing hindi ako nagsasabi ng totoo?"

"Bro, alam kong hindi totoo ang mga pinagsasabi mo kasi, *AKO ANG BOYFRIEND NI CASS*. Maliwanag? Kung hindi pa ay iispelingin ko sa iyo. *SI MISS CASSANDRA STA. MARIA AY GIRLFRIEND KO*. Okay? Klaro? So, pwede ba, nakakapanirang-puri ang mga pinag-sasabi mo. Mahiya ka naman sa mga magulang at mga kaibigan niya, kaya dapat mag-dispensa ka!"

Hindi pa rin natinag si Alex, bagkus ay lalo pang uminit ang ulo nito, "Ikaw pala ang boyfriend? Ah, siguro bakla ka, ano?"

"Bakla pala, ha!" ang sagot ni Carlo sabay suntok sa kaharap, "O, eto, tikman mo 'to."

Nagkagulo na ang lahat. Nagpang-abot at nagsuntukan si Carlo at si Alex. May mga ilan na nakisali sa kaguluhan. Mabuti naman at nangibabaw pa rin ang tamang pag-iisip sa mga nakakarami at inawat ang mga nag-aaway-away. Nakatulong din ang tamang pagdating ng ilan sa mga opisyal ng paaralan para lubos ng matigil ang kaguluhan.

Pinagharap-harap ng mga opisyal ang mga kasali sa gulo. Nais nilang malaman kung sino ang may kasalanan na dapat parusahan. Nang makita ni Alex na nandoon ang ilan sa mga opisyal ay nahimasmasan ito at napag-tanto ang kamalian. Alam nito na pwede s'yang matanggal sa pag-aaral sa ginawa n'ya.

"Sir, Ma'am, pasens'ya na po kayo," pakiusap ni Alex sa magulang nina Carlo at Cass, "medyo nakainom lang po ako kaya nakapagsalita ako ng hindi totoo. Hindi ko po akalain na nasa likod ko po pala kayo. Nagbibiro lang po ako. Sori po, sori po."

"Aba, ang ibig mo bang sabihin, kung hindi namin narinig ang mga pinagsasabi mo ay okay lang iyon?" galit na sagot ni Mr. Sta. Maria. "Hindi mo ba naisip na nakakasira ka ng reputasyon, pati na ng buhay ng isang tao?" dugtong pa nito.

"Pasens'ya na po talaga. Sori po. Talagang mali po ako. Hindi ko po dapat sinabi ang mga 'yon. Maling-mali po ako. Ang totoo lang po kasi, talunan kami lagi dun sa mga events, napagbuntungan ko ng galit ang anak n'yo. Sila po kasi ang laging panalo. Ayun, dala na rin po ng kalasingan, nakapagsabi tuloy ako ng hindi totoo at hindi tama."

"Ano po, Mr. at Mrs. Sta. Maria, Mr. at Mrs. Sandoval," tanong ng mga opisyal, "gusto n'yo po bang magsampa ng reklamo laban dito kay Alex Aguirre?"

"Sir, Ma'am, please naman po. Nakikiusap po ako sa inyo. Huwag na po kayong magsampa ng reklamo. Nagsisisi na po ako. Di ko na po ako uulit," pagmamaka-awa ni Alex.

Nag-usap-usap ang pamilya Sandoval at Sta. Maria. "O, ano Cass, Carlo, gusto n'yo bang magsampa ng reklamo?" tanong ni Mr. Sta Maria sa dalawa, "kayo ang mag-desisyon."

"Huwag na lang po, Dad," sagot ni Cass, "pinagsisisihan naman po nung Alex ang mga ginawa n'ya. Patawarin na lang po natin siya. Kawawa naman po kung mapapatanggal ito sa UST. Bigyan po natin siya ng pagkakataon. Okay lang ba ito sa iyo, Carlo?

"Okay lang, basta siguraduhin lang n'ya na hindi na ito mauulit," sagot ni Carlo.

Humarap ulit ang dalawang pamilya sa mga kinauukulan.

"Napag-desisyonan namin, sa mungkahi na rin ng aming mga anak, na hindi na kami magsasampa ng reklamo laban sa iyo, Alex," panimula ni Mr. Sta Maria, "Sana naman ay magsilbing leksyon at huwag nang maulit ito."

"Naku, maraming-maraming salamat po," tuwang-tuwang nasabi ni Alex, "makakaasa po kayo na hindi na po mauulit ang mga nangyari. Miss Cassandra, salamat at pasensya ulit sa gulong ginawa ko. Umm, Sir Carlo, pasensya na lang."

"Okay na yun," sabay sagot ni Cass at Carlo. Nagkamayan ang tatlo, kasunod na rin ang mga ibang nasangkot sa away.

Matapos ang pagkaka-areglo, nag-kanya-kanya na nang uwian ang lahat.

Habang nasa sasakyan ay ginagamot ni Cassandra ang mga sugat at pasa ni Carlo. Kitang-kita ang pag-aalala ng dalaga kay Carlo.

"Kuya," panimula ni Rachel, "ikaw ang nag-aaral mag-doktor, pero lagi namang si Ate Cass ang nag-aalaga sa iyo. Hindi ka ba nahihiya?" panunukso nito.

"Aray! Dahan-dahan naman Cass. Buhay pa ko 'no? Nasasaktan pa! Nakow, ikaw naman Rachel, tigil-tigilan mo yang pambubuska mo. Hindi na ako natutuwa. Aray! Aray!"

"Huwag ka kasing malikot," pagalit ni Cass, "ang gulo-gulo mo naman. Pag nainis ako sa iyo, ibubuhos ko na lang itong buong alcohol sa iyo!"

"Para namang iimbalsamohin na ako n'yan! Maawa ka naman."

At nagkatawanan ang lahat. Maya-maya pa ay nagsalita si Mr. Sandoval. Seryoso.

"Uhummm, mukha yatang may dapat kang sabihin sa amin, Carlo... ikaw rin Cass. Kayong dalawa," pasimula nito, "Hindi lang sa amin kung hindi pati na kina Mister at Misis Sta. Maria."

"Ho? May dapat sabihin? Ano po 'yon?" nagtatakang tanong nina Carlo at Cass.

"Aba e, kung hindi pa kayo napaaway ay hindi pa namin malalaman na mag boyfriend-girlfriend na pala kayo ni Cassandra!"

"BOYFRIEND? GIRLFRIEND?" gulat at sabay nasabi ni Cassandra at Carlo.

"Tsk! Tsk! Ibig n'yo bang sabihin hindi totoo ang lahat nang pinagsasabi mo kanina, Carlo?" may kahalong galit ang tanong ni Mr. Sandoval.

Nasukol si Carlo. Kapag sinabi niya na hindi totoo ang lahat, mapagtatanto nila na may katotohanan ang mga paratang ni Alex. Mapapahiya sina Mr. at Mrs. Sta. Maria. Siguradong magagalit kay Cass. Malamang patigilin pa ito ng pag-aaral. Pero ang pinaka-ayaw n'yang mangyari ay ang masira ang magandang pagtingin ng Papa at Mama n'ya kay Cass at lalong-lalo na si Rachel. Nag-desisyon si Carlo.

"Ma, Pa... Tito, Tita. Pasen'sya na po kayo. Huwag po sana kayong magagalit. Totoo po talaga ang lahat, girlfriend ko po si Cassandra."

Gulat na gulat si Cassandra. Nakahanda na ito sa inaasahang galit na naghihintay sa kanya. Nanlaki ang mga mata. Hindi inaasahan ang ginawang ito ni Carlo.

"Ano po kasi," pagpapatuloy ni Carlo, "sasabihin din po naman namin ito sa inyo. Humahanap lang po kami ng tamang oras."

Tuwang-tuwa si Rachel. Hindi magkamaliw sa kahihiyaw, "Yes! Yes! Yes! Sabi ko na, e! Yes!

"Totoo ba lahat ito, Cass?" tanong naman ni Mr. Sta. Maria.

"Ho? Ano po...," sagot ni Cassandra. Hindi malaman ni Cass kung aamin ang totoo o hindi. Kung magsasabi siya ng totoo, okay lang kasi nakahanda na loob n'ya sa mangyayari. Bahala si Carlo kung mapagalitan ito, hindi naman n'ya sinabing magpaka-martir ito. Malamang hindi na rin magiging pareho ang pagtitinginan ng kani-kanilang pamilya, pero masasanay din s'ya. Mabuti nang habang maaga ay matapos na ang lahat. Kung magsisinungaling pa s'ya ay lalo lang magiging komplikado ang sitwasyon nila.

"Mom... Dad... sori po," panimula ni Cassandra, "Alam ko pong magagalit kayo. Pero, ayoko na pong magsinungaling sa inyo..."

Napapikit si Carlo. Nalulungkot maisip na sa kabila ng lahat, aaminin na ni Cassandra ang pagiging tomboy nito.

"Totoo po ang sinabi ni Carlo. Boyfriend ko na po s'ya," pagtatapos ni Cassandra.

Nakahinga ng maluwag si Carlo. Nagkatinginan sila ni Cassandra. Halos magtatalon naman sa tuwa si Rachel. Lumapit ito at niyakap ng mahigpit si Cassandra. "Sabi ko na! Sabi ko na!" tuwang-tuwang nasabi nito, "nararamdaman ko na, e! Yeheyy! Kaya pala gusto mong Ate Cass na ang itawag ko sa iyo. No problem Ate Cass, botong-boto ako sa iyo!"

Nakangiti pero nanatiling tahimik si Cassandra at Carlo. Nakikiramdam at kinakabahan sa magiging reaksyon ng mga magulang nila.

Matagal din hindi kumikibo ang kani-kanilang pamilya. Kahit si Rachel ay napilitang tumigil muna sa pagsasaya. Para kay Cass at Carlo, nakabibingi ang sumunod katahimikan. Hindi nagtagal, nagsalita na ang ama ni Carlo.

"O, paano 'yan, Balae, kailan ba ang kasal?" tanong nito.

"KASAL!" sabay na nasambit ni Carlo at Cass.

"Ha! Ha! Ha! Kayo naman," pabirong sagot ni Mr. Sandoval, "Biro lang. Hmmp! Kung hindi pa kasi kayo napa-away, hindi pa namin malalaman ang relasyon ninyong dalawa. Aba, bakit naman, e boto naman kami! Tama ba, Pare Mare?"

"Oo nga naman mga anak," natatawang sagot ni Mr. Sta Maria, "nasa husto naman kayong gulang at nakikita naman namin na pareho kayong responsableng mga bata."

"Tulad nga ng nasabi ng mga tatay n'yo, boto kami sa inyong dalawa. Aprub sa amin ang inyong relasyon," dugtong ni Mrs. Sta Maria.

"Oo nga," sagot naman ni Mrs. Sandoval, "parehong anak na rin namin ang turing namin sa inyong dalawa."

Hindi na naman magkamayaw sa tuwa si Rachel. Panay ang yapos sa dalawa.

"Tandaan n'yo mga anak, kahit okay sa amin ang inyong relasyon, inaasahan namin na hindi ninyo sisirain ang pagtitiwala namin sa inyo," pangaral ni Mrs. Sta. Maria, "ini-expect namin na lalo kayong magiging responsable — sa aming mga magulang at sa isa't isa — importante 'yon, lalo ngayon na pumapasok kayo sa panibagong kabanata ng buhay ninyo. Naiintindihan n'yo ba?"

"Opo," sagot nina Cass at Carlo.

Naunang inihatid ng bahay ang pamilya Sandoval. Hindi muna bumaba si Carlo. Nagpaalam na ihahatid muna n'ya sina Cass at pagkatapos ay uuwi na din s'ya. Pinayagan naman si Carlo. Huwag lang daw magpapagabi ng husto.

Inabot nila si Tita Rosing na naghihintay sa labas ng bahay. Nag-bless si Cassandra at nagpasalamat sa pag-babantay nito sa mga kapatid. Maaga raw natulog ang mga ito. Nag-kwentuhan sila kasama sina Mommy at Daddy. Ipinakilala rin nila si Carlo. Hindi na nagtagal pa si Tita Rosing at umuwi na rin. Matapos maibaba ang mga gamit ay nagsabing magpapahinga na sina Mommy at Daddy. Pagod na raw at nagsasakitan na ang mga buto dahil sa biyahe. Ibinilin na lang kay Cassandra at Carlo ang pag-aayos ng mga gamit at pagsasara ng bahay.

Matapos maiayos ang mga gamit, lumabas at umupo si Cassandra at Carlo sa labas. Tahimik lang ang dalawa at kapwa nakatingin sa malayo. Hindi makapaniwala sa mga nangyari sa sa loob lamang ng ilang oras.

"God, ano na namang pagsubok 'tong ibinigay sa akin? Kung ano pa yung iniiwasang kong mangyari, yun pa ang nangyari. Please naman, konting break naman," tahimik na dasal ni Cassandra. *"Pasaway na nga ang puso ko... pasaway na nga ang utak ko... pati ba naman ang buhay ko magiging pasaway na rin?"*

"Bakit mo ginawa 'yun?" tanong ni Cass.

"Wala lang. Mali ba ako?" sagot ni Carlo.

"Hmmm, ewan ko... hindi ko alam."

“Shunga-shunga naman kasi yung Alex na ‘yun. Panira ng araw.”

“Okay lang sana kung wala sina Mommy at Daddy... pati na si Tito at Tita.

“Hindi... hindi rin okay yung ginawa nung Alex. Kahit wala mga parents natin, aawayin ko pa rin yun.”

“Salamat, ha. Ang bait mo talaga, wala akong masabi. Nasugatan ka tuloy.”

“Wala ‘to. Kung hindi kami naawat baka bugbog sarado na sa akin yung !@#*^&!@ na ‘yon!”

“Yabang nito!”

“Hindi. Siguro kung ako na lang ang tinalo n’ya baka pinalampas ko pa. Hindi e, ikaw pa yung pinagdiskitehan.”

“Salamat ulit! O, ayan ha, ang dami ko nang pasalamat sa’yo. Boundary na ko ng isang buwan.”

“Ganun?”

At nagkatawanan ang dalawa. Halatang nabawasan ang dinadalang bigat ng kalooban.

“Parang naging komplikado ang sitwasyon natin ngayon, a,” sabi ni Cass.

“Medyo. Medyo lang naman...Ummm, wala namang problema sa school natin, kasi diba yun naman ang pinalalabas natin?”

“Heh, heh! Yun nga e. Sa school, kunwari girlfriend mo ako para pag-selosin natin si Eloisa. Tapos, dito sa amin, kunwari naman boyfriend kita para hindi nila malaman na tomboy ako. Ayos sa script ano? May problema lang tayo.”

“Ano?”

"Paano kung magkabalikan na kayo ni Eloisa?"

Natahimik si Carlo. nag-isip ng malalim, saka sinabing, "Bahala na... bahala na kung dumating na 'yun. Saka na lang natin problemahin.Ang mahalaga, okay tayo."

"Sige. Sabi mo, e."

"O, sige, aalis na rin ako. Medyo gabi na. Kailangan makapahinga ka ng husto para handa ka na sa pagpasok."

"Sige... ingat ka ha!"

"Wala bang goodbye kiss?"

"Gusto mong i-kiss-kiss ko yang mukha mo sa pader?"

"Ikaw naman di na mabiro. Sige na... babay!"

Papalayo na si Carlo nang tawagin siya ni Cass.

"Carlo!"

"Ummm, bakit?"

"Salamat sa pagiging maunawain mo. Salamat sa pagtatanggol mo sa akin... at salamat... salamat sa pagmamahal mo...," wika ni Cass, "bilang kaibigan."

Hindi na sumagot pa si Carlo. Ngumiti na lang ito, tumango at nag-flying kiss, bago tuluyan ng umalis.

Hindi n'ya nakita na nangiti si Cass.

Bakit Ikaw ang Gusto Kong Kasama?

Papalabas pa lang ni Cass ay namataan na nito si Carlo na nakaupo sa may hagdanan sa labas ng building nila. Kapag labasan na ay dito unang nakatingin si Cassandra. Nangiti si Cass. Creature of habit si Carlo, doon kasi lagi ito ito naghihintay. Pagkakita sa kanya ni Carlo ay isang pagkatamis-tamis na ngiti ang isinalubong nito.

"Good afternoon, Wonder Woman!" masayang bati ni Carlo.

"Good afternoon ka d'yan! O, bakit nandito ka? Wala naman tayong usapan ngayon a," maangas na sagot ni Cass.

"Good afternoon, Carlo. Kamusta ka na?" pangungutya ni Carlo. "Hindi ba dapat ganoon ang sagot mo?"

"Hmmp! O, sige na. Good afternoon, Carlo! Kamusta ka na? Ay ang saya, saya ko at napasyal ka. Ano po ang maipaglilingkod ko sa inyo?" matamis pero may halong pang-aasar na sagot ni Cass.

"Kita mo 'tong taong ito... nang-aasar na, nangungutya pa! Di bale na lang, sige aalis na lang ako..."

"Aba, ang mokong nagtampo pa! Bahala ka sa buhay mo!"

"Ang lagay n'yan, ni hindi mo ako pipigilan?"

"Hindi! Bakit naman kita pipigilan, ano ba kita?"

"Ano pa, e di, *BOYFRIEND!*"

Nagulat is Cassandra sa isinagot ni Carlo. Natigilan at hindi agad nakasagot. Bigla namang may naghiyawan sa likod n'ya.

"UYYYY! MAY LQ ANG DALAWA!!!" sabay-sabay na kantyaw ng mga ka-classmates ni Cassandra. "Siguro kailangan lang ng kiss-pirin at yakap-sol! Ha! Ha! Ha!" patuloy pa ng mga ito.

Nakalimutan ni Cass na nakasunod nga pala ang mga classmates n'ya. Hindi nito malaman kung ano ang sasabihin o ano ang gagawin. Si Carlo ang sumalo sa kanya.

"Hindi a... hindi kami kami nag-aaway. Iniinis ko lang si Cass. Kasi kahit naiinis 'yan, kahit gaano galit yan, ang ganda-ganda pa rin!" sabi ni Carlo.

"Wow, ang sweet naman! Ang swerte naman ni Cassandra... pogi na boyfriend, ang sweet-sweet pa!" patuloy na kantyaw ng mga ito.

"Tse! Kayo talaga, oo, ang hihilig mang-alaska. Ang corny n'yo... ang babaduy n'yo! Sige na, magsilayas na kayo," ang bwelta ni Cass, "Alis, alis, alis!"

"Ha! Ha! Ha! Hi! HI! Hi! Gustong masolo si Carlo, gustong masolo si Carlo!" ang hiyawan ng mga classmates ni Cassandra bago nagtakbuhan paalis.

"O, ano, masaya ka na? Masaya ka nang pinag-aalaska ako? Baka hindi mo alam, isang linggo akong bubwisitin ng mga iyon!" ang nag-gagaliiting singhal ni Cassandra.

"Sori na. Kasi naman, ang ganda-ganda ng bati ko sa 'yo tapos ikaw mang-bubulyaw lang. Saka, sinalo naman kita a."

"SINALO? E, diba, sa iyo naman nag-umpisa nung sabihin mong boyfriend kita."

"Hindi a, yung ka-angasan mo may kasalanan. Saka, nakita kong nasa likod mo yung mga classmates mo at nakiki-usyoso. Alangan namang ang sabihin ko ay ASAWA kita. E, di lalo sigurong pumutok ang butse mo sa galit. O, ano diba?"

Hindi nakaimik si Cassandra. "Me katwitran si mokong, a," nasabi niya sa sarili.

"At saka, for all intent and purpose," pagpapatuloy ni Carlo, "di ba boyfriend mo nga ako. Kahit na sabihing, for show only, dapat pangatawanan natin para maniwala ang lahat. Gusto mo bang ang sabihin ko ay... Naku, sorry, hindi n'ya ako boyfriend ngayon, mam'ya pa kapag naand'yan na si Mommy at Daddy at saka si Eloisa. O, ano, yun ba ang gusto mong sabihin ko?"

"Aba, ang taray! O sige na, sige na... tama ka na."

"Wow, sa wakas, nanalo rin ako! First time na ang magiting na si Cassandra Sta. Maria ay umaming tama ako at mali s'ya. Isulat ko kaya sa history books. Yes, I'm Aquaman the equal partner of Wonder Woman!"

"Hmmp! Ang OA mo. Balak mo bang mag-artista? Tigilan mo na yan... siguradong hindi ka sisikat."

"Wow, grabe naman 'to. Hindi pa man, pinalaos mo na ako. Sige, pag sumikat ako, ni hindi kita bibigyan ng autograph ko!"

"Mangarap ka!"

"Hmmm... saka totoo naman yung sinabi ko kanina, a..."

"Ano yun?"

"Yung maganda ka pa rin kahit naka-simangot at galit."

Palihim na natuwa si Cassandra, pero hindi ipinahalata. "Naku, tigilan mo nga yang pambobola mo at walang papupuntahan 'yan," sagot n'ya, "O, hale... sige na, mabalik tayo sa umpisa... bakit ka naandito?"

"Hindi ba pwedeng dalawin ko ang love ko?" patuloy na panunukso ni Carlo. "Oops, opps, teka... teka!" biglang kambyo ng makitang susuntukin na s'ya ni Cassandra, "Biro lang, biro lang! ikaw talaga, oo, ka bilis mag-beast mode"

"Okay... seryoso na," pagpapatuloy ni Carlo, "Kaya ako nagpunta dito e gusto lang kitang yayaing mag-gala-gala. Relaks lang, chill, chill... palipas ng oras. Kasi, parang hindi pa ako nakaka-recover dun sa episode natin dun sa seminar. Grabeng stress diba? Parang gusto ko lang i-release ang lahat ng tension sa katawan ko. 'Yun lang. Ang babaw ko ano?"

"Hmmp! Talagang mababaw ka kung 'di mo pa alam! Pero, in fairness, 'yang pinag-sasabi mo ngayon may konting sense. Konti lang, ha! Konting-konti. O, h'wag ka nang mag-react. Nag-agree na nga ako sa 'yo diba? H'wag mong ubusin ang swerte mo. Totoo yang sinabi mo, talagang nakaka-stress yung nangyari. Mmmm... okay talaga yang naisip mo. E, kung sakali... saan mo naman balak magpunta?"

"Yun pa nga ang isang nakakahiya... yung place na gusto kong puntahan. Ano kasi... dyahi e..."

"Huwag mong sabihin sa beer house o kaya dun sa may mga nag-huhubad, tatamaan ka na talaga sa akin!"

"Hindi a, hindi dun! Hindi ako mahilig sa mga gano'n. Hindi nga tayo parehong umiinom e, tapos..."

"O, e saan mo ba talagang gustong pumunta? Hala, aber? Sa Disneyland?"

"Sa Luneta," hiyang-hiyang inamin ni Carlo.

"Huh?"

"O, ha, bago ka mang-husga d'yan... pwede pakinggan mo muna ako?," mabilis na pahabol ni Carlo. "Kasi, nung bata pa ko, madalas kaming iginagala ni Papa at Mama sa Luneta. Tuwang-tuwa ako tuwing nagpupunta kami doon. Madalas nag-stay kami ng buong araw. Parang dun nag re-relax si Papa at Mama at saka kami na rin – parang family bonding. Magpi-picnic kami, mag-gagala-gala... tapos bahala kaming dalawa ni Rachel na maglaro hanggang gusto namin. Ang saya-saya ko dun talaga. Para bang feeling ko isang napaka-laking playground ito na pwede naming gawin ang kahit anong gusto namin. Hmmm, kaso... lately... lalo na ngayong malalaki na kami, di na kami nakakapunta sa Luneta. Wala lang, na-mi-miss ko lang. Pasen'sya na... ang corny ko no?"

Hmmp! Sa totoo lang, akala ko nung sinabi mong Luneta, nanggu-good time ka lang. Pasasakayin mo ako tapos, ihuhulog sa ere... Baka nabasa mo na naman dun sa notes ko... pero... alam kong hindi ko naman isinulat ang tungkol dito dun," sagot ni Cassandra, "Ahhhh! Hindi ko alam kung destiny... o coincidence... o talagang niloloko lang tayo ng tadhana, kasi... bakit ba halos lahat ng gusto kong gawin – yun din ang gusto mong gawin?!"

"Ano naman yun?"

"Yang pagpunta sa Luneta... noon ko pa rin gustong gawin yan," pag-amin ni Cassandra, "kaya lang wala naman akong makasama. Sa Luneta rin kasi ang puntahan namin nung bata pa rin ako. Pag naandoon kami, ang saya-saya ko. Nagtataka nga ako kasi parang ayaw ng pumunta ng iba dito. Kesyo, corny, baduy, cheap, pang-bata lang... pang mga probinsyano lang... mga ganun. Nakaka-disappoint nga. Ang sarap-sarap ngang magpunta sa Luneta. Ako, pareho mo rin. Ang tingin ko sa Luneta, parang isang place of solitude... parang sanctuary, yung place na pwede kang mag-relax at iwanan lahat ang problema sa mundo... yun bang pwede kang maging ikaw lang."

"O, di halika na habang maaga pa! Saan mo ba gustong unang pumunta?" tanong ni Carlo.

"Unahin natin ang Rizal monument. Yun ang unang-una naming pinupuntahan kapag pumupunta kami sa Luneta.

"Tara! Baka mahabol pa natin pati yung sunset!"

"May dala ka bang pagkain?"

"Ako pa!"

Kung Kaya Ko Lang Sana

Pasado alas-kwatro na ng nakarating ang dalawa sa Luneta. Kasalukuyan silang nakatayo sa harap ng Rizal monument.

"Oo nga pala. Nakapag-paalam ka na ba sa inyo?" tanong ni Carlo.

"Oo, kanina pa nung nasa FX tayo. Eto nga, kasasagot lang ni Mom. Ingat daw tayo.

"Okay! Mabuti yun kasi baka mag-alala si Mommy dear. O... o... ang sama na naman ng mukha mo. Pabayaan mo na yun para pag may nakarinig, lalo na sa school, lalong mas maniniwala."

"E, wala naman tayo sa school, a! Ni wala nga tayong kilala dito."

"Praktis! Para masanay na. Ikaw talaga... Mmmm, maiba ako, alam mo ba, nung bata pa ako, ang pagkaka-alam ko bawal tumawid d'yan sa pinaka-harapan ng Rizal monument. Takot na takot nga ako kasi sabi pag tumawid ka, babarilin ka raw nung guard!" sabi ni Carlo.

"Oo nga. Parang narinig ko rin yun noon. Totoo kaya iyon?" tanong ni Cass.

"Naku, kalokohan lang 'yon!"

"Owws? Talaga? Sige nga, try mo nga, as in now!"

"He! He! He! Huwag na lang, mahirap na. Pero, pansinin mo yung isa, parang ang sama ng tingin sa iyo."

"Huh! Saan? Alin sa dalawa?"

"Ayun o... yung nasa gitna... yung nasa taas... yung may hawak pang libro. Parang kinindatan ka pa nga!"

Binatukan ni Cass si Carlo, "Abnormal ka talaga. Pati si Rizal, isinama mo pa!" sabi ni Cassandra.

"Aray!"

Sumunod naman nilang pinuntahan ang malaking mapa ng Pilipinas.

"Ang galing naman ng nakaisip nito, ano?" tanong ni Carlo.

"Oo nga! Mas parang nai-imagine mo nang husto yung mga isla at arkipelago ng Pilipinas."

"Sana ganito rin mag-biyahe."

"Hindi ko ma gets? Anong konek nitong mapa"

"Travel by map. Diba ganun sa mga pelikula. Pag may pupuntahang malayo yung bida, papakita lang yung mapa, tapos me mga arrow kung saan pupunta, tapos next scene, nandun na. E, di sana ang bilis, walang traffic."

"Binatukan ulit ni Cass si Carlo, "Puro ka kalokohan. Mam'ya mo, ihulog kita d'yan sa tubig!" biro ni Cassandra.

"Nakakadalawa ka na ha? Naalog utak ko dun, a!"

"Wala kasing laman!" sagot ni Cass sabay tawa ng malakas.

Pinuntahan naman nila ang lugar kung saan naandoon ang execution site ni Rizal. Hangang-hanga silang makita ang mga istatwa na naglalarawan sa pagbaril kay Dr. Jose Rizal.

"Alam mo, isa ito sa mga wish ko?" sabi ni Carlo.

"Ano, yung ma-firing squad din?" pang-aasar ni Cassandra.

"Hindi! Grabe ka ha. Sino ba naman ang mag-aambisyon na matigok ng ganyan? Ang ibig kong sabihin, wish kong makita mismo yung mga famous historical moments sa history. Yung parang live at naandon din ako."

"Oo nga ano? Okay nga yun!"

"Isipin mo ang mararamdaman mo kung mawi-witness natin ang actual na Last Supper, o kaya yung pagpapako kay Jesus. Hindi ba epic yon?"

"Hindi lang epic, ha. Ang laking tulong nun sa katulad natin. Aba, pwede kong pag-aralan kung paano ipininta ni Leonardo Da Vinci ang Mona Lisa. O kaya, kung paano ginawa ang Roman coliseum. Ang galing diba? Sa iyo naman e, pwede mong mapapanood mo yung first heart transplant ni Christiaan Barnard!"

"Ang astig nga noon. Biruin mo, mapapanood natin ang history as it unfolds, tapos, makikita pa nating up close and personal ang mga sikat na tao dito. Mmmmm, teka... teka. Parang may downside lang yata..."

"Ano yun?"

"E, di pwede din nating makita pag naliligo sila, nangungulangot, tumatae — e, naku paano kung naging sikat ako? E di, pagpi-pistahan nila ang body ko? Aray naman!"

"Pinasukan mo naman kasi ng kalokohan e! Diba, sabi mo nga, mga famous historical events! Hindi kasama yung mga paliligo, pangungu...euwww... basta, yung mga private moments — hindi kasama yun! Saka, huwag kang mag-alala... if ever."

"Bakit naman?"

"Sigurado naman, hindi ka sisikat. Ilusyon mo lang yun! Hi! Hi! Hi!"

"Wow, ang lola, mahilig mambasag ng trip. Hmmp! Warning ko talaga sa iyo, pag ako sumikat..."

"Oo na, narinig ko na yan kanina... hindi mo ako bibigyan ng autograph mo! Nakow, hwag ka ng mangarap at hindi ka sisikat. At kung sakali man na sumikat ka nga... naku, hwag naman po sana... Hi! Hi! Hi!... hinding-hindi ako hihingi ng autograph mo!

"Ang yabang nito. Bakit naman?

"Hi! Hi! E, ang dami ko nang sulat na galing sa 'yo 'no? Lahat yata ng notebook ko pinag-susulatan mo na. Kung sisikat ka man, sigurado ko milyonaryo na ako! Yun lang, kung may bibili ng autograph mo."

"Ayun, kaya pala hindi worried."

"Hmmp! Ako pa!"

Mmmm, pero sana pwede rin mangyari ito sa mga fictional characters."

"Bakit naman?"

"Mayroon kasi akong gustong makita, e."

"Huh! Sino? Ahhh, alam ko na! Si Spider Man 'yun ano o si Iron Man?"

"Hindi. Si Wonder Woman! Kasi yung Wonder Woman na kilala ko, lagi na lang akong binabatukan. Mabaho pa ang paa!" biro ni Carlo, "Aray! Masakit na a... may bukol na yata ako sa ulo ko!"

"Gusto mo dagdagan ko pa? Sinong mabaho ang paa? Ikaw yata yun. Nung tinanggalan kita ng sapatos nung may sakit ka, muntik na akong himatayin sa baho! Eeewww... yuck!" sagot ni Cass sabay patuloy na pinapalo si Carlo.

"Aray! Aray! Tama na po ma'am, suko na po! Hindi na po uulit! Aray!

Naisipan naman nilang pumunta sa children's playground.

"Hindi ba tayo nakakahiya dito? Ang tanda na natin para pumunta dito? tanong ni Cass.

"Hindi! Kunwari mag-nanay tayo. Ikaw ang nanay at ako ang anak mo!"

"Ang kapal! Grabe, wala akong masabi! At ako pa ang mas matanda. Ang tigas ng mukha!

"Inggit ka lang at baby face ako!"

"Ganon, baby face pala, ha! Halika nga rito ng mapulbusan ng buhangin 'yang mukha mo," sabi ni Cass sabay habol kay Carlo.

Mabilis namang nakatakbo si Carlo habang kasunod ang humahabol na Cassandra.

Napagod din sa kahahabulan ang dalawa. Sa may mga swing naisipang magpahinga.

"Ang laki na rin ang ikinaganda nitong children's park. Dati noon, konti lang ang mga makikita mo rito. Sira-sira pa ng 'yung iba, saka ang dudumi. At least ngayon, marami nang nakikita, maraming bago at mas magaganda at malinis. Buti naman inaalagaan na ng gobyerno ito," puna ni Carlo.

“Oo nga. Ang dami ng mga istatwa ng mga hayop, iba-ibang slides at mga palaruan. Mas enjoy ngayon. Sayang, di natin inabot nung maliliit pa tayo,” sabi ni Cassandra.

“Haler! Bakit naman sayang? Pwede pa naman ngayon. Tara, slides tayo!”

“Seryoso?”

“Oo, bakit ayaw mo?”

“Gusto syempre! Hindi ba nakakahiya?”

“Pakialam ba nila. Saka, wala namang nakikilala sa atin dito.”

“Oo nga ano! Tara!”

Naglaro ngang parang mga bata si Cass at Carlo. Naandun makipag-unahan sa slides, makipag-contest ng pataasan sa swing at nakipag-taguan sa mga bata.

Mag-dadapit hapon na nang may naalala ni Carlo, “Naku, tara na sa may tabing-dagat. Malapit nang lumubog ang araw!

“Huh! Hah! Grabe ang haba ng tinakbo natin... huh! Hiningal ako a... whew!” hinihingal na nasabi ni Cass. “Huh? Nasaan na yung kasama ko?”

Nakita niya si Carlo na malayo pa at hingal na hingal na. Makaraan ang ilang sandali ay nakarating na rin ito sa kinatatayuan ni Cass.

“Ahhh, hah, hah, hah! (Singhal!) Whew! Ano ka ba naman Cass,” hingal kabayong angal ni Carlo, “sabi ko lang naman sa iyo, bilisan lang natin. Hah, hah, hah...

hindi ko naman sinabing tumakbo tayo at mag-marathon.

Hindi mapigilan ni Cassandra ang humagikhik ng tawa. Akala mo hinihika si Carlo sa itsura nito. Nakahiga na sa damuhan habang hinahabol ang hininga.

"Tingnan mo 'to. Pinagtawanan pa ako!" angal ni Carlo.

Naawa naman si Cass at umupo sa lapit ni Carlo sabay hinigit at kinalong sa ulo nito. "O, ayan masaya ka na? Kasalanan ko ba kung lampa ka?", sagot nito.

"Aray! Dahan-dahan naman sa ulo ko. Muntik ng matanggal a! Basta mo na lang hinigit. Nakakabit pa yan sa katawan ko, 'no... baka hindi mo napapansin."

"Hi! Hi! Hi! Oo nga pala. Sori. Akala ko, detachable... walang pakiramdam. Whew, ang sarap ng hangin...ang ganda dito... ang ganda ng view!"

"Oo nga," sagot ni Carlo, habang nakatingala kay Cassandra, "pag ganito lagi ang view, okay lang kahit dito na lang ako forever."

"Forever ka d'yan! Tingnan mo dun, o... ang ganda ng mga ulap, diba?"

"Wala nang mas gaganda pa sa tinitingnan ko ngayon."

Nagtaka si Cassandra sa sagot ni Carlo. Tumungo ito at nakitang siya ang pinagmamasdan ni Carlo.

"Abnormal ka talaga!" banat ni Cassandra, sabay tayo nito, Bagsak ang ulo ni Carlo sa damuhan.

"ARAY! Ano ba, maawa ka naman sa ulo ko!"

"Puro ka kasi kalokohan. Tara, dun na tayo sa may dagat. Malapit ng lumubog ang araw."

Tumayo si Carlo at iiling-iling na sumunod. Kahit masakit ang ulo ay nangingiti ito.

Isang napakagandang tanawin ang masaksihan ang dahan-dahan na paglubog ng araw sa kanluran ng dalampasigan ng Maynila. Ang napakagandang panooring ito ay isa sa ipinagmamalaking atraksyon ng Pilipinas sa mga turista.

"Ang ganda 'no? Grabe... wala akong masabi sa ganda," wika ni Cassandra.

"Oo nga. Wala ng gaganda pa dito," sagot ni Carlo habang palihim nitong pinagmamasdan si Cassandra. "Wala na talaga..."

"Teka! Oo nga pala!" biglang sabi ni Carlo, "Wala pa tayong picture na magkasama. E, papaano namang maniniwala si Eloisa na tayong dalawa kung wala man lang tayong picture?"

"Hah! Kailangan pa ba 'yun?"

"Syempre ba! Teka, dapat maganda first picture natin together. Kailangan... dramatic! Ummm, ayoko ng selfie... ahhh! Alam ko na! Boss, boss boss," sigaw ni Carlo habang tinatawag ang isang photographer na malapit sa kanila.

"Sir, bakit? Gusto n'yo bang magpa-picture?" tanong ng photographer paglapit sa kanila.

Oo, sana. Pero yung cellphone namin ang gamitin n'yo pagkuha. Babayaran ko rin kayo kung magkano ang singil n'yo," sagot ni Carlo.

"O, sige, sir, kung yun ang gusto n'yo. Saan n'yo ba gustong magpakuha?"

"Dito, habang lumulubog ang araw. Tara, Cass, dali baka lumubog na ang araw! O, bossing, d'yan kayo ha. Dito kami, backdrop namin yung sunset. "Naku, low batt na cellphone ko! Cass, yung cell mo na lang gamitin natin, pwede ba?"

"May magagawa pa ba ako? O, eto."

"Okay... o bossing dito kami, maganda ba? Kuha ba yung paglubog ng araw?"

"Oo, sir. Maganda nga napili n'yo. Very romantic sa inyong dalawa."

"O, h'wag ka nang umimik d'yan," bulong ni Carlo kay Cassandra. "O, dito tayo," malakas na sabi ni Carlo, "kunwari naka-tingin tayo sa araw habang lumulubog."

"Nakupo, ang baduy!!!" daing ni Cassandra pero sumunod na lang sa gusto ni Carlo.

"O bossing, go na!" sigaw ni Carlo sa photographer.

"Okay, 1, 2, 3! Okay na sir."

"Bossing, isa pa!" hiling ni Carlo, "yung nakaharap naman!"

"Sige sir. O, harap kayo. Ready, 1, 2, smile... Ayyy, Ano ba yan!" hiyaw ng photographer.

Eksaktong pag-click ng cellphone ay may asong tahol ng tahol ang biglang kumarimpas ng takso sa tabi nina Cassandra at Carlo. Nagulat ang dalawa at hinila ni Carlo si Cassandra sa may baywang upang iiwas ito sa aso. Ito ang nakunan ng picture.

"Ang gulat ko dun sa aso, a!" sabi ni Cass, "akala ko kung ano na!"

"Hah! Ikaw nagulat lang... e, ako sobrang takot ko. Akala ko nga kakagatin ka, kaya hinigit kita! Sori, nasaktan ka ba?"

"Hindi, okay lang. O, ano manong, okay ba yung picture?" tanong ni Cass.

"Hindi ko po sigurado. Kasi gumalaw po kayo... at ako rin sa gulat ko dun sa aso."

"E, bossing, baka pwedeng paki-picture na lang ulit?" hirit ni Carlo.

"E, sir, low batt na rin 'tong cellphone. Di na kayang mag-flash. Madilim na po, wala nang makikita kung walang flash."

"A, ganun ba. O sige bossing, okay lang. Eto po ang bayad namin. Maraming salamat po." sabi ni Carlo.

"Thank you rin po sir. Ma'am, eto na po yung cellphone ninyo. Sige po, aalis na po ako."

"Sige po ingat," sagot ni Carlo.

Habang nag-uusap si Carlo at ang photographer, tinitingnan naman ni Cassandra ang mga kuha sa kanila. Nagulat siya, kasi kahit medyo blurred, okay pa rin yung pangalawang picture. Parang napangiti ito pagkakita sa litrato.

"Cass, ano okay ba? Nabuo ba yung pangalawa? Patingin naman, o,"tanong ni Carlo.

"Hah! Ano... isa lang ang nabuo. Yung pangalawa, w-wala, sira, ang labo-labo. Binura ko na," sagot ni Cassandra.

"Sayang. Di bale, at least merong isa. Patingin naman, o," hirit ulit ni Carlo.

Pinakita ni Cassandra kay Carlo ang unang picture. “Wow, Ang ganda! Okay na okay. Send mo sa akin, para may kopya rin ako, tuwang-tuwang sabi ni Carlo.

“O, sige... sandali lang. Mmmmm... o ayan, na-send ko na. Natanggap mo na ba?”

“Wait lang... ummm, ayan na receive ko na. Yes, ito na ang gagawin kong wallpaper. Ummm, hindi ba dapat magka-akbay tayo?”

“Mangarap ka na lang... mangarap ka na lang,” asar na sagot ni Cassandra.

Muling pinanood ng dalawa ang paglubog ng araw. Bawa’t isa ay malayo ang iniisip. Hindi nagtagal ay tuluy-an ng lumubog ang araw. Binalot nang dilim ang paligid.

"Sana ganito na lang palagi. Masaya... walang pinoproblema... walang iniisip... walang nagpapagulo ng buhay." wika ni Cassandra.

"Hmmmm... Oo nga, ang sarap ng pakiramdam ano? Sana nga, ganito na lang lagi. Walang problema, walang magulo... at masaya. Kontento na ako sa ganito... lalo na at kasama ko ang mahal ko sa buhay."

Ang Importante...Ngayon

"Kontento na ako sa ganito... lalo na at kasama ko ang mahal ko sa buhay."

Dahan-dahang tumingin si Cassandra kay Carlo, nailing, sabay sinabing, "Carlo, hindi ba sinabi ko na...?"

Hindi tumingin si Carlo. Nanatiling nakatingin sa dakong kanluran. Bumuntong-hininga saka nagsalita. "Oo naman, alam ko naman yung sinabi mo. Hindi ko naman nakakalimutan. Wala namang nagbago. Sinabi ko lang naman na masaya ako dahil kasama kita... yun lang naman ang totoo. Masama ba 'yon?"

Hindi na sumagot si Cassandra. Hinayaan na lang ang katahimikan ang mangibabaw.

"God, tinetesting mo ba ako? Alam n'yo naman na ayaw ko na. Di ba sabi ko nga, tomboy ako. Okay na ang ganito. H'wag naman ganyan. Konting break naman... please. H'wag na ulit may masaktan. Baka hindi... hindi... na makayang makabangon pa... Please naman, o, huwag na nating ulitin pa ang nakaraan..." tahimik na dasal ni Cass.

Maya-maya pa ay nagsalita na si Cassandra.

"Sabi mo may dala kang pagkain. Nasaan na? O, drawing lang 'yun?"

"Huh!" sabi ng waring namalikmatang si Carlo.

"May dala ka ba o wala?"

"Huh, ako pa! Mmmm, teka, pwede na ba dito? Hmmm, pwede na. Maliwanag naman saka my mauupuan tayo."

Ibinaba ni Carlo ang dalang back-pack at sinumulang ilabas ang mga laman nito.

"Gutom na gutom na ako. Feeling ko kaya kong kumain ng isang bandehado." sabi ni Cass.

"Kahit hindi ka naman gutom, kaya mong kumain ng ganun karami! O... o... joke lang! Manghahampas ka na naman. Maawa ka naman sa akin."

"Ano ba 'yang mga dala mo?" tanong ni Cassandra.

"Ano pa? E di syempre yung paborito mong mami, siopao, butse at sitsaron. Wala lang ice-cream ha, kasi tunaw na yon kung sakali."

"Nakow, e di, siguradong malamig pa sa ilong ko ang mga 'yan." reklamo ni Cass.

"Oh ye have little faith... watch and learn," pagmamayabang ni Carlo. "Ibinalot ko po ang lahat sa foil... tapos ibinalot ko ulit ang lahat sa blanket para hindi lumamig agad. O, hawakan mo... warm pa."

"Oo nga ano," sagot ni Cass. "Tamang-tama naman yung blanket para sapin natin." sabay latag ng blanket kasunod ng pag-aayos ng mga pagkain.

"Eksakto!" wika naman ni Carlo. Iniabot nito ang mga kutsara't tinidor pati na ang straw kay Cass. Tulad ng nakagawian, pinunasan nito ang mga kutsara at tinidor. Pagkatapos ay sinilip isa-isa ang mga straw kung mayroon dumi.

"Nasaan ang sabaw ng mami? Huwag mong sabihin na nalimutan mo?" nagpa-panic na tanong ni Cassandra.

"Don't panic, I've got it all covered," sagot ni Carlo sabay labas ng isang maliit ng thermos bottle. "O, siguradong mainit na mainit ang mami natin!"

"Wow naman, impress na ako talaga!" sabi ni Cass. As usual, s'ya naman ang nag-asikaso. Kay Carlo ang chicken mami at bola-bola siopao at sa kanya naman ay beef mami at asado siopao. Tatlong butse sa kanya at isa lang kay Carlo. Yung tsitsaron nasa gitna."

"Naku, wala tayong tubig!" sabi ni Cass.

"Pwede ba naman yun? Ta Dah!" sagot ni Carlo sabay labas ng 2 malamig na softdrinks in can.

"Wow! Ice-cold, paano mo...?"

"Ikaw kasi, takbo ka lang ng takbo. Nung papunta tayo dito, dumaan ako sandali dun sa tindahan at bumili ako. Kaya po ako nahuli... hindi po ako lampa!"

"Sige na nga, bow na ako sa iyo."

"O, pray muna tayo bago kumain."

"**Bless** us, **O Lord, and these**, **Thy gifts**, which we are about to receive from **Thy** bounty. Through Christ, our **Lord**. Amen."

"O, ano pang hinihintay natin? Attack!"

Makaraan ang kalahating oras.

"Mmmm... sarap! Pag-ganito ng ganito baka maging dabiana na ako. Burrp! Ops, sorry. Hi! Hi! Hi!" sabi ni Cass.

"Huh! Ikaw magiging Dabiana? Wish ko lang! E, ang bilis-bilis ng body metabolism mo mag-digest ng pagkain. 'Di ko nga malaman kung saan mo pinaglalagay ang mga pinagkakain mo. Siguro butas yang paa mo. D'yan nalabas ang mga kinakain mo. Hah! Sigurado ko, mam'ya lang gutom ka na naman."

"Sobra ka."

"Ha! Ha! Ha! Naku, huwag ka nang mag-malinis pa sa akin, Cassandra. Buking na sa akin yang... ummm... healthy appetite mo. O yan ha, pinaganda ko pa! Haay, parang nabundat ako dun, a! Ang bilis kasi ng kain natin."

"Oo nga. Para ka kasing nakikipag-contest ng pabilisan sa pagkain. Hinati ko naman ng fair yung mga pagkain."

"Hmmm, fair ka d'yan! E, halos ikaw yung umubos ng tsitsaron. Pati yung butse ko, muntik mo pang kainin!"

"Huh! Akala ko lang naman sa akin yung butse mo. Hindi ko nabilang na tatlo na pala yung nakain ko. Saka, kasalanan ko ba kung hindi ka kumukuha ng tsitsaron?"

"Paano ako kukuha ng tsitsaron, e nawala sa gitna, napunta d'yan sa tabi mo!"

"Ay, oo nga ano. Hi! Hi! Hi! Sori, nalimutan kong ibalik sa gitna."

"Nakow, ngayon mo pa ibabalik, wala ng laman!"

"Meron pa o... yung mismis! Hi! Hi! Hi!"

"Asus, at nang-asar pa..."

"Hi! Hi! Hi! Paano nga kaya kung tumaba ako?"

"Ay alam ko na ang itatawag ko sa iyo."

"Huh! Ano?"

"Tom-baboy o kaya Cass-singtaba... Ahahaha! Aray! Aray! Ano ba? Ginagawa mo nang punching bag ang ulo ko, a!"

"Hi! Hi! Hi! Sori na. Alam mo naman 'tong kamay ko, parang nama-magnet ng ulo mo. Ang sarap kasing hampasin. Pero, seryoso... nakakahiya naman sa iyo. Ikaw na lang ang gumagastos. Baka sabihin mo naman inaabuso ko na ang kindness mo. Pwede naman akong maki-share kahit kaunti."

"Huh! Totoo ba ang naririnig ko? Si Miss Takaw, este si Miss Cassandra Sta. Maria, nahihiya? Wow, kailan pa? Since when? Ha! Ha! Ha!

"Sobra ka naman. Na hu-hurt din ko, baka di mo alam."

"Asus at nag-drama pa! Naku, Cassandra, tigilan mo nga 'yan... hindi bagay sa iyo."

"Hmmp! Tandaan mo... simula sa araw na ito, hinding-hindi na ako magpapa-libre sa 'yo. Promise ko 'yan. Itaga mo sa bato."

"Hanggang kailan?"

"Hanggang bukas!" sabay tawa ni Cass at sinabayan na rin ng halakhak ni Carlo. Halos maiyak-iyak ang dalawa sa katatawa.

Maya-maya pa nagsalita si Carlo, "Huwag mo ng isipin yung gastos, Cass. Dinagdagan kasi ni Papa yung allowance ko."

"Owws, ka-swerte mo naman. Bakit naman? Anong pambobola ang ginawa mo at may increase ka sa allowance mo? Baka pwedeng maki-hati naman d'yan? Hi! Hi!" tanong ni Cassandra.

"Sabagay, dapat may hati ka talaga."

"Hah... bakit naman?"

"E, kasi, kaya dinagdagan ni Papa ang allowance ko," ang mahina at nahihiyang sagot ni Carlo, "kasi para raw may pang-date ako... sa iyo."

"Hindi pa parang niloloko natin ang mga parents natin?" tanong ni Cassandra.

"Mmmm, hindi naman siguro. Talaga namang kumakain tayong dalawa... katulad ngayon, diba? Hindi nga lang talagang... date."

"Yun na nga. Yung pagku-kunwari nating may relasyon tayo... baka mag-backfire sa atin sa huli. Lalo na kung malalaman nilang... ano, tomboy ako."

"E di, totohanin na lang natin."

"Carlo, hindi ba sinabi ko na tomboy nga ako at hindi...?"

"Joke lang! Ikaw talaga, masyado kang seryoso. Hindi ka pa nasanay sa akin. Sa sampung sinabi ko, eleven dun mali! Ha! Ha! Ha! H'wag na nating problemahin yun. Okay naman sa atin ang sitwasyon, diba? O, di bahala na ang bukas!"

Hindi na sumagot si Cassandra. Tumango na lang ito at nanahimik.

"Tara, uwi na tayo para hindi tayo masyadong gabihin sa daan," pagyayaya ni Carlo.

"Oo nga. Uwi na tayo. Nagugutom na ako, e," sagot ni Cassandra.

"Haaiiisss!"

Nang gabing iyon, indi makatulog si Carlo. Hindi maintindihan ang nangyayari sa sarili.

"Ano ba naman ang nangyayari sa akin. Yung ka-simple-simple kong plano para kay Eloisa parang nagiging magulo, a! Bakit kasi ganun si Cass...

sobrang naiiba. Ewan ko nga ba! Ay, naku Carlo... umayos ka. Alam mo naman na tomboy si Cass kaya tigil-tigilan mo na yang mga kabalastugang pinag-iisip mo. Kung yung bestfriend — syota nito dati, hindi umubra, kahit ang tagal-tagal na nila, ikaw pa! E, ngayon pa nga lang kayo naging close. Mabait lang si Cass... malambing... maalahanin... kenkoy... vibes... ma —HAAY, NAKU, sabing tigilan mo na e. Tandaan mo, naging close lang kayo ng husto dahil kay Eloisa. Kaya lang ito tumutulong ay dahil kay Rachel, di ba? Iyon ang deal n'yo. AT SA TSIBOG! Yun lang yon! Hmmm, pero, bakit hindi naman s'ya dumisdiskarte kay Rachel? Hiiii! Problema na niya iyon! Bakit ba pinag-iisip mo pa yun? Kaya ka nawiwindang,e! Basta focus ka na lang sa goal mo. At yun ay magkabalikan na kayo ni Eloisa. Period! Tigilan mo na ang tungkol kay Cass kung ayaw mong magaya kay Michael. Haaiiiisss!

Sa Hirap at Ginhawa

Makalipas ang ilang araw, nagulat si Carlo ng biglang lumapit si Eloisa sa kanya habang sila nagka-klase.

"Uy, Eloisa, to what do I owe this honor? What can I do for you, that others less handsome than me cannot do?" pagbibiro nito.

"Mmmm, yan ang gusto ko sa 'yo Carlo, you are really very charming and cute!" sagot ni Eloisa. "Wala lang, feeling stressed out lang ako."

"Owwws, Si Eloisa Martinez... nai-stress? I find that hard to believe."

"Totoo! Alam mo kasi, na bo-bore na ako kay Arthur. Hmmmp, he's a total jerk! Hindi katulad mo. Anyway, I'm thinking of breaking up with him. I'm just looking for SIGNS, if you know what I mean. That's why medyo stress nga ako ngayon lately."

"Wow! Mukhang things are going well for me," galak na galak na naisip ni Carlo.

"Talaga? Oh, what can I do to help?" tanong ni Carlo.

"Gusto kong mag-gala-gala. Let's hang out in the malls. I find it very relaxing when I'm shopping. Can you accompany me? Please... pretty, pretty please?

"A, o, sige! I'll call Cass para kasama s'ya."

"Hah! Do we have to... Hmmp! Okay... Oo nga pala, she's your girlfriend," sagot ni Eloisa na masama ang loob, "Okay the more the merrier!

Agad tinawagan ni Carlo si Cassandra. Halatang excited na excited ito.

"Hello," matamlay na sagot ni Cassandra.

"Hello, Cass... o bakit yata mahina ang boses mo?"

"Medyo masama lang ang pakiramdam ko. O, bakit napatawag ka?"

"Uhumm," isip-isip ni Carlo, *"mukhang natunugan nito na yayayain ko sa lakad namin ni Eloisa at balak na namang tumakas!"*

"Cass, kasi... pwede ka ba mam'ya? tanong ni Carlo, "nagyayaya si Eloisa mag-hangout sa mga malls. Gusto lang daw mag-alis ng stress."

"Mmmmm, anong oras? Medyo masama lang talaga ang pakiramdam ko kasi," sagot ni Cass.

"Hmmmp! Sabi ko na nga ba, e. Balak na namang tumakas," naisip ulit ni Carlo.

"Owwws, totoo? May sakit ka? Tinatablan ka ba ng sakit? Ha! Ha! Ha! Ikaw ha, balak mo na namang tumakas. Remember, you made a promise."

"Hindi, talagang masama ang pakiramdam ko."

"Sige na please! This is something big! Mukhang balak na ni Eloisa makipag-split kay Arthur. And you know what that means, diba?

"A, ganoon ba? O sige. Tama ka, baka lagnat laki lang ito. Pero pwede, uuwi muna ako para makapahinga ng konti at makainom ng gamot. Saka para makapag-paalam din kay Mommy. Pwede bang sa bahay mo na lang ako sunduin?

"Okay, no problem. Tamang-tama, may ipapagawa lang akong tarpaulin na kailangan para sa Surgery subject namin. D'yan lang sa malapit sa atin. Group reporting at yun ang importanteng visual aid na gagamitin namin. Almost half ng final grade namin, nakasalalay sa report namin, so dapat lang na astig ang props. Pag nag-palpak kami dun, siguradong bagsak kami. Anyway, basta sure ha? Walang taguan. Mmmm, mga four ng hapon kita susunduin, okay lang? "

"A, o, sige. Hintayin na lang kita ng four dito." Basta kung oks-oks ang ambiance n'yo ni Eloisa, sibat na ako, ha?"

"Syempre naman. Magiging asungot ka na lang doon. Ha! Ha! Ha!" masayang nasabi ni Carlo.

Nakauwi na si Cassandra. Uminom ng gamot pero hindi pa rin nawawala ang sakit. Mukhang lalo pang tumaas ito. Mga dakong three-thirty nang hapon ng dumating si Carlo.

"Magandang hapon po. Hello? Cass, nandito na ako," tawag ni Carlo.

Lumabas ang Mommy ni Cassandra. "Uy, Carlo, ikaw pala. Pasok... pasok," ang bati nito.

"Salamat po. Naand'yan po ba si Cass?"

"Naku, may sakit. Naandoon sa kwarto n'ya at natutulog.

"Nakupo," masama ang loob na naisip ni Carlo, *"sabi ko na, i-style na naman ito si Cassandra para makaiwas na naman... Hmmmp, kainis! Teka, hindi pwede to..."*

"Ho, ganun po ba? Naku, pwede ko po ba s'yang puntahan? Tamang-tama po at dala ko ang mga gamit ko. Pwede ko po sy'ang ma-check-up." pagkukunwari ni Carlo para makapasok sa kwarto si Cass.

"Naku! Thank you, Carlo, thank you. Mabuti na lang at dumating ka."

"Hah! Huli ka ngayon Cassandra," naiisip ni Carlo, *"huli ka! akala mo makakatakas ka, ha! Sigurado ko, nakahiga lang at nagpapaka-bundat lang ito dahil walang tigil ng kakakain!"*

Pero, iba sa inaasahan ni Carlo ang nadatnan. Nakita nila si Cassandra na balot na balot ng kumot, nanginginig at basang-basa ng pawis. Hinawakan ni Carlo ang noo nito at sobrang taas nga ng lagnat. Nagtulong si Carlo at Mommy para mapunasan ito ng pawis. Kinuha ni Carlo ang thermometer sa gamit n'ya, habang pinapalitan ng damit ni Mommy si Cass. Gusto n'yang macheck kung gaano kataas ang lagnat ni Cass. Pagbalik ni Carlo ay naalimpungatan si Cassandra at nagising.

"Hmmm, Carlo? Pasens'ya ka na... mukhang di ko talaga kayang lumakad ngayon. Sori, ha," dispensa ni Cassandra.

"May lakad ba kayo ngayon, Carlo?" tanong ni Mommy.

"Naku, wala po 'yon. Hindi po importante yun," sagot ni Carlo. "Sige po, babantayan ko na po si Cass. Gawin na po n'yo muna ang mga gagawin ninyo."

"A, o, sige. Salamat, ha. Kanina pa nga ako walang magawa kababantay ko kay Cass. Hindi ko naman malaman ang gagawin kasi wala ako talagang kaalam-alam pagdating sa ganyan."

"Sige po... ako na po ang bahala. Tatawagin ko na lang po kayo kapag kailangan po."

Nang makalabas na si Mommy ay nagsalita si Cassandra.

"Uy, okay lang ako. Sige na... sayang yung date n'yo ni Eloisa," sabi ni Cass at nakuha pang magbiro, "Sabi mo nga, baka ito na yung moment na hinihintay mo."

"Magtigil ka nga d'yan Cass. Hindi biro 'to, ang taas-taas ng lagnat mo. Baka kung ano na 'yan. Kukuhanan kita ng temperature," sagot ni Carlo habang inilalagay ang thermometer sa bibig ni Cass. "Tamang-tama, tatawagan ko lang si Eloisa habang hinihintay ko result ng temperature mo."

"I'm sorry Eloisa, but we have to cancel our plans. May sakit si Cass," ito agad ang sinabi ni Carlo pagkasagot ni Eloisa ng tawag n'ya.

"Hah! Baka naman lagnat-lagnat lang yan. You know, baka umaarte lang si Cass kasi nai-insecure sa akin or baka gusto ka lang n'yang masolo. Ha! Ha! Ha! Ummm, very selfish naman n'ya. Baka naman pwedeng iwanan mo na lang siya."

"No Eloisa, i think this is serious. My bad, hindi agad ako naniwala sa kanya. Sorry, but we have to forego our plans this afternoon."

"BAHALA KA!" galit na sagit ni Eloisa sabay sara ng phone.

Hindi masyadong marinig ni Cassandra ang pinag-uusapan pero nararamdaman nito sa tono ng usapan na masama ang loob ni Eloisa.

Pagbalik ay kinuha na ni Carlo ang thermometer at tiningnan.

"Carlo, sige na... tumuloy ka na. Baka mabad-shot ka pa kay Eloisa. Sabi ko naman sa 'yo, wala to. Masayado lang mag-panic si Mommy."

"Cass, pwede manahimik ka. Huwag mong ipilit yung pagka-amazona mo dito," sagot ni Carlo habang tinitingnan ang thermometer. "Naku, sabi ko na nga ba, ang taas-taas nang lagnat mo. Hindi maganda 'to. Mommy! Mommy!" hiyaw ni Carlo.

"O, bakit Carlo, anong problema?" sagot ni Mommy habang humahangos papasok ng kwarto.

"Grabe po ang taas ng lagnat ni Cass. Kailan pa po ba s'ya nagkalagnat?" tanong ni Carlo.

"Naku, mga tatlong araw ng nilalagnat yan. E, matigas ang ulo, tuloy pa rin ang pasok kasi may mga importante raw silang tinatapos sa school."

"Ho! Delikado po ito, baka na-dengue po si Cass. Teka po, i-check ko po kung may dengue s'ya."

Hindi na umangal si Cass. Hinang-hina na ito at nahihilo. Naramdaman na lang n'ya na may mahigpit na lastikong inilagay si Carlo sa braso niya. Maya-maya pa ay, "Mommy, positive po. May dengue po si Cass. Kailangan pong dalhin natin agad s'ya sa ospital," sabi ni Carlo.

Medyo nahimasmasan si Cass at narinig ang sinabi ni Carlo. "Ospital? Naku, 'tong si Carlo... mas nerbiyosa pa kay Mom. Wala lang ito... lagnat...Hurrrp!" Hindi na natapos ni Cass ang sinasabi dahil sumuka ito ng dugo.

Narinig na lang nito ang paghiyaw at pagkakagulo ni Carlo at Mommy n'ya. Pagkatapos ay tuluyan na itong nawalan ng malay.

Hindi nag-aksaya ng panahon si Carlo. Agad nitong binuhat si Cassandra. Habang buhat-buhat ay nagbilin siya ng mga dapat gawin kay Mommy. Ipinahanda ang lahat ng kakailanganin gamit ni Cass at sinabihang sumunod sa kanya. Importanteng madala agad si Cassandra sa hospital kaya uuna na siya.

Pagkalabas ng bahay ay nakakita agad si Carlo ng taksing walang laman. Dali-dali n'ya itong tinawag at sumakay. Napagpas'yahan ni Carlo na sa Philippine General Hospital dalhin si Cass. Bukod sa alam nitong tiyak na mabibigyan si Cass nang pinakamahusay na pag-aalaga dito, marami din s'yang kakilalang doktor at nurses doon dahil dun s'ya nag-te-training. Iba na rin kasi kung may kilala ka.

Habang humahagibis ang taksi papunta sa hospital, tinawagan ni Carlo ang kaibigang doktor na alam n'yang naka-duty sa araw na iyon. Ineksplika n'ya ang sitwasyon at nakiusap na kung maaari ay ihanda na ang lahat ng kakailanganin para sa pagdating nila. Tiniyak ng kanyang kaibigan na ihahanda nito ang lahat para sa madaling pag-admit kay Cassandra.

"Cass, sori, sori. Akala ko kasi nanloloko ka lang. Sori, dapat naniwala agad ako sa iyo," nangingiyak-ngiyak na nasabi ni Carlo, *"Cass, please... please, h'wag ka namang bibitaw, please. Laban tayo, ha... laban tayo. Huwag mo akong iiwan, please. Sori na, sori na. Kahit batukan mo pa ako araw-araw... kahit gawin*

mong punching bag ang ulo ko, okay lang... okay lang. Basta naand'yan ka lang...," pagsusumamo ni Carlo habang kalong ang halos walang buhay na katawan ni Cassandra.

Nang dumating sila Carlo sa hospital ay dali-dali silang sinalubong ng staff at nurses, kasama ang kaibigang doktor ni Carlo. Mabilis na nailipat si Cassandra sa stretcher at dinala agad sa emergency room para malapatan agad ng unang lunas. Gusto sanang sumama ni Carlo pero pinigilan na siya. Sila na raw ang bahala at makabubuting sa labas na lang siya.

Minabuti ni Carlo na tawagan ang Mommy ni Cassandra para malaman kung ano na ang nangyari. Nang matapos na silang mag-usap ay agad-agad itong pumunta sa labas ng emergency room. Gusto n'yang malaman agad ang status ng kondisyon ni Cassandra. Maya-maya pa ay lumalabas ang kaibigang doktor ni Carlo.

"Ishmael, ano kamusta? Kamusta ang lagay ni Cassandra?" tanong ni Carlo.

"Carlo, tatapatin kita ha. Doktor sa doktor. Medyo delikado kasi napabayaang lumala yung dengue. Dapat noon pa s'ya dinala sa hospital. Mahinang-mahina na ang katawan nito. I don't know, we may need a miracle... pero, Bro, gagawin namin lahat nag magagawa namin para... para malampasan natin ito," malungkot na sagot ni Ishmael.

Hindi makapaniwala si Carlo ng marinig ito. Hindi nito namalayan na napa-upo na lang siya sa sahig na parang kandilang nauupos.

"Carlo, okay ka lang ba?" tanong ni Ishmael.

"Huh? Okay lang... okay lang," ang parang tulalang nasabi na lang ni Carlo.

"O, sige, Bro. I have to go inside. Pare, lakasan mo loob mo. I assure you we will do our best," sabi ni Ishmael. "O, Bro, may humahangos na nanay. I think it's your friend's mother. O, sige na, I'm already needed inside."

Napilitang si Carlo na ayusin ang sarili para hindi naman nerbiyosin ang Mommy ni Cass.

"O, Carlo, kamusta si Cass. Nasaan na s'ya?" tanong ni Mommy.

"Nasa ER na po si Cass. Ummm, ginagamot na po ito. Maghintay na lang po daw tayo dito para malaman natin ang resulta," sagot ni Carlo.

"Naku, bakit ba nangyari ito. Kung kailan pa naman nasa destino Daddy ni Cass. Ninenerbiyos ako... hindi ko malaman ang gagawin ko."

"Relaks lang po kayo, Mommy. Ako na po ang bahala. Mga kaibigan ko po ang tumitingin kay Cass at sigurado po ako na gagawin nilang lahat para gumaling po si Cass."

"Hah! Sabi ko na masama na ang lagay ng anak ko. Hu! Hu! Hu! Tatawagan ko ang Daddy n'ya..."

"Mommy, huwag na lang muna ninyong tawagan si Daddy. Wala naman po syang magagawa. Baka nerbiyosin pa yun doon. Mam'ya na lang po natin itong tawagan kapag klaro na ang lahat. Saka naandito naman po ako. Di ko po pababayaan si Cass."

"Hu! Hu! Hu! Tama ka siguro. May high-blood din kasi ang Daddy ni Cass. Baka atakihin pa sa puso 'yon pag nalaman ang nangyari."

Para kay Carlo, ang bagal-bagal ng takbo ng oras. Pakiramdam nito ay napakahaba na ng kanilang pinag-hihintay pero nung tingnan n'ya ang relos ay halos wala pang sampung minuto ang nakakaraan simula ng huli silang mag-usap ng kaibigang doktor. Si Mommy ay nasa isang sulok ng upuan, taimtim na nagdarasal. Halos mapudpod naman ang sapatos ni Carlo dahil sa walang tigil nitong paikot-ikot na paglalakad.

Muling lumabas si Ishmael. Agad nitong pinuntahan si Carlo.

"Bro, ano kamusta? Okay na ba si Cass?"

"As I have suspected, bordering on severe case of dengue na situation ni Cass. We are still trying to arrest it and we are hoping we are not too late. We will be transfering Cass to the ICU to better monitor her condition.But that's not all. We desperately need to make a blood tranfusion para ma-stabilize her condition, specially her blood pressure. It is slowly dropping into the danger zone. She's maybe going into a shock. We need both blood and blood platelet immediately."

"Sige, Bro, do what you think is best."

"Here's the thing. I'll get straight to the point. We will start with the blood transfusion to stabilize things then we'll follow it up with the blood platelets. We have ordered from the Red Cross but unfortunately, it will take a couple of hours to get it here, which is stretching things a bit. It is really crucial at this point that we begin administering the blood transfusion already. Her blood pressure is dangerously low. Regrettably, we do not have the same blood type as that of Cass and, as I said, we really... really need it now — right now.

"Ano ba ang blood type ni Cass?"

"Type A."

"Bro, I have the same blood type. Get it from me..."

"Okay, let's go. We'll start the procedure immediately."

Bago sumama kay Ishmael, kinausap muna ni Carlo si Mommy at nag-explain kung ano na ang nangyayari. Naiiyak na nagpasalamat ito sa kanya.

———————————————————————

The next 24 hours will be critical. Ito ang salitang binitawan ni Ishmael bago sila naghiwalay ni Carlo. Nasa loob ng kapilya ng PGH si Carlo. Kahit nahihilo-hilo pa ito ay pinilit makapunta dito. Matapos ang blood transfusion, Dr. Navarro said that everything is in God's hand already. There is nothing more that they can do than just wait... and pray.

=====================

Dengue Reference:

http://www.who.int/mediacentre/factsheets/fs117/en/

Severe dengue is a potentially deadly complication due to plasma leaking, fluid accumulation, respiratory distress, severe bleeding, or organ impairment. Warning signs occur 3–7 days after the first symptoms in conjunction with a decrease in temperature (below 38°C/100°F) and include: severe abdominal pain, persistent vomiting, rapid breathing, bleeding gums, fatigue, restlessness and blood in vomit. The next 24–48 hours of the critical stage can be lethal; proper medical care is needed to avoid complications and risk of death.

====================

"God, alam ko pong hindi ako laging nagdarasal sa Iyo. Lagi ko pong nalilimutan magpasalamat sa lahat ng ibinibigay N'yong grasya sa akin. Pasens'ya na po, God. Hindi po naman ibig sabihin nun e, hindi po ako thankful... talaga lang pong tamad ako. Opo inaamin ko po iyon. Pero God, please naman po... pagbigyan N'yo po naman ako sa request ko ngayon... please po...pagalingin N'yo naman po si Cass. Alam ko po na tomboy si Cass, pero mahal ko po siya. Okay lang po na hindi kami, basta buhay s'ya. Okay na yun, God. Huwag N'yo po naman syang kuhanin agad. Ang bata-bata pa po n'ya. Marami pa po s'yang magagawang maganda dito sa mundo. Marami po kaming iiyak dito... unang-una na po ako. Promise ko po, lagi na akong magdadasal at magpapasalamat sa Inyo. Promise ko po yon. Pag hindi ko po ginawa, patamaan N'yo ako ng kidlat. Sige na please..." ang taimtim na dasal ni Carlo.

Matapos magdasal ay bumalik na sa hospital si Carlo. Wala pa siyang tulog simula pa nang magbigay siya ng dugo. Alam na rin sa kanila ang nangyari. Si Rachel ay nasa hospital na rin. Pinauuwi na nga nito si Carlo, pero ayaw umalis hanggang hindi pa nalalaman kung ano ang estado ng kalagayan ni Cassandra.

Inabutan niya si Rachel at Mommy na naghihintay sa labas ng ICU. Pagkakita sa kanya ni Rachel ay yumakap ito sa kanya.

"Ano, wala pa bang balita?" tanong ni Carlo.

"Wala pa Kuya. Nakita naming humahangos dumating si Dr. Navarro kanina pa, may nagka-cardiac arrest daw...," sagot ni Cass.

Napatingin si Carlo sa relos. “Hah! Cardiac arrest? Huwag naman po sana... h’wag naman po sana...”

“God, diba nangako naman ako sa iyo. Sabi ko naman, please... please naman... bakit naman ganoon?”

Tyempo naman na lumalabas si Dr. Ishmael Navarro. Halatang nanlulumo ito. Lumapit sina Carlo sa kanya.

“Bro... I’m really sorry...namatay...” pasimula nito.

Kapag May Nagmamahal sa Iyo

"Bro... I'm really sorry...namatay," wika ni Dr. Navarro.

"Hindi makapaniwala si Carlo sa naririnig. Pakiramdam niya ay sasabog ang puso sa pighating nararamdaman.

"God, bakit ganon? Bakit naman ganoon?" ang tanging naisip niya.

Parang nananadya, nagbalik gunita kay Carlo ang masayang alaala nila ni Cassandra sa Luneta. Parang naririnig pa nito ang mga sinasabi ng huli.

"Sigurado naman, hindi ka sisikat. Ilusyon mo lang yun! Hi! Hi! Hi!"

"Kung sakali man na sumikat ka nga... naku, hwag naman po sana... Hi! Hi! Hi!... hinding-hindi ako hihingi ng autograph mo!

"Hi! Hi! E, ang dami ko nang sulat na galing sa 'yo 'no? Lahat yata ng notebook ko pinag-susulatan mo na. Kung sisikat ka man, sigurado ko

milyonaryo na ako! Yun lang, kung may bibili ng autograph mo."

"Sinong mabaho ang paa? Ikaw yata yun. Nung tinanggalan kita ng sapatos nung may sakit ka, muntik na akong himatayin sa baho! Eeewww... yuck!"

"Sana ganito na lang palagi. Masaya... walang pinoproblema... walang iniisip... walang nag-papagulo ng buhay."

"...yung isang patient ko... cardiac arrest... kaya ngayon lang ako nakalabas..." natigilan sa pagsasalita and doktor nang mapansin ang kakaibang reaksyon nila Carlo.

Namalikmata si Carlo. Nabalik ang atensyon sa sinasabi ni Dr. Navarro.

Waring nagising ang doktor at nalinawan, "Oh, no, how very stupid of me! I forgot all about your situation," sabay sampal sa sarili.

"Bro... Mrs. Sta. Maria... *CASSANDRA IS OKAY.* Your daughter pulled through. She's out of danger already. Don't worry anymore. Whoo, I'm really very sorry if I put you all into misery. I'm really very sorry. It's just that, medyo nalungkot ako because the other patient of mine didn't make it... so I wasn't thinking straight when I talked to you."

Pagkarinig ng sinabi ng kaibigan doktor, parang nabunutan ng malaking tinik sa dibdib si Carlo. Tuluyan ng nanlambot ang mga tuhod, hindi makapaniwalang ligtas na si Cass. Naramdaman na lang niyang umiiyak siya, yapos si Rachel at si Mommy na kapwa umiiyak din sa tuwa. Lahat ng emosyon, hirap at pangamba ay sabay-sabay nawala sa kanyang dibdib.

"Anyway, pasensya na kayo at ngayon lang ako nakalabas — that's the other thing," pagpapatuloy ng Doktor. "I just made sure that all the test of Cassandra are okay. I'm happy to say that everything came out positive. It looks like we got to her in time before her vital organs were affected. It's a miracle to say the least because I really thought she won't make it. And yet, at the last moment, she did. You have to thank God for that! Anyway, we will be transfering her to a regular room any moment now. But please, let her sleep for the rest of the night and the next day if possible. She's maybe out of the woods, but she needs to recover her strength, para tuloy-tuloy ang recovery. Kailangan 'yon. That's all for now. I'll see you all later. I have to go and talk to the family of the deceased."

"Bro, thank you. Thank you so very much. I owe you one,"ang tanging nasabi ni Carlo.

"God, salamat po. Salamat po."

Masaya ang atmospera ng lahat sa loob ng kwarto habang hinihintay mailipat si Cassandra. Nakukuha na nilang mag-biruan at mag-tawanan. Maging si Mommy ay nakangiti na rin. Naayos na nito ang lahat ng babayarin sa hospital at naipaalam na rin kay Daddy ang sitwasyon. Ipinaaabot nito kay Carlo ang kanyang taos-pusong pasasalamat. Pipilitin daw nito na makauwi agad.

“Kuya,” sabi ni Rachel, “umuwi ka na muna kaya. Ang baho-baho mo na. Nakakahiya kay Ate Cass pag nagisnan n’ya na ganyan ang amoy mo. Hi! Hi! Hi! Baka lalo pang himatayin pag naamoy ka!”

“Hinihintay ko lang madala si Cass dito. Gusto ko lang makita na okay na siya at uuwi na ako,” sagot ni Carlo, sabay amoy sa sarili, “Oo nga, amoy mabantot na nga ako! Ha! Ha! Ha!”

“Hindi naman masyado, Kuya Carlo... konti lang! Hi! Hi! Hi!” sabat ni Bella.

Hi! Hi! Hi! Oo nga. Parang amuy suka ka lang naman!” biro naman ni Marie.

Nasa hospital na rin ang dalawang nakababatang kapatid ni Cassandra. Iyak daw ng iyak ang dalawa at gustong makita ang ate nila kaya napilitan ang Tita Rosing nila na dalhin ito doon.

“Ha! Ha! Ha! Aba, ang dalawang kutong-lupang ito, kumampi pa kay Ate Rachel nila.” natatawang sagot ni Carlo.

Hindi nagtagal ay inilipat na si Cassandra sa kwarto. Tulog pero bakas sa mukha ang hirap na pinagdaanan.

Lumabas sila lahat upang hindi ito magising sa ingay nila.

"Carlo, alam kong gusto n'yo nang magkapatid umuwi na. Pero pwede ba akong makiusap. Maaari bang kayo muna ni Rachel ang magbantay kay Cassandra," pakiusap ni Mommy, "Pasensya na Rachel, alam ko abuso na ito, pero sa inyo na lang ako talaga pwedeng humingi ng tulong. Mahirap kasi ang bata dito sa hospital.Iuuwi ko lang si Bella at Marie at bukas ng maagang-maaga babalik na ako agad para pumalit sa inyo. Pwede ba?"

"Ay, opo. Sige lang, Mommy. Ha! Ha! Ha! Naglalambingan lang naman kami ni Rachel. Kami na po ang bahalang magbantay kay Cass. Tulog po naman si Cass, hindi n'ya ako maaamoy. Ha! Ha! Ha! At malamang tuloy-tuloy lang ito matutulog. Kung sakali ay sasabay na rin kami ng tulog. Bukas na lang po kayo bumalik." sagot ni Carlo.

"Naku, Mommy, maliban sa pagtitiisan ko ang amoy ng Kuya ko, okay lang po 'yon. Talagang nagpaalam po ako na dito ako matutulog," sabi naman ni Rachel

"Maraming, maraming salamat Carlo... Rachel. Nakakatuwa naman kayong magkapatid. Ummm, Carlo... utang namin sa iyo ang buhay ni Cass. Kung hindi sa iyo, baka...," naiiyak na nasabi ni Mommy.

"Naku, wala po 'yon. Kung sa akin man po nangyari iyon, sigurado ko po, hindi rin ako pababayaan ni Cass. Sige na po, tuloy na po kayo. Baka mam'ya po mag-iyakan pa tayo dito, magising pa si Cass at maaamoy ako. Naku, magagalit tiyak yun."

"O, sige mga anak, tutuloy na muna kami."

"Siguraduhin n'yo lang po na marami kayong dalang pagkain pagbalik dito. Alam n'yo naman kung gaano katakaw itong anak n'yo! Ha! Ha! Ha!"

Yumakap muna kay Carlo at Rachel si Bella at Marie bago sumama kay Mommy.

"Babay, Kuya Carlo! Babay, Ate Rachel! Babay! Babay!" sabay na paalam ng dalawa.

"Kuya, nagugutom na rin ako," angal ni Rachel, " kain naman tayo."

"Hindi natin pwedeng iwan si Cass na nag-iisa. Mahirap na baka mag-karoon ng aberya habang wala tayo. Ummm... Ganito na lang gawin natin. Kumain ka na munang mag-isa sa canteen, tapos bilihan mo na lang ako ng pareho ng kinain mo. Hintayin na lang kita. Dito na lang ako kakain."

"Okay lang sa 'yo?"

"Oo, naman. Sige na at baka magsara na yung canteen dito."

"Sige Kuya. Hindi ako magtatagal."

Pagkaalis ni Rachel ay pumasok na si Carlo sa loob ng kwarto. Lumapit ito at umupo sa tabi ng kama. Matagal na pinagmamasdan ang maamong mukha ni Cassandra. Maya-maya pa ay tahimik na nitong kinakausap si Cassandra.

"Tingnan mo 'to... kapag natutulog akala mo napakabait. Yung bang ni hindi makabasag ng pinggan. Mmmm...Ikaw ha, pinakaba mo ako ng husto. Akala ko, iiwanan mo na 'ko. Buti na lang, mabait si God. Alam N'ya na kahit ganyan kang pasaway, marami kami ditong malulungkot kung aalis ka na lang ng ganun-ganun. Lalo na ako! Kahit ba lagi mo akong binubugbog... inaasar... pinag-tri-tripan..., ewan ko nga ba,

bakit bigla ka na lang naging mahalaga sa akin. Ang tagal na kitang kakilala, pero bakit parang ngayon ka lang dumating sa buhay ko. Kung hindi pa kay Eloisa... Hmmp, sabagay, ikaw yung taong hindi mahirap mahalin. Sobrang bait mo... sobrang maaalahanin... masayang kasama at naandyan lagi para sa akin.

Siguro kung hindi ka lang tomboy... Pero okay lang 'yun. Tanggap ko na yon. Diba nga may usapan na tayo. Yung kasama kita lagi, okay na yun... masaya na ako dun. Saka, pangako ko din kay God yun nung hiniling ko na huwag ka munang kuhanin. Baka kapag sinira ko yung pangako ko... ako naman ang kunin! Ha! Ha! Ha!

Ummm, kung magiging kami ni Eloisa, dapat best man kita, kahit na best woman. Ha! Ha! ... Ummm, pwede kaya 'yon? Bahala na kung best man or woman, basta ikaw na yun. Ha! Ha! Ha! Kasi sigurado naman ako, hindi ka papayag maging bridesmaid o maid of honor! Ikaw, magsusuot ng gown? Hindi ko yata ma-imagine 'yun. Tapos maglalakad kang parang maton-maton! Wow! Epic yun... Biro lang, biro lang... Basta ang importante, dapat naandoon ka. Ummm, teka, e paano pag ikaw naman ang ikinasal? Ano ako?

Naputol lang ang pagmuni-numi ni Carlo nang dumating na si Rachel.

"O, Kuya, kumain ka na muna habang mainit pa itong pagkain. Nilagang baka at dalawang kanin ang inorder ko. Binilhan din kita ng balot, pampalakas. Baka mamya n'yan ikaw naman ang mag-collap."

"Collapse, hindi collap!"

“Collap lang kasi nag-iisa ka lang naman e. Collapse kung marami kayo. Hi! HI! HI!

“Corny mo! Makakain na nga. Nag-aalboroto na rin ang tyan ko,” sagot ni Carlo sabay tuluyan ng kumain.

“Naku,” biglang naalala ni Carlo, “sigurado... nag-aaway-away na ang mga intestines ni Cass sa gutom. Alam mo naman kung gaano katakaw ‘yan. Ibuka ko kaya ang bibig n’ya tapos ihulog ko itong dala mong pag-kain?”

“Hi! Hi! Hi! Ikaw talaga Kuya. Kunwari pang nag-papatawa, pero, kitang-kitang worried na worried ka pa rin. Talagang mahal na mahal mo si Ate Cass, no? Buti na lang girlfriend mo na s’ya. Akala ko nga yung si... sino nga yung maarteng...? A, yung Eloisa ba yun? Akala ko nga yun pa rin ang girlfriend mo. Buti na lang hindi na!

Hindi na sumagot si Carlo. Nanahimik na lang habang tinatapos ang pagkain.

Kinabukasan, maagang dumating si Mommy. May dala-dalang breakfast para kay Carlo at Rachel.

“Kamusta na si Cass?” tanong ni Mommy.

“Okay naman po. Diretso pa rin po ang tulog n’ya. Medyo nagising ng sandali nung i-check s’ya nung nurse, pero natulog din po agad. Parang wala pa po sa wisyo. Ni hindi nga po kami napansin. Sabi po nung nurse, maganda raw ang improvements n’ya. Hopefully, tuloy-tuloy na ang recovery n’ya,” paliwanag ni Carlo.

“Ay, salamat naman sa Diyos. O, kumain na kayong magkapatid, alam kong gutom na gutom na kayo. Pagkatapos, kayo naman ang umuwi para naman makapag-pahinga kayo. Okay lang kung hindi na kayo makabalik. Sobra-sobra na ang nagawa n'yo. Nakakahiya na nga sa inyo. Pati kayo naabala nang husto. Hindi ba nagagalit sina Mare at Pare?"

Naku, Mommy, h'wag po kayong mag-alala," sagot ni Rachel, "okay lang po kina Papa at Mama. Ngayon nga lang daw kami nakakakabawi kay Ate Cass sa dami ng naitulong nito sa amin noon pa. Ako naman po ay enjoy maalagaan ang Ate ko. E, nung workshop po namin e, hinding-hindi ako pinabayaan ni Ate Cass."

"Salamat naman, Rachel. Natutuwa ako at parang isang pamilya tayong nagdadamayan."

Nang makakain na sina Carlo at Rachel ay nagpaalam na rin sila para makauwi. Nangakong babalik muli sila. Nagbilin din na kung sakaling magkakaroon ng problema ay huwag na huwag kalilimutang tawagan agad sila.

———————————————

Malapit ng mag-tanghali nang magising si Cassandra. Hindi nito maalaala ang mga nangyari. Ang huling natatandaan niya ay nahihilo at nasusuka habang kausap si Carlo. Pagkatapos ay bigla na lang nagdilim ang lahat sa paligid n'ya. Iniligid niya ang mga mata at doon nakita si Mommy na nagbabasa ng dyaryo.

"Mom?"

"Ay, naku anak! Mabuti naman at nagising ka na," sagot ni Mommy, sabay lapit at niyakap ng mahigpit ang anak. "Kamusta ka na?"

"Po? Parang nanghihina lang po. Nasaan po tayo?"

"Nasa hospital tayo, anak. Hindi mo ba natatandaan na nawalan ka ng malay pagkatapos mong sumuka ng dugo? Mabuti na lang at naandoon si Carlo. S'ya ang nagdala sa iyo dito sa hospital."

"Nawalan po ako ng malay? Bakit po? Ano pong nangyari? Nasaan po si Carlo?"

"Pinauwi ko muna si Carlo. Aba, naandito rin si Rachel, anak. Silang dalawa ang nagbantay sa iyo kagabi. Hay, naku Cassandra... 'yun nga, wala tayong kaalam-alam na na-dengue ka na pala. At malala na ang kondisyon mo. Aba, nung hinimatay ka, hindi nag-aksaya ng oras si Carlo. Binuhat ka mag-isa, isinakay sa taksi at dinala kaagad dito. Kritikal daw na magamot ka agad. Pinasunod na lang ako. Mabuti naman anak kasi, kung hindi ka n'ya nadala agad e, baka... baka... namatay ka."

"Seryoso Mommy? Baka naman nage-exaggerate lang kayo?"

"Hindi anak. Totoo ito. Kung nahuli-huli ang pagdala sa iyo, baka nag-collapse ang lungs at liver mo. At kung nangyari 'yon, baka hindi ka na talaga naisalba. Nasa state of shock ka na nung nadala ka dito. Alam mo bang habang nasa taxi pa ay tumawag na agad si Carlo at kinausap yung kaibigang doktor para pagdating dito ay handa na ang lahat? Hindi lang yon. Kinailangan ka pang masalinan ng dugo para ma-stabilize ang kondisyon mo at si Carlo mismo ang nag-donate ng dugo n'ya para masimulan na ito. Pangalawang buhay mo na ito, anak... At utang mo ang lahat kay Carlo."

Hindi nakasagot si Cassandra. Magkahalong emosyon ang nadarama. Mababakas mo sa mukha nito ang lungkot, saya, pag-aalinlangan at takot. Hindi rin nito napigilan ang pagtulo ng kanyang luha.

Oo, natutuwa siya, na sa lahat-lahat ng tao, si Carlo ang tumulong sa kanya. At habang buhay niyang tatanawing utang na loob ang ginawang pagtulong at pagmamalasakit nito. Pero, nalulungkot dahil hindi maalis na tanungin ang sarili kung karapat-dapat siyang pag-ukulan ng ganitong pagmamahal ni Carlo. Natatakot, dahil baka hindi n'ya ito masuklian ng dapat sa inaasahan. Muling sumagi sa isip niya si Michael at ang kanilang masakit na nakaraan. Mga ala-alang nagdulot ng sugat na ayaw nang maghilom. Sugat para ang isang puso ay permanenteng sumara at ayaw na muling magmahal.

Bandang tanghali pinapasyalan ni Dr. Navarro ang kanyang mga pasyente. Katatapos lang kumain ng lunch ni Cass nang pumasok ito sa kanilang kwarto.

"Good afternoon! O, How's my patient? It's good to see that you can now eat on your own," bati nito pagpasok, "Mukhang malakas ang naturalesa mo."

"Good afternoon, Doc!" bati ni Mommy at Cassandra.

Kinuha ni Dr. Navarro ang medical chart ni Cass at pinag-aralan. Paminsan-minsan ay may itinatanong sa nurse na kasama n'ya.

"Any stomach pain?" tanong ni Dr. Navarro

"Wala naman po," sagot ni Cass.

"Vomitting? Difficulty in breathing? Nanghihina ka pa ba?"

"Hindi na po Doc. Okay naman po ang paghinga ko. Mas maganda na po ang pakiramdam ko."

Patuloy ang konsulta ni Dr. Navarro sa chart ni Cass. Hindi nagtagal,

"Mmmm, very good. Well, Cass... Mrs. Sta Maria, it looks like your daughter is on her way to full recovery. Her blood pressure and all her vital signs are steady and improving. Cass, kumain ng marami and also drink plenty of fluids. That will help a lot."

"Yes, Doc. Promise," nakangiting sagot ni Cass.

"Hay, salamat naman po, Doc," sabi naman ni Mommy.

"Doc, maraming marami pong salamat sa pag-asikaso agad sa akin," panimula ni Cass, "We owe you a lot. Alam ko po you've done more than you can do in my case. Sabi nga po ni Mommy, kung hindi ninyo ako inasikaso agad, baka hindi na ako nabuhay."

"Naku, totoo yun, Cass. Honestly, I thought you are already lost when Carlo brought you. However, I saw the grief in Carlo's eyes... and I know he won't forgive me if I didn't give it a try. Milagro na rin siguro, you have to thank God for that... and Carlo also. Honestly, I haven't seen my friend really go ballistics until he brought you here. Grabe yung persistence n'ya, yung pakiusap that we try everything we can do to save you. Kaya naman, kahit kaming lahat dito, we felt his sense of urgency. And that really helped. You really must be a very, very special friend to Carlo. As I have said, I haven't seen him like that before."

"O, Bro, ano na namang mga wild stories tungkol sa akin ang pinagkakalat mo dyan!" bati ni Carlo na kapapasok lang sa kwarto kasunod si Rachel.

"Ha! Ha! Ha! Carlo, mukhang maganda na itsura mo ngayon since the last time I saw you... hindi ka na ba stressed?" biro ni Dr. Navarro.

Lumapit si Carlo kay Ishmael at nagyakap ang dalawa.

"Bro, thank you. I will never forget this," sabi ni Carlo.

"Ha! Ha! Ha! Wow, I can't believe this. The great Carlo Sandoval getting emotional!"

Nagtawanan ang lahat sa k'warto.

"Kamusta na ang kondisyon ni Cass?" tanong ni Carlo.

"Well, as I was saying, before you rudely interrupted us, Ha! Ha! Ha! She's on her way to full recovery. Siguro kahit bukas pwede na s'yang lumabas."

"Wow! That's great," sabi ni Carlo.

"Well, anyway, I have to be going na Bro, marami pa akong pasyenteng dadalawin. Inuna ko lang si Cass because I know she's very, very special to you!" pabirong sinabi ni Dr. Navarro.

"Ha! Ha! Ha! Ikaw talaga. Sige, thank you ulit, Bro. Let's get together again sometime – and it's on me... promise!"

"I'll hold you to that, Carlo. Ha! Ha! Ha! I don't forget easily. O, sige po, aalis na po ako. Cass, get well!" paalam ni Dr. Navarro.

"Sige po Doc... babay... thank you!" magkakahalong paalam nang lahat.

Nang makaalis na si Dr. Navarro, hindi na napigil ni Carlo ang sarili at niyakap si Cass. Maging si Cass ay naging emotional din at yumakap din.

"Akala ko, iiwanan mo na ako," bulong ni Carlo.

"Hindi mo raw ako pinayagan, sabi ni God. Kaya naandito pa ako," sagot ni Cassandra.

Hindi pa sana bibitawan ni Carlo si Cass nang biglang humirit si Rachel. "Kuya, hep...break muna, baka hindi na makahinga si Ate Cass sa higpit ng yakap mo. Alalahanin mo, naandyan si Mommy! Baka isumbong ka n'yan kay Daddy, sige ka! Hi! HI! Hi!"

Napilitang bitawan ni Carlo si Cass. Pero bago niya ito tuluyang binitawan ay hinalikan muna sa noo. "Ayan, para mas mabilis kang gumaling!" biro ni Carlo, sabay punas ng luha sa mata n'ya at sa mata ni Cass.

"Ummm, ano pa po bang bilin ni Doc?" tanong ni Carlo para maiba ang tema ng usapan.

"Sabi ni Doc kay Cass ay kumain ng marami at uminom ng maraming fluids," sagot ni Mommy.

"Naku, walang problema yan kay Cass. Pagdating sa pagkain, expert si Cass dito. Diba, Cass? Hah, Tamang -tama ang dala namin ni Rachel. Bulalo! Pampataas daw ng resistensya 'to," pagmamalaki ni Carlo.

"Ang lakas ng loob mo d'yan mang-alaska, palibhasa alam mong hindi pa kita kayang habulin," sagot ni Cass.

"Aba... aba! Talagang magaling na s'ya. Maangas na, e! Ha! Ha! Ha! o, mam'ya mo na ako bugbugin, kumain ka muna."

"Masarap ba 'yan?" tanong ni Cass.

"Ate Cass, sigurado yan," singit ni Rachel, "si Kuya Carlo mismo ang bumili ng sangkap n'yan at nagluto. Sarap na sarap nga kami nila Papa at Mama sa bahay. Pagaling ka raw ng husto, sabi nga pala nila."

"Talaga lang, ha. Naku, paki sabi kina Papa at Mama, maraming-maraming salamat sa pag-alala nila."

"Makakarating Ate Cass! Kung hindi mo pa kaya, ako na lang magpapakain sa iyo. Huwag si Kuya... mukha kasing emotionally unstable pa hanggang ngayon, Hi! Hi! Hi!

"Anong emotionally unstable ka dyan?" tanong ni Carlo, "e, pa-relax-relax lang ako nung maysakit si Cass.

"Pa-relax-relax... Hmmp! Ano ka, parang naabutan lang kitang kinakausap mo si Ate Cass nung isang gabi, samantalang tulog naman ito. Daldal ka ng daldal, wala ka namang kausap. O ano, di ka makasagot... buking ka kasi. Gusto mo sabihin ko pa yung ibang ginawa mong..."

"Oops, suko na, suko na! Talo na po... tigilan na!" pagmamakaawa ni Carlo.

Nagtawanan ang lahat.

Patuloy ang pagkwe-kwentuhan at biruan ng grupo habang kumakain si Cass. Nang matapos itong kumain, nagkaroon ng nakakailang na katahimikan sa loob ng kwarto. Naramdaman nina Rachel at Mommy na kailangan nilang bigyan ng espasyo si Cass at Carlo para makapag-usap ng sarilinan. Kanya-kanyang dahilan ang dalawa para makalabas ng kwarto.

Hanggang Dito Lang Ba Tayo?

Noong una ay tahimik lang ang si Cassandra at Carlo ng maiwan. Nang lumaon ay nagsalita na si Cassandra.

"Carlo, sabi ni Mommy, kung hindi raw dahil sa iyo, siguro w-wala na ako ngayon."

"Naku, sobra naman si Mommy! Exagge lang 'yon."

Matagal bago muling nagsalita si Cassandra.

"Utang ko ang buhay ko sa iyo," wika ni Cass, "habang-buhay kong tatanawing utang na loob ito sa iyo."

"Ano ka ba naman, Cass? Wala yun! Kahit ikaw naman, gagawin mo din sa akin yun, diba?"

Hindi agad sumagot si Cass. Pinipili ang sasabihin.

"Sana... sana, pinabayaan mo na lang ako. Kung nabuhay man ako, sana hindi dahil sa iyo," malungkot na sinabi ni Cass.

"Hah? Bakit naman? Galit ka ba sa akin?

"Hindi. Kaya lang... kasi parang naging mas komplikado ang sitwasyon nating dalawa."

Si Carlo naman ang hindi nakasagot.

"Akala mo ba, hindi ako naaapektuhan ng mga ginagawa mo... ah... ng mga ibinibigay mong... atensyon sa akin... 'yang pag-aalala mo sa akin... at 'yang... p-pagmamahal na ibinibigay mo? Hindi naman ako manhid, Carlo. Kahit ganito ako, marunong din akong makaramdam ng pagmamahal... at m-magmahal. Pero... pero, hindi ko kayang suklian ang lahat ng ginagawa mo sa akin sa paraang gusto mo. Hindi ko kaya. Gustuhin ko man, may pumipigil sa puso ko. Naging aral na sa akin ang nangyari sa amin ni Michael. Ayoko ng... ayoko nang may masaktan pa... takot na akong maulit pang muli ang nangyari."

Hindi na napigilan ni Cassandra ang kanyang mga luha at tuluyan na itong umiyak. Lumapit si Carlo at niyakap ito.

"Uy, tahan na. Mam'ya makasama sa iyo yan. Tahan na! Baka akalain ng iba, kung inaano na kita. Sige ka, wala na akong dugong pwedeng ibigay sa iyo!" biro ni Carlo.

Bahagyang natawa si Cass.

"Ayan, yan ang gusto ko," patuloy ni Carlo, "Diba may usapan na tayo? Friends Forever! Itinaga na natin sa Rock of Gibraltar yun, diba? O, wala namang nagbabago dun. Tanggap ko ang sitwasyon natin. Pwede namang kitang mahalin ng walang lovey-dovey saka mushy-mushy, diba?"

Natawa muli si Cassandra. Sinuntok ng mahina si Carlo sa dibdib, "Ikaw talaga, puro ka biro," sabi ni Cassandra.

"Aba, talagang malakas na! Nanununtok na. Naku, baka bugbugin mo na ako ulit. Nurse! Nurse, paki lagyan nga ng strap itong pasyente! Ha! Ha! Ha!" patawa ni Carlo at hinarap si Cassandra, "Pero seryoso, Cass. Okay lang ako. Huwag kang mag-alala... hindi ako nage-expect ng iba pa. Mahal kita... mahal na mahal! Totoo yun. Napaka-sinungaling ko naman kung di ko aaminin. Pero, tanggap ko na ang sitwasyon natin. Nung nag-kritikal ka, akala ko... iiwanan mo na kami... iiwanan mo ako, kaya ang dasal ko kay God, please, please huwag N'yo po munang kuhanin si Cass... na pagalingin ka N'ya. Nangako ako na, kahit hindi tayo, basta naand'yan ka lang at kasama-sama kita – okay na yun. Tama na sa akin, yun. O, e nakinig si God sa akin. Ayoko namang masira sa ipinangako ko, baka kunin ka ulit."

Tiningnan ni Cassandra si Carlo. Parang inaarok ang tunay na saloobin. Bumuntong hininga at naiiling. Sa huli ay sinabi, "Salamat Carlo. Salamat at naiintindihan mo ako."

"Pwede ba...?" pakiusap ni Carlo.

"Ano yon?"

"Tutal, klaro naman na sa ating dalawa ang estado natin. Pwede ba, kahit paminsan-minsan lang... pwede ba kitang ma-hug... kung may dahilan naman, katulad ngayon? Pwede ba?"

Nangiti si Cass. Napailing at sinabi, "Sige na nga."

"Ano? Paki-lakas, hindi ko narinig!"

"Oo na! Sige, pag makulit ka pa, babawiin ko na!"

"Naku, narinig ko! Narinig ko! Ang lakas-lakas nga e!" masayang sagot ni Carlo, sabay yakap kay Cassandra, na yumakap na rin sa kanya.

Hindi alam ng dalawa, nakasilip sa naka-awang na pinto si Rachel at si Mommy. Kanina pa sila bumalik at gusto na nilang pumasok pero na-aalangan baka ma-wrong timing sila at masira ang moment ng dalawa. Hindi naman nila naririnig ang pinag-uusapan ng dalawa. Nagtataka sila bakit umiiyak si Cassandra at para namang napaka-lungkot ni Carlo. Bakit kaya? Ang aga namang lover's quarrel? Pero nung nakita nilang mukhang nagkasundo na at nagyakap si Cassandra at Carlo, pumasok na sila sa k'warto.

"Hoy, huli yan! Bawal dito yan!" kantyaw ni Rachel habang si Mommy naman ay hindi mapigil ang pag-tawa.

Natawa si Carlo at Cass. Bago tuluyang alisin ang pagkakayakap ay muli na namang hinalikan ni Carlo si Cass sa noo. Gulat na napatingin si Cassandra kay Carlo.

"Oo, alam ko! Nakakarami na ako at wala sa usapan natin ito. Pagbigyan mo na. Parang bonus... paminsan-minsan lang naman," bulong nito.

Nangiti na lang at tumango si Cassandra

"Whuu! Ikaw talaga, Rachel, oo! Panira ka ng moment," pakunwaring angal ni Carlo sa kapatid.

"Hoy, Kuya, baka hindi mo alam ay kanina pa kami ngalay na ngalay ni Mommy d'yan sa labas kahihintay kung kailan kayo matatapos mag-usap."

"Hah! Ganun ba? Naku, pasensya na po Mommy. Ano po kasi... a nag-uusap lang po kami tungkol sa...ano po... yung..." ang hindi malamang isagot ni Carlo.

Natawa naman si Mommy, "Okay lang, Carlo. Naiintindihan ko naman na gusto n'yong dalawa na makapag-usap ng sarilinan. Sa dami ng hirap na pinagdaanan natin... ninyong dalawa, alam kong gusto ninyong mapag-usapan ito ng kayong dalawa lamang."

"Salamat po," sagot ni Carlo.

"Oo nga Kuya, hindi pa sana kami papasok, kaya lang talagang ngalay na ngalay na kami ni Mommy sa labas. Ang hihina n'yo pa mag-usap. Hindi tuloy namin marinig ang pinag-uusapan n'yo. Ay, sori, hindi ko pala dapat sinabi 'yun! Hi! Hi! Hi!"

"Naku, ikaw talaga, Rachel... napaka-tsismosa mo talaga!" banat ni Carlo.

"Huh! Ako lang? E si Mommy nga, halos dikit na dikit na ang tenga sa pinto para marinig kayo! Hi! Hi! Hi!"

At nagtawanan na rin lahat sila.

Kinabukasan ay maagang nakalabas ng hospital si Cassandra. Maliban sa konting panghihina ay wala na itong ibang sakit na nararamdaman. Tumawag si Carlo na hindi makakapunta dahil may mga importanteng gawain na dapat tapusin sa school. Maayos naman nakauwi si Mommy at Cass. Tuwang-tuwa si Bella at Marie. Si Daddy naman ay makakabalik na sa susunod na araw.

Katatapos lang ng klase ni Carlo at pauwi na ito ng makasalubong si Eloisa sa pasilyo.

"Oh, hello there stranger! Haven't seen you for a while," panunuyang tawag nito.

"Hi Eloisa! Oo nga, long time no see," bati naman ni Carlo.

"Ummm, pasensya ka na at medyo nag-tantrums ako last time we talked. Kasi naman, I was looking forward to it. Anyway, kamusta na ba yung girlfriend mo? Cass is it, diba? Was she really sick or whatever?"

"No, Cass was really sick. In fact, I brought her to the hospital and..."

"Ummm, spare me the details. I'm not that interested. Send her my regards na lang. Siguro naman, she's already well, isn't she?"

"Yes, Cass is already okay. I'll tell her..."

"No, stop it Carlo. Please, I'm not here to talk about her. Actually there is something important... very, very important I want to tell you. And I know you will be happy... maybe thrilled when you know it."

"Talaga? What is it?"

"I've broken up with Arthur. Yes, and as of now, my status is... looking for a relationship. Isn't it great!

———————————————————

Kahit hindi nakakapunta kina Cassandra ay hindi naman nalilimutan ni Carlo ang mag-text o tumawag para kamustahin ito. Updated ito sa progress nito at tuwang-tuwa dahil tuluyan ng umayos ang pakiramdam ni Cassandra. Kung hindi mo nga alam ay hindi mo aakalain noong isang linggo lang ay na-dengue ito. Malakas at masigla na ulit ito. Tapos na rin halos ang mga kailangan nito sa eskwela. Nai-submit na rin ang lahat ng plates bago pa ito nagkasakit kaya walang naging problema.

Kasalukuyang bumibili ng softdrinks sa tindahan si Cassandra ng bigla na lang may sumakal sa kanya at tinakpan ang mga mata niya.

"Holdap ito! Huwag kang gagalaw," banta ng taong sumasakal sa kanya.

Subali't imbes na matakot at hindi gumalaw, kabaliktaran ang ginawa ni Cassandra. Malakas na tinapakan ang paa, sabay siko ng todo sa tiyan ng kalaban ang ginawa.

"ARAYYY!" hiyaw ng katunggali. Sa sakit ng nadama, napa-atras ito at tuluyan ng bumalandra sa bangketa. Nagkakandapili-pilipit sa sakit na natamo. Umikot si

Cassandra upang harapin ito. Tatadyakan pa sana nang makilala ang holdaper.

"CARLO!!!"

Si Carlo pala ang nagkukunwaring holdaper. Hanggang ngayon ay namimilipit pa rin ito sa sakit. Agad itong pinuntahan ni Cassandra at kinalong ang ulo.

"Ano naman kasi yang kalokohang naisip mo?" galit na tanong ni Cassandra.

"Ummp! Agh! Gusto lang naman... Ugh!... kitang gulatin. Akalain ko ba namang... Aray ko!... magbu-Bruce Lee mode ka agad-agad!" sagot ni Carlo habang pinipigilan ang sakit.

"Aba, natural. Alangan naman na sabihin ko pa sa mangho-holdap na... Ay, Mamang holdaper, ingat po kayo, susuntukin ko po kayo... ganun?"

"Arraaay! Hindi mo ba man lang naisip na softdrinks lang ang binibili mo? Magtya-tyaga ba sa iyo ang holdaper kung pambili lang ng softdrinks ang pera mo?"

"Huh! Malay ko akala nang holdaper marami akong pera?'

"Kailan ka naman nagkaroon ng maraming pera? Swerte na ngang may sampung piso ka sa bulsa. E, baka nga inuutang mo pa yang binibili mong softdrinks, e!"

"A, ganon, nag-iinsulto ka pa ngayon? Gusto mo bang ibagsak ko 'tong ulo mo sa bangketa?"

"Sori... sori! H'wag naman... matigas 'tong bangketa ha. At least dun sa Luneta, damuhan 'yon. Kawawa naman ulo ko, baka maging bugok na."

Hindi mapigilan ni Cassandra ang matawa sa sinabi ni Carlo. Maging si Carlo ay natawa na rin.

Natigil ang tawanan ng dalawa ng marinig nila ang boses ni Mommy. Sumunod na pala ito kay Cassandra.

"Aba, napaka-sweet naman ninyong dalawa. Baka naman gusto n'yong sa bahay na lang ituloy yan at nakakahiya sa mga tao!" sabay alis pagkasabi.

Nagtawanan at nagpalakpakan ang mga taong nakapaligid kay Cassandra at Carlo. Ngayon lang nila napansin na pinagkakaguluhan na pala sila. Hiyang-hiya ang dalawa. Yuko ang ulo, agad tumayo at mabilis na sumunod kay Mommy pauwi.

Kahit nahihiya, bumalik ulit si Cassandra sa tindahan at kinuha ang softdrinks na binili saka muling tumakbong papaalis.

"Mommy, naku po, pasensya na po kayo. Ako po ang may kasalanan," paliwanag ni Carlo, "nagkunwari kasi akong hinoholdap si Cass. E, yung anak n'yo naman, grabe, daig pa si Bruce Lee at Jacky Chan sa pag-react. Ayun, pinabagsak po ako sa bangketa. Naawa po nung nakitang ako, kaya tutulungan po sana akong tumayo. Yun na nga po ang inabutan ninyo. Sori po ulit."

"Hi! Hi! Hi! Okay lang Carlo. Sa totoo lang, alam ko na yung nangyari," sagot ni Mommy, "may mga batang nag-kwento na sa akin habang papunta ako. E, kaya lang, marami ng tao nang dumating ako, nahihiya ako kung papaano ko kayo tatawagin. Kaya, nag-galit-galitan na lang ako, para hindi naman tayo lahat pagtawanan."

"Pasens'ya na po ulit," dispensa muli ni Carlo.

"Oy, Cassandra, saan ka naman nagpunta at nahuli ka pa?" tanong ni Mommy.

"Binalikan ko po yung softdrinks," sagot ni Cassandra.

"Hah! Hindi ka nahiyang bumalik at kuhanin yung softdrinks kahit maraming tao?" gulat na tanong ni Carlo.

"Sayang... bayad na, e..." nahihiyang sagot ni Cassandra.

"Wow, wala ka talagang katapat pagdating sa kakuriputan," pambubuska ni Carlo.

Hindi sumagot si Cassandra pero sumimangot at tiningnan ng masama si Carlo.

"O, hala, maiwan ko na muna kayong dalawa at magluluto pa ako ng miryenda. Baka magising na yung dalawang bubwit ko ay siguradong maghahanap na yun ng makakain."

"Ah, parang si Cass din po pala sila. Walang alam kung hindi kumain! Aaarraaay!!!" sigaw ni Carlo, "ano ba naman Cass? Hindi pa ako nakaka-recover dun sa bugbog mo sa akin kanina. Gusto mo ireklamo na kita ng assault and physical injury sa baranggay?"

"Gusto mo samahan pa kita? hamon ni Cassandra, sabay tawa. "Ikaw naman kasi, alam mo ng mabilis mag-react itong kamay ko, hindi ka nag-iingat sa mga pinagsasabi mo. May sariling pag-iisip 'tong mga kamay ko, no!"

"Buti pa 'yang kamay mo me utak, samantalang ikaw wala!" banat ni Carlo sabay ilag, "... O, o... biro lang! Ikaw talaga!"

"Hmmm, O, bakit yata naligaw ka dito? Wala ba kayong date ni Eloisa?" pasimpleng tanong ni Cassandra.

Huh? W-Wala. Hindi ko naman girlfriend yun, diba?"

Hindi sumagot si Cassandra pero lihim itong natuwa.

O, e, ano na ba ang status nila ni Arthur? Akala ko ba balak na n'yang makipag-break?" usisa ni Cassandra.

"A... e... hindi ko alam. Hindi ko naman nakikita si Eloisa lately," pagsisinungaling ni Carlo. Hindi maintindihan ni Carlo kung bakit hindi nito ipinaalam ang totoo kay Cassandra.

"Ganun ba? O, bakit ka naligaw?

"Masama ba kung nami-miss na kita... na nami-miss ko yung bestfriend ko?"

Hindi umimik si Cassandra. Nangiti lang ito.

"O, sige na, hala, bakit ka naandito?" tanong muli ni Cassandra.

"Kasi, may dadaanan... Naku! Oo nga pala... naalala ko! Yung pina-print kong tarpaulin para sa presentation namin bukas, kukuhanin ko nga pala."

"Tarpaulin? Ah, yun bang sinasabi mo bago ako ma-dengue? Para sa Surgery subject ba 'yon?"

"Oo, yun nga. Nalimutan ko na. Meron kasing warfreak na nambugbog sa akin sa tindahan, nalimutan ko tuloy."

"Talaga? May nang-bugbog sa iyo sa may tindahan dito sa amin? Sino kaya 'yon?" dedmang sagot ni Cassandra, "Walang taste! Hi! Hi! Hi!

"Hmmp! Ewan ko sa iyo! Kukuhanin ko muna. Babalik na lang ako. Baka sakaling paghandaan mo ako ng meryenda, He! He! He!

"Mangarap ka na lang! Mangarap ka na lang!

Pagkakataon Ang Hinihiling

Gabi na bago pa muling nakabalik si Carlo. Halatang medyo mainit ang ulo at hindi mapakali. Nakasalubong nito si Cassandra na kagagaling lang sa tindahan.

"O, Carlo, hindi ka na pumunta sa bahay. Dinibdib mo yata yung sinabi kong walang miryenda. Hi! Hi! Hi!" biro ni Cassandra.

"Huh! Hindi... ngayon lang talaga ako nakabalik," sagot ni Carlo na parang wala sa sarili.

"Sus, kunwari ka pa! Tara na, binibiro lang naman kita kanina. Ipinaghanda kita ng miryenda. Kalahating pandesal at tubig! Hi! Hi! Hi!"

"Okay lang, Cass. Hindi naman ako gutom. Sige, alis muna ako... may aasikasuhin lang akong importante."

Natigilan si Cassandra. Hindi nakipagpalitan ng biro si Carlo. Pormal ang sagot at seryoso. Kadalasan, kapag biniro mo, siguradong gaganti ito. Kadalasan ay s'ya pa ang pasimuno ng biruan. Nasisiguro ni Cassandra, may mabigat itong problema.

"Uy, Carlo, may problema ba?" nag-aalalang tanong ni Cassandra.

"Wala... wala naman," sagot ni Carlo.

"Sige na, anong problema mo? Mahirap 'yang sinasarili mo. Baka ma krung-krung ka!" pabirong sabi ni Cassandra. Nagbabakasakali na mapatawa si Carlo. Pero nanatiling seryoso ito.

"Kasi naman," naiinis at galit na sagot ni Carlo, "yung pina-print kong tarpaulin, hindi nagawa. Nasira daw yung makina at bukas pa magagawa. Hindi man lang tumawag sa akin ng maaga para naman nakapaghanap ako ng ibang pwedeng mag-print. E, ngayon gabi na, sarado na halos lahat ng nagpi-print ng tarpaulin. !@#$*%#@! naman talaga!"

"A, ganun ba? E, yung mga iba mong classmates, wala ba silang makitang ibang printshop?"

"Eto nga... hinihintay ko ang mga reply nila. Pinaghanap ko na sila agad kanina nung malaman kong hindi na-print yung tarp namin."

"Tara, dun muna tayo sa bahay habang hinihintay mo reply nila. Mukhang uulan pa yata," sabi ni Cassandra.

Nagsisimula nang umulan kaya napilitan na si Carlo na sumama kina Cassandra. Naabutan nila si Mommy na naghuhugas ng pinagkainan. Lumakas na din ng husto ang ulan.

"Magandang gabi po," bati ni Carlo.

"Oy, Carlo, magandang gabi naman," sagot ni Mommy, "bakit yata mukhang may problema ka. Inaway ka na naman ba ni Cassandra ko? Aba naman anak, tigil-tigilan mo naman ang pang-aaway mo kay Carlo..."

"Mommy naman!" reklamo ni Cassandra.

"Naku, hindi po. Wala pong kasalanan si Cass. Problema lang po sa school. Wala po ito," depensa ni Carlo.

"A, ganun ba? Mabuti naman. O, sige, maiwan ko na muna kayong dalawa at patutulugin ko pa si Bella at Marie. Alam n'yo naman ang dalawang 'yun. Pag hindi mo binantayan, e hindi agad matutulog."

"Sige po," sagot ni Carlo.

"Carlo, tara, kumain ka muna ng hapunan habang hinihintay mo reply ng classmates mo. Masarap 'to, ako ang nagluto," pagmamayabang ni Cassandra.

"Ano ba yan?"

"Sardinas. Hi! Hi! Hi!

"Ayos ka rin a! Masarap pa kamo at ikaw pa ang nagluto... yun pala sardinas lang!"

"Hindi... joke lang! Nililibang lang naman kita, kanina ka pa kasi high blood, baka atakihin ka na n'yan sa puso. Hindi kita kayang buhatin, 'no! Tinolang manok ang ulam. Tara na, kumain ka na. Wala namang mangyayari kahit magpakagutom ka d'yan!"

"Sabagay, tama ka. Susubuan mo ba ako?" sabi ni Carlo sabay ngiting pa-cute.

"Mangarap ka na lang... mangarap ka na lang," sagot ni Cassandra. "Ano... Kakain ka ba o hindi?"

"Kakain na po. Ikaw talaga, hindi ka na..."

"ANO?" bwelta ni Cass.

"Wala... wala po. Sige po, kakain na po ako," maamong sagot ni Carlo.

Habang kumakain si Carlo ay nagsimula nang mag-reply ang mga classmates nito. Wala rin silang makuhang pwedeng mag-print. Puro sarado na ang mga printshop sa kani-kanilang lugar. Lalong nanlumo si Carlo.

"We're dead! We are officially, technically dead as dead can be. Siguradong bagsak na ang group namin sa Surgery subject. Ahhhhh, nakakasama naman ng loob.

Nag-prepare kami ng husto tapos..." malungkot na nasambit ni Carlo.

"Baka naman bigyan kayo ng consideration for effort? Saka baka maganda naman ang presentation ninyo kahit walang tarp na visual?" tanong ni Cassandra.

"Sana ganun na nga lang ang mangyari, especially for my groupmates. Kawawa naman sila, all things considered, it's my fault, kasi ako ang in-charge sa tarp visual. Kakusapin ko na lang ang propesor namin before our presentation. I'll take full responsibility para naman hindi madamay groupmates ko, at least may possibility na pumasa pa sila."

"Pero, ikaw... siguradong bagsak?" tanong ni Cassandra.

"Ganun talaga. It's my fault, unfair naman na idamay ko iba. Kasalanan ko, so dapat harapin ko yung consequence. At least hindi masyadong mabigat sa conscience ko."

HIndi sumagot si Cassandra. Malalim ang iniisip. Maya-maya pa ay tumingin ito sa oras.

"Mayroon ka bang copy nung ipapa-print mong tarp?" tanong ni Cassandra.

"Huh? Meron," sagot ni Carlo, sabay kuha ng isang printout sa gamit n'ya, "Eto o... bakit?"

"Anong oras ba yung presentation n'yo?" tanong ulit ni Cassandra, habang pinag-aaralan ang printout.

"Naku, maaga, alas-otso ng umaga. First class ko pa 'yun. Kung iniisip mo na baka pwedeng bukas magpa-print, hindi rin pwede. Nagbubukas pa lang ang mga printshop nun. Di ka pa aasikasuhin!"

Tiningnan ulit ni Cassandra ang orasan. Malapit ng mag-alas-d'yes ng gabi. "Pwede pa... kaya pa," isip-isip nito.

"Ang ano?"

Nakapag-desisyon si Cassandra, "Sige Carlo, tumawag ka muna sa inyo. Sabihin mong dito ka matutulog. Pupuntahan ko lang si Mom at ipagpapaalam din kita," utos nito.

"Hah? Bakit? Bakit ako dito matutulog?" nagtatakang tanong ni Carlo.

"KASI PO, I-DO-DROWING KO NA LANG YUNG KAILANGAN MONG TARP VISUAL," sagot ni Cassandra.

"Cass... Seryoso?" alinlangang tanong ni Carlo. "Okay lang, hindi mo kailangang gawin ito. Hindi mo ito obligasyon."

"Bakit, ako ba pinabayaan mo? Kahit hindi mo naman ako obligasyon?

Hindi agad nakasagot si Carlo. Sa toto lang gusto na n'yang maiyak sa tuwa sa ginagawang pagmamalasakit ni Cassandra. Ayaw nitong pahalata kaya dinaan na lang sa biro ang sagot, "Hmmp, bahala ka ha! Baka mam'ya n'yan mag-reklamo ka sa DOLE... Pero... seryoso ka talaga, ha?"

"Opo, seryoso po ako. Kaya bago pa magbago ang isip ko, tumawag ka na sa inyo!"

Dali-daling tumawag si Carlo sa bahay nila. Si Rachel ang nakausap nito. Tulog na raw si Papa at Mama.

"Sige Kuya, ako na ang bahalang mag-explain kina Papa. Ummm, sigurado ka bang may gagawin kayong school presentation... O...?" biro ni Rachel.

"Hung-hang ka talaga! Seryoso 'to Rachel, nakasalalay dito kung papasa ako o hindi sa Surgery subject ko," galit na sagot ni Carlo.

"Oo na, oo na! Ikaw naman masyadong defensive. Hi! Hi! HI! Sige na, naniniwala na ako sa iyo. Sabagay, kay Ate Cass may tiwala ako... sa iyo ako walang tiwala. Hi! Hi! Hi! O, babay na at nang makapagsimula na kayo," biro pa rin ni Rachel, "na mag-trabaho! Hi! Hi! Hi!"

"Ikaw talaga! Hmmp, sige, babay!"

Katatapos pa lang nilang mag-usap ni Rachel ay pabalik na si Cassandra. May dala-dala itong bagay na nakarolyo na hindi mawari ni Carlo kung ano.

"Okay na kay Mom. Nai-explain ko na. Tulungan mo akong ikabit ito," sabi ni Cassandra habang inaabot kay Carlo ang dala-dala niya.

"Ano ito?"

"Tarpaulin po! Naalala mo yung Fashion Show Event namin sa school? Ito yung ginamit. Nung natapos na kasi, inuwi ko na lang kaysa matapon... souvenir ko. Anong size ba kailangan yung tarp visual?"

"Ummm, 6 feet by 8 feet. E, paano natin gagamitin ito e may print na?" tanong ni Carlo.

"6 x 8... eksakto! Haler, yung likod po nito diba blanko? Hmmp, turtle ka talaga!"

"Oo nga no... sigurado ka ba na kaya mo? Ilang oras na lang pwede kang gumawa."

"Ay, hindi po... Sus! Natural, kaya ko! Kaya nga ako nagprisinta, e! Pero kapag babagal-bagal ka pa dyan pagtulong sa akin... e siguradong kakapusin tayo sa oras. Kaya bilisan mo na at ikabit mo na itong tarp dyan sa wall. Lagyan mo ng tali sa kabilaan at ikabit mo dun," sabay turo ni Cassandra, "sa kabilaang pako. Kukunin ko pa yung mga pintura at brushes ko. Bilis! Bilis! Bilis!"

Nagmamadaling ikinabit ni Carlo ang tarpaulin. Lumabas si Cassandra dala-dala ang mga pintura at brush na gagamitin.

"Okay, sakto ang pagkakabit mo. Sige, mag-uumpisa na ako," pagpapatuloy ni Cassandra. "Ganito naman ang gagawin mo. Nakikita mo yung laptop at printer? I-encode mo lahat nang text sa visuals. Siguro mga 40 points ang font size ng heading, tapos 24 points yung body text. Yung main title, ako na ang magle-lettering kasi maikli lang naman. Pagkatapos mong mai-encode lahat yung text, i-print mo na. May sticker paper ako. Yun ang gamitin mo, para diretso dikit na. Intiende, turtle... o kailangang i-memorize pa?"

"Maliwanag po, ma'am. Tanong lang po, ma'am... bakit hindi na lang tayo dun sa kwarto mo mag-work para hindi magdumi dito sa labas? Nakakahiya sa mga parents mo?"

"Hah! A, eh, m-madumi na kasi kwarto ko... magulo... saka maraming nakakalat na gamit. Okay na rito, tutal naka set-up na tayo. Sige na, bilisan mo na dyan. Ang dami pang satsat!"

"Yes, ma'am!" sagot ni Carlo. Pero naisip nito, "Madumi na nga ang kwarto, pero ayaw dun magtrabaho. Okay lang magulo at mag-kalat dito sa salas, pero ayaw magulo yung kwarto n'yang magulo na? Ano yun? Ang gulo?"

"May binubulong ka ba d'yan?" usisa ni Cassandra.

"Wala po... wala po. Eto nga po nagtratrabaho na, e," sagot ni Carlo. Sa isip-isip nito ay, "Naku, kulang na lang pala kay Cass, latigo pag nagpatrabaho! Masyadong mahigpit."

Habang nage-encode, hindi maiwasan ni Carlo na sulyap-sulyapan si Cassandra. Lalong lumaki ang paghanga nito sa kaibigan. Si Cassandra mismo ang nakaisip ng paraan para makasalba s'ya. Hindi n'ya ito obligasyon, hindi s'ya dapat nagpapakapagod, nagpapakapuyat o naghihirap sa isang trabahong wala naman siyang mapapala kung hindi matulungan si Carlo.

"Naku, Cass, papaano ba naman akong hindi mai-in-love sa iyo? Lagi ka na lang naand'yan pag may problema ako. Ikaw lagi ang tumutulong sa akin. Lagi kitang kasama sa hirap at ginhawa. Maganda ka na, napakabait mo pa, napakasipag, maaalahanin, kenkoy, hingahan ko ng problema... Haaayyyy!" naisip ni Carlo.

"Hoy, Mr. Turtle, bakit ka nakatunganga dyan? Tapos na ba yang ginagawa mo?" puna ni Cassandra.

"Hah! Sandali na lang po ma'am," gulat sa sagot ni Carlo, "malapit na pong matapos. "Yun nga lang, parang diktador magmando. Haaaiiiisssss!" palihim na naisip ni Carlo.

Hindi nagtagal ay natapos na ni Carlo ang encoding, "Cass, okay na... tapos ko na lahat."

"O, sige, i-print mo na. Sa sticker paper mo i-print! Pagkatapos ay isa-isa mo nang gupitin. Ayusin mo gupit, h'wag tabi-tabingi... kasi pangit tingnan."

"Okay, boss!" sagot ni Carlo at sinimulan na nito ang pagpi-print. Pagkatapos i-print ay sinimulan na nitong gupitin ito.

"Carlo, double-check mo na rin para sigurado na wala kang na-miss" paalala ni Cassandra.

"Walandyo talaga! Grabe sa detalye! Ano ba itong babaeng ito, parang may-checklist sa utak a!" naiiling na naisip ni Carlo.

"May sinasabi ka ba?"

"Wala po," sagot ni Carlo, sabay isip, "Teka, parang nakakabasa ng utak 'to a? Dapat yata mag-ingat-ingat na ako ng iniisip. Mahirap na..."

"Ano 'yun?" tanong ni Cassandra.

"W-Wala... wala," sagot ni Carlo, "sabi ko na nga ba, nakakabasa ng utak, Haaaiiiissss!"

Maya-maya pa ay natapos na si Carlo sa ginagawa n'ya.

"O, bossing, tapos na lahat. Anong gagawin kong susunod?" tanong ni Carlo.

"Matulog ka na!"

"Huh?!!"

"Matulog? E, paano natin matatapos itong ginagawa natin kung patutulugin mo na ako?" pag-angal ni Carlo.

"Ayy, naku, Mr. Turtle. Wala ka namang gagawin hanggang hindi ako tapos dito, diba? O, pwes, habang tinatapos ko itong drawing, matulog ka muna. D'yan ka na lang sa sofa humiga. Sa ganon, maka-pahinga ka para pagpasok mo bukas e, hindi ka naman mukhang bangkay. Hmmm, anong oras na ba? Mag-aalas-dos ng umaga. Matatapos siguro ako ng mga bandang four, tapos patutuyuin ko ito ng mga isang oras. Mga five ng umaga, gigisingin na kita, para maidikit mo na yung mga texto. Siguro wala pang isang oras mo ito gagawin. Mga ala-sais, tapos ka na, pwede ka ng makauwi at kumain. Maligo ka ha? Ang baho-baho mo na, nakakahiya ka! Tapos go, go ka na. Pasok na at mag-se-setup pa kayo sa school. Diba turtle?"

"Oo nga ano? Buti naisip mo yun," sagot ni Carlo. "Sabi ko na nga ba may checklist sa utak ito! Nasaan kaya ang off?" natatawang nasabi ni Carlo.

"Ano na naman ang pinag-ngu-nguynguy mo d'yan? Matulog ka na, turtle!" utos ni Cassandra.

"Opo, matutulog na po," maamong sagot ni Carlo. "Naku, lumabas ulit ang pagka-diktador," sabi ni Carlo sa sarili. "Good night," pahabol nito.

Nangiti si Cassandra habang patuloy ang pagtratrabaho.

Ilang minuto pa lang ay tulog na tulog na si Carlo.

Makalipas ang mahigit sa isang oras, halos matatapos na ni Cassandra ang drawing. Tumigil ito sandali at nag-tsek kung okay ang drawing. Hindi sinasadya ay napatingin ito kay Carlo. Bahagyang nangiti ito.

"Hay, naku, Carlo... bakit ba dumating ka pa sa buhay ko. Okay na ako... kontento na ako... tanggap ko na ang kapalaran ko. Bakit ba ginugulo mo pa? Bakit ba naand'yan ka lagi? Bakit ba masaya ako pag nakikita ka... pag kasama ka... pag kausap kita.

"Akala ko, hindi na...hmmm, basta yun ang akala ko. Pwede rin palang makalimot. Pwede rin palang mawala yung lungkot. God, ano ba? Nagugulo na naman ang utak ko. Nag-aalinlangan na naman ako. Tine-test mo ba ako, God? May gusto Ka bang sabihin? Komplikado ba talaga ang buhay ko... o ako lang ang komplikado?

"Sabagay, ako lang naman talaga ang pumipigil sa sarili ko. Kasi naman God, ang sakit-sakit nung nangyari. Hindi ko na yata kayang maulit iyon. Baka ikamatay ko na. Pero... palagay mo ba God, pwede kayang mag-simula muli? Si Carlo kaya ang magpapabago ng puso ko? Pwede kayang maulit muli ang lahat? Na kung pwede... sana maulit muli... na tama?"

Napukaw sa pagmumuni-muni si Cassandra nang gumalaw-galaw si Carlo. Dali-dali nitong tinapos na ang drawing. Ilang minuto pa ay okay na ito. Habang pinatutuyo ay nag-ayos-ayos at nag-linis si Cassandra.

Makaraan ang isang oras ay ginigising na ni Cassandra si Carlo.

"Good morning, rise and shine!" matamis na gising ni Cassandra.

"Huh! Oh, okay na ba? Pwede ko nang idikit yung mga text?" tanong ni Carlo.

"Oo, kanina pa tuyo. Pero, mag-coffee muna tayo, para magising ka nang husto. Baka mam'ya kung saan-saan mo idikit yung mga text. Hala ka!"

"Hohumm! Oo nga, tama ka dun. Salamat ha," pag-sangayon naman ni Carlo.

"Gumawa din ako ng sandwich — chicken yan — kainin mo na para kahit papaano may laman na 'yang t'yan mo."

Sabay kumain ang dalawa.

"Ummm, sarap a!" sabi ni Carlo.

"Oo naman. Alam ko kasing paborito mo 'yan."

"Aba, pa-ganyan ka ng ganyan, baka mawili ako dito," biro ni Carlo.

"Okay lang. Gusto rin naman kitang laging narito... ano... ahhh, ibig kong sabihin... ayyy, naku, tingnan mo ang oras! Bilisan mo nang idikit yung mga text, baka ma-late ka na!"

"Hah! Oo nga no!"

"Sige na. Ako na ang mag-liligpit dito."

Sinimulan ni Carlo idikit ang mga text ng visual aid. Tuwang-tuwa ito dahil perfect ang pagkaka-drawing ni Cassandra. Sigurado, magugulat at matutuwa ang mga groupmates niya.

Pagkatapos maghugas ng pinag-kainan nila, sinamahan ulit ni Cassandra si Carlo.

"O, Carlo, iiwan na kita ha. Matutulog na ako. Isara mo na lang dito pag-alis mo." paalam ni Cassandra.

"Huh, h'wag mo akong iwan. Samahan mo ako hanggang matapos ang ginagawa ko. Baka may multo dito," pakiusap ni Carlo.

"Multo ka dyan! Aba, ginawa mo pang haunted house 'tong bahay namin. Isusumbong kita kay Mommy!"

"Ito naman... naglalambing lang naman ako. Gusto lang naman kitang nakikita. Alam mo na... inspiration!"

Hindi umimik si Cassandra pero nangiti ito. Hindi na s'ya umalis. Pumunta na lang sa sofa at humiga doon. Maya-maya pa ay nakatulog na rin ito.

Madali namang natapos ni Carlo ang pag-didikit. Pagkatapos ng ginagawa ay nag-ayos-ayos at itinapon ang mga kalat. Maingat niyang inirolyo ang tarpaulin at naghanda na para umalis.

Papaalis na si Carlo nang namataan nito si Cassandra na natutulog sa sofa. Dahan-dahan itong lumapit, tumingin sa paligid at ng masiguro na walang tao, ay hinalikan si Cassandra sa noo at pisngi, pagkatapos ay mabilis na tumalilis. Tuwang-tuwa ito dahil na-kiss nito si Cassandra, kahit pa sabihing tulog ito.

Pagkaalis ni Carlo ay nagmulat ng mata si Cassandra. Gising siya nang nakawan ng halik ni Carlo, pero nagkunwaring tulog. Mababakas ang tuwa sa mukha nito.

Bakit Huli Na?

Masayang-masaya si Carlo. Napakaganda ng resulta ng presentation nila sa Surgery class. Bukod sa napaghandaan nila ng husto ang kanilang pagre-report, umani rin ng papuri ang kanilang visual aid na ginawa ni Cassandra. Hangang-hanga ang kanilang propesor at pinuri ng husto ang kanilang naiibang konsepto. Bibihira daw ang makakaisip na ipaguhit ang visual aids, imbes na ipa-print na lang. Sinigurado ng propesor na makakakuha sila ng mataas na grado sa klase.

"Hep, hep! Hooray! Hep, hep! Hooray!" ang masayang sigawan ng grupo ni Carlo matapos ang kanilang klase. Kani-kaniyang high-five at purihan.

"Ayos ang ginawa mo, Carlo," puri ng isang groupmate, "biruin mo... yung muntik nang maging catastrophe sa buhay natin, naging highlight pa. The best ka, 'tol!"

"Oo nga, kung baga sa boksing, talo na, naka-knockout pa tayo!

"Mga classmates, we owe all of this to Cass. S'ya ang nagpursiging gawin yung visual aid. Given up for lost na ako, pero si Cass, huh, never say die yun!"

"Si Cass ba kamo? Yung chika-babe na girlfriend mo? Grabe, napaka-swerte mo naman. Sobrang ganda na nun, talented pa? Tapos, always there by your side, pa! Wow, Bro, life is unfair... napunta na lahat sa iyo ang swerte!"

"Well, speaking of life being unfair and hot babes... look who's coming!"

Napatingin sila lahat sa itinuturo ng classmate ni Carlo. Papunta sa kanila si Eloisa at kitang-kita ang lagkit ng pagkakatingin nito kay Carlo.

"Well, Bro, talagang life is unfair. Okay guys, let's make ourselves disappear. We're not needed here! Ha! Ha! Ha!"

"Oo nga, oo nga... buti pa maghanap na rin tayo ng ating sariling chika babes. Nakakainggit! Wheee! Ha! Ha! Ha!

"Sige Carlo, see you na lang later! Ingat lang... mahirap mamangka sa dalawang ilog! Ha! Ha! Ha!"

Plano talaga ni Carlo na tawagan si Cassandra at yayain mag-celebrate sa labas. Pero nang dumating si Eloisa ay nakalimutan na nito ang lahat.

"Well, well, well! I heard you were magnificent during your presentation, Mr. Carlo Sandoval," malanding bati ni Eloisa.

"Hindi lang naman ako. All of us in the group were great. Also, our visual aid..."

"I'm not interested in the others and... hmmmm... details. Aren't you going to invite me. This calls for a celebration, diba?"

"Aba, syempre! Let's call the others para..."

"No, no, no! This celebration is exclusively for the two of us. Aside from your presentation, there is one more... ummmm, feather in the cap which you are about to get."

"Really, talaga? Wow, parang excited na akong marinig yan a," tuwang-tuwang sagot ni Carlo.

Biglang nag-ring ang cellphone ni Carlo. Si Cassandra, tumatawag.

"H-Hello, Cass?"

"Ano, kamusta ang presentation ninyo? Pasensya ka na, nakatulog ako, gusto sana kitang i-wish ng goodluck bago presentation ninyo. Pero di bale, ipinagdasal naman kita bago ako natulog. O, ano? Balitaan mo naman ako."

"Ano, hmmm, very successful ang presentation namin. Impressed na impressed yung Prof namin. Promised nga n'ya, na we will definitely get high marks because of it," sagot ni Carlo.

"Wow, ha! Bigatin ka talaga. O, ano, wala ba man lang blowout? Ang kapal ko 'no? O, kung gusto mo, pwede namang dito na lang tayo sa amin. Ipagluluto kita ng paborito mo... tinola... tinolang sardinas! Hi! Hi! HI! Joke lang... tinolang manok, syempre, paborito mo yun, e. Tapos, one-on-one ulit tayo, para matanggal naman yang stress sa katawan mo. Huwag kang mag-alala, bibigyan kita ng plus. Ano, game?" masayang litanya ni Cassandra.

Napatingin si Carlo kay Eloisa. Mapanukso ang titig nito, ngingiti-ngiti habang umiiling. Parang ipinahihiwatig sa kanya na magsisisi siya pag hindi siya sumama sa kanya.

"Hah! Naku, Cass, s-sori. K-Kasi... ano... ummm... magse-celebrate kasi kami ng groupmates ko ngayon. Yun nga, para raw thanksgiving namin. Aaaa, hinihintay na nga nila ako," pagsisinungaling ni Carlo.

"A, ganun ba. O, sige, okay lang. Syempre dapat kayong mag-group ang magkakasamang mag-celebrate. O, sige na... babay na," malungkot na sagot ni Cassandra.

"Ah... ano, punta na lang ako sa inyo bukas. Bukas na lang tayo mag-kwentuhan. Pasensya na, ha? Babay!

Narinig lahat ni Eloisa ang buong pag-uusap. Ngiting-ngiti ito. Pagkatapos ng usapan nila Carlo ay agad niyang niyaya agad si Carlo.

"Well, what are we waiting for? Let's celebrate!" hiyaw ni Eloisa.

———————————————

Sa kabilang linya, wala sa sariling nakatingin pa rin sa cellphone niya si Cassandra. Takang-taka ito matapos ang pag-uusap nila ni Carlo. May kasama ring konting lungkot ang kanyang nadarama. Dati rati ay nangunguna pa si Carlo sa pagtawag. Dati rati magyayaya agad itong lumabas para mag-celebrate. Pero ngayon?

"Ano ka ba, Cassandra? Huwag kang selfish, ha! Syempre gusto nung mga classmates ni Carlo, silang magkakasama muna ang mag-celebrate. Saka naka-plano na sila bago pa kayo nakapag-usap. Bukas, sigurado... maghapong naandito yun at magku-kwento ng husto. Malamang may dala pang pagkain. Ihanda mo na ang sarili mo, lalo na ang tenga mo, sa maghapong pagyayabang at kakulitan ni Carlo. Kaya, chill ka lang," isip-isip ni Cassandra. Pilit na kinukumbinsi ang sarili na okay lang ang lahat. Pero sa huli, parang nararamdaman niya na may nagbago na.

———————————————

Kinabukasan ay maagang gumising si Cassandra. Inaasahan nitong maagang darating si Carlo, tulad ng dati nitong nakagawian. Nakapasok na sa trabaho si Daddy at si Mommy naman ay nasa palengke. Si Bella at Marie naman ay nasa school dahil may school program. Inabutan ni Mommy si Cassandra na naglilinis ng bahay.

"Aba, anong nakain mo at naglilinis ka yata?" gulat na tanong ni Mommy.

"Ho, wala naman Mommy. Dati naman akong naglilinis a," depensa ni Cassandra.

"Oo, alam ko naman, anak. Kaya lang, diba kalilinis mo lang kahapon?"

"Hah! Kahapon lang po ba yun? Akala ko nung makalawa pa. Kasi po parang ang dumi-dumi na ng bahay."

"A, o, sige. Kung yun ang tingin mo, e di sige," sabi ni Mommy, pero isip-isip nito, *"Madumi daw ang bahay? E, ni wala namang nagalaw simula ng naglinis s'ya kahapon. Haaay, naku, bahala na nga siya."*

Dumating ang tanghali pero hindi pa rin pumupunta si Carlo. Takang-taka si Cassandra. Hindi naman dati ganoon si Carlo. Nag-alala ito na baka may masamang nangyari dito. Hindi ito mapalagay. Tatawagan sana n'ya ng mapansin na may text pala sa kanya galing kay Carlo. Sinabing bandang hapon na ito makakarating. Nawala man ang kaba sa dibdib n'ya, nabalisa si Cassandra dahil sa hindi maipaliwanag na dahilan, parang binalot ng lungkot ang kapaligiran n'ya.

Mag-aalas-singko nang hapon nang dumating si Carlo. Malayo pa ay nakita na ito ni Cassandra pero hindi muna lumabas. Lihim lang n'ya itong sinisilip habang paparating. Napansin ni Cassandra na parang excited na excited si Carlo. Natuwa si Cassandra, feeling nito excited si Carlo na makita siya.

"Aba, baka isipin naman ng mokong na 'yun mas excited akong makita s'ya. Kailangang kunwari dedma

lang ang dating. Baka lumaki ang ulo! Hi! Hi! Hi!" sabi nito sa sarili.

Maya-maya pa ay tumatawag na si Carlo, "Magandang hapon, po! Cass si Carlo ito!"

Nagpaikot-ikot muna sa salamin Si Cassandra at tiningnan muna ng husto ang sarili, bago lumabas.

"Uy, Carlo, naandyan ka na pala. Pasens'ya ka na kasi nakatulog ako," pupungas-pungas kunwaring sagot ni Cassandra.

Hindi tulad ng dati na agad pumapasok, sa labas lang ng gate tumayo si Carlo. Si Cassandra ang napilitang lumapit.

"Ano kayang nangyayari kay Carlo, parang iba ang kinikilos?" isip-isip ni Cassandra. nang malapit ay namataan ang chocolate bar na dala-dala ni Carlo, *"Ummm, kaya pala! May dala palang chocolate para sa akin. Siguro nahihiya. Hi! Hi! Hi! Mmmm? Teka, alam naman nitong hindi ako mahilig sa chocolate, bakit ito ibibigay sa akin? Naku, Cassandra, masyado kang choosy, tanggapin mo na lang! Alam naman nun na matakaw ka... kahit ano kinakain. Hi! Hi! Hi!"*

"Uy, may dala ka palang chocolate. Para ba sa akin 'yan?" pabirong tanong ni Cassandra.

"Hah? Hindi... p-para kay Eloisa ito."

———————————————

Parang tumigil ang ikot ng mundo para kay Cassandra. Natulala ito, sumikip ang dibdib, nahirapang huminga. Nakatingin siya, pero hindi na maintindihan — hindi makapaniwala sa mga sinasabi ni Carlo. Gusto n'yang isiping isang masamang panaginip lang ang nangyayari.

"Ano... kasi... ummmm, dumaan lang ako dito para sabihin sa iyo na... na... na nagkabalikan na kami ni Eloisa. Oo, k-kami na naman, ulit," pahayag ni Carlo.

"Kahapon kasi, nung lumabas kami ng groupmates ko," pagsisinungaling ni Carlo, "sumama s'ya. Uhmm, tapos, k-kinausap ako... yun nga, tinanong n'ya... kung gusto kong kami na ulit.

Hindi pa rin umiimik si Cassandra. Hindi alam kung ano ang sasabihin. Hindi alam kung ano ang gagawin. Nagulat na lang ito ng tapikin siya ni Carlo.

"Uy, anong nangyari sa iyo? Bakit hindi ka kumikibo dyan? Nakikinig ka ba?"

Parang natauhan si Cassandra. "Huh! A... Oo naman. Kayo na ulit? Congrats! Wow, iba ka talaga. Paano nangyari? Ganoon na lang... kayo na agad? Anong sinabi mo? Parang ang bilis... p-paano na si Arthur?" sunod-sunod na tanong nito.

"Ha... a, e, sabi ko... Yes na yes! Syempre, alangan naman na magpa-bebe pa ako. Yun naman ang gusto ko. Baka magbago pa isip nun. Yung kay Arthur naman... hmmm... ano... break na sila ni Arthur... noon pa. Ano... nalimutan ko lang sabihin sa iyo."

"Nalimutan mong sabihin sa akin? Ibig mong sabihin, matagal na 'yon... p-pero nalimutan mong sabihin sa akin?"

"Ano... Kasi, sabi ko, hindi naman siguro importanteng malaman mo pa."

"Siguro? Uhhh... Oo naman. B-Bakit kailangan ko pang malaman?" sagot ni Cassandra. *"Oo nga naman. Sino ba ako? Props nga lang pala ako...kunwari lang na girlfriend."* masakit na naisip nito. Sa huli, nasabi na lang nito, "Pero, paano naman tayo? A-Ang ibig kong sabihin, anong sinabi mo kay Eloisa tungkol sa atin... tungkol sa kunwari nating relasyon?"

"Ano... sabi ko... madali lang — no problem — makikipag-break lang ako dun. Agad-agad. Wala namang halaga sa akin yun."

Tumungo si Cassandra. Pinipilit pigilan ang mga luha.

"Agad-agad... Oo nga pala, wala naman pala akong halaga sa 'yo," nasabi na lang ni Cassandra.

"Hah? Mali ba sinabi ko?"

"Sana naman, Carlo... iniwanan mo naman ako ng konting dignidad. Oo, alam ko, palabas lang natin ito. Oo, kaya nga ako ang pinili mo para madali mo lang akong... iwanan. Pero sana, Carlo... hindi mo naman akong ginawang kahiya-hiya kay Eloisa. Ginawa mo akong... parang basahan na itinapon na lang. Binigyan mo naman sana ako ng kahit konting pagpapahalaga... kahit kunwari lang. Na kung magkikita man kami ni Eloisa, pwede akong makaharap ng patas. Na wala akong putik sa mukha na pagtatawanan n'ya. ... Bakit Carlo, ganoon lang ba talaga... ang tingin mo sa akin? W-Walang pakiramdam... at walang halaga... sa iyo.

"S-Sori Cass. Hindi ko naisip 'yon. Akala ko kasi..."

"Akala mo kasi, dahil ganito ako, hindi ako marunong masaktan... Na hindi na importanteng malaman ko na break na si Eloisa at Arthur... na okay lang na hindi mo sabihing nagkakabutihan na kayo ni Eloisa. Sino nga ba ako? Ano ba ako sa iyo para sabihan pa? Ganoon ba ang pagtingin mo sa akin? Hmmp...Sobrang baba pala ng pagtingin mo sa akin, Carlo. Akala ko iba ka. Akala ko pa naman... hindi pala... nagkamali ako... nagkamali ulit ako."

"Cass..."

Sige na, Carlo. Umalis ka na. Please! ... Puntahan mo na si Eloisa. Tapos na ang kasunduan natin, diba? Nagkabalikan na kayo ni Eloisa... yun lang naman ang importante. Tapos na sa atin ang lahat. Iwan mo na ako," patapos ni Cassandra sabay talikod at lumayo. *"Salamat na lang... salamat sa pagmamahal na ibinigay mo sa akin... kahit kunwari lang pala,"* bulong ni Cassandra sa sarili.

Hindi Na Mauulit Muli

Matagal nang nakaalis si Carlo ay nanatiling nasa labas pa rin si Cassandra. Tahimik na nakaupo lang sa isang sulok. Mugto ang mga mata dulot ng pag-iyak.

"Ewan ko nga ba kung ano ang iniisip ko. Pero, siguro... mabuti na rin, habang maaga pa, natigil na kalokohan ko. Hmmp, ako rin naman ang may kasalanan. Binigyan ko ng ibang kahulugan... Aaaa, hindi ko na maintindihan. Sabi ko na sa iyo God, ayoko na... ayoko na. Bakit kasi ganoon? Kung kailan akala mo, okay na... hindi naman pala. Ang gulo... ang gulo-gulo! Pero... tanggap ko na. Parang pareho lang nung sa amin ni Michael. Hindi na... ayoko na... ayoko nang maulit pang muli ang nakaraan.

"Cassandra? Anak, aba e, gabi na anak, pumasok ka na rito. May hinihintay ka ba?" tawag ni Mommy.

"Huh! W-Wala po, Mommy. Nagpapalamig lang po. Papasok na rin po ako maya-maya," sagot ni Cassandra.

"Nagpapalamig? Aba, kanina ka pa d'yan, a! Sobra namang palamig na yata 'yan. Baka naman sipunin ka na!"

"Sige po, Mom... papasok na po ako. Aayusin ko lang po dito."

Napilitang ayusin ni Cassandra ang sarili bago pumasok ng bahay. Ayaw niyang malaman pa sa bahay nila ang kanyang pinagdaraanan.

Sinamantala niya ang pagkakataon nakatalikod at naghuhugas ng pinggan si Mommy. Mabilis itong pumasok sa kwarto niya. Naupo sa tabi ng kama. Tulala.

Napakilos lang ito ng marinig na bumubukas ang pintuan n'ya. Nahiga s'ya sa kama, tumalikod sa pinto.

"Cassandra anak, hindi ka ba kakain?" tanong ni Mommy.

"Ummm, hindi na po, Mom. Busog pa po ako. Inaantok na rin po ako."

"Ah, ganun ba. Hmmm... Sabagay, naandyan nga pala si Carlo kanina. Siguro may dala na namang pagkain at inubos mo lahat, diba?" biro ni Mommy.

"... Opo. K-Kaya nga po busog ako," pagsisinungaling ni Cassandra.

"Naku, yang si Carlo, masyado kang ini-spoil. Baka mamya n'yan masyado kang mamihasa, ha? Masama 'yon!"

"Hindi po Mom," sagot ni Cassandra. *"Hindi na po ngayon,"* malungkot na naisip nito.

"Bakit yata sandali lang dito si Carlo? Dati naman ay halos buong maghapon naandito, yan? Ni hindi ko nakausap saka..."

"Mom, inaantok na ako. Pwede po, matutulog na ako?"

"Hah! A, o sige... tulog ka na. Pasensya na anak," sagot ni Mommy na takang-taka sa reaksyon ni Cass, "good night!"

"Good night, Mommy! I love you!"

"Love you, too!"

Hindi na ngayon. Tapos na ang kasunduan namin. Wala ng dahilan para magpunta si Carlo. Wala ng dahilan para magkasama kami. Wala naman kami talaga. Palabas lang ang lahat. Lokohan lang. Tapos na ang pagkukunwari. Tapos na ang... palabas.

Dahil tapos na ang eskwela, sa bahay lang nag-stay si Cassandra. Lumalabas lang ito kapag may practice ang basketball team nila. Paminsan-minsan ay nakakatanggap siya ng text message na galing kay Carlo. Pero paisa-isang linya na lang ang mensahe — Hello, Miss You, Kamusta ka, Ingat — hindi tulad ng dati na kilometriko ito kung mag-text, na punung-puno pa ng emoticons.

"Anak, hindi yata masyadong nagpapasyal si Carlo ngayon dito," minsan naitanong ni Mommy, "nag-away ba kayo?"

"Naku, hindi po. Bakit naman po kami mag-aaway. Busy lang po siguro si Carlo o may importanteng ginagawa... o kaya may mga appointment sa school," katwiran ni Cassandra, "Saka ako po, busy din sa practice namin sa basketball. Alam n'yo naman na sa pagiging player ko nakasalalay ang scholarship ko. Kaya, priority ko po ito. Gusto kasi naming mag-champion next year sa UAAP. E, medyo dehado kami, kaya dapat doble ensayo. Di ba dapat lang, Mom? Sayang din yung scholarship. Yun pong... sa amin ni Carlo, medyo tabi-tabi muna. Saka, yun na nga, lagi lang pong sawil ang schedule namin ni Carlo kaya, ayun di kami masyadong nagkikita."

Takang-taka si Mommy, *"Mmmm, ang ikli lang naman ng tanong ko, bakit yata tele-novela mag-explain ang anak ko?"* tanong nito sa sarili. "Ah, ganun ba?" sabi nito nang malakas, "e, kasi nami-miss ko rin yung bata. Dati kasi halos maghapon naandito yun."

Hindi na sumagot pa si Cassandra. Wala naman na s'yang dapat sabihin pa.

Feeling on top of the world si Carlo. Sino ba naman ang hindi magiging proud, e girlfriend n'ya ang pinaka-sikat na hot babe sa school. Alam niyang kinaiinggitan siya ng maraming kalalakihan. "I'm the man, yeah! I'm the man," pinagmamalaki lagi sa sarili. Hindi pa rin s'ya makapaniwala na nagkabalikan na sila ni Eloisa. And to think, ang babae pa mismo ang nag-initiate ng lahat.

Sa kabila ng lahat, hindi maikaila ni Carlo may parang may kulang sa relasyon nila ni Eloisa. Hindi n'ya maarok kung ano ito. Masaya siya, totoo yun, pero bakit parang may vacuum ang saya n'ya. Hindi katulad ng sayang nararamdaman pag si Cass ang kasama.

Si Eloisa — maganda, popular, crush ng bayan, pinagkakaguluhan — mga katangiang hinahanap ng isang lalaki sa babae. At siya ang lalaking pinalad sa puso nito. Sino ba naman ang hindi magiging proud. Sino ba naman ang hindi matutuwa. Pero kahit ipagyabang ni Carlo na masayang-masaya siya, sa kaloob-looban niya, may lungkot siyang nadarama.

Kasalukuyang naghihintay si Carlo malapit sa FEU kung saan sila magkikita ni Eloisa. Nagyaya itong mag-gala sa mall dahil bore na bore na daw sa bahay.

"Carlo, let's go!, "entrada ni Eloisa.

"Ummm, o bakit ngayon ka lang? One hour ago pa ang meet time natin diba?" tanong ni Carlo.

"Haay, e ano pa? Gawa ng aking mga parentes na umaangal na wala na raw akong ginawa kung hindi magpaganda ng magpaganda! Hmmp, nakakainis!"

"O, sabagay, tama naman sila. Maganda ka na naman. Hindi mo na kailangang magpaganda pa ng husto. Okay din yung natural look."

"Huh! Pareho ng Cassandra mo!" patutsada ni Eloisa, "yun ba ang ibig mong tumbukin Carlo?"

"Aba... hindi. Wala naman akong sinasabi..."

"Hmmm, never mind. Ayyy, naku, Carlo, you are beginning to sound like my parents. Please stop it, okay?"

"O, sige."

"Hmmp! Okay, let's go!"

Kararating lang ni Cassandra ng bahay galing sa praktis nila ng basketball. Papasok na ito ng gate ay may narinig na tumatawag sa kanya.

"Ate Cassandra! Ate Cass! Yuhooo!"

Si Rachel pala. Masaya itong lumapit sa kanya at yumakap. Niyakap din ito ni Cassandra.

"Uy, miss na miss na kita! Bakit hindi ka na nagpupunta sa amin? At saka bakit hindi yata kayo nagkikita ni Kuya Carlo ngayon? LQ ba kayo?"

"Hindi, a! Masyado lang kaming busy kaya ganoon. H'wag mo nang pag-iisipan yun...busy lang talaga. Mmmm, miss ko na rin ang little sister ko," sagot ni Cassandra.

"Busy? Sino... si Kuya? E, wala ngang halos ginagawa sa bahay 'yon. Parang patabang baboy lang. Tapos, biglang may tatawag sa cell, ayun karimpas na ng takbo. Akala ko nga ikaw yung kausap. Pero, sabi ko hindi. Kasi pag nakikipag-usap laging pabulong. Parang may itinatago."

"Naku, 'tong little sister ko, kung anu-ano ang iniisip. O, maiba ako, bakit ka yata naligaw dito?"

"Ate Cass, pinuntahan talaga kita. Kasi, ganito 'yon, may debut akong pupuntahan. Kasama ako sa cotillion... Bongga no! Kaya lang, wala akong dress na maisuot. Puro kasi maliit na yung mga dati kong damit. Pwede bang samahan mo akong bumili? Binigyan ako ng pera ni Dad. Syempre, iba pa rin yung may second opinion pag pili ng damit. Saka, gusto ko ang taste mo, Ate Cass, simple lang pero may dating!"

"Naku, nambola pa ito! Oo naman, pwede ba naman akong humindi sa little sister ko?"

"Yehheyy! Kaya nga lab na lab kita Ate Cass!"

"Sus, sige na, tama na yang pambobola mo. Halika, pasok muna tayo sa loob. Magpapaalam lang ako kay Mom, saka shower at mag-papalit lang ako ng damit. Ang baho ko na, e!

———————————————

Matapos ang matagal na paghahanap at pagiikot-ikot sa mga dress shop sa mall, nakapili rin ng damit si Rachel. Bukod sa pareho nilang nagustuhan ni Cassandra ang damit, mas mura pa ito kaysa sa mga iba nilang nakita. Tuwang-tuwa si Rachel. Nakabili na s'ya ng damit, may sobra pang pera para sa kanya.

"O, okay ka na?" tanong ni Cassandra, "uwi na tayo?"

"Ate Cass, pahinga naman tayo ng kaunti. Ang sakit-sakit na pala ng paa ko. Ngayon ko lang napansin. Hi! Hi! Hi!"

"Ikaw talaga! Nung naghahanap pa tayo, wala kang kapagod-pagod. Ngayong nakabili ka na, biglang naramdaman mong masakit na pala paa mo? Hi! Hi! Hi! Iba ka rin, no! Ang sabihin mo, gusto mo pang mag-gala!"

“Hi! Hi! Hi! Isa pa yun! Pero, totoo Ate Cass, masakit na talaga binti ko, pahinga muna tayo, please...Ah! Alam ko na, mag-snack na lang muna tayo. Treat kita, tutal malaki naman ang natipid ko.”

“Haaay, sige na nga! Saan mo ba gustong kumain?”

“Tara, hanap tayo!”

Pagod na pagod na si Carlo kasusunod kay Eloisa. Lahat yata ng shop ay pinasok nito pero wala namang binibili. Masungit at tinatarayan pa nito ang mga umaasikaso sa kanya.

“O, Carlo, do you like the shoes?”

“Ummm, okay... it looks good on you.”

“Good lang? Gusto ko yung perfect!”

“Hush, Come on Eloisa. You’ve tried so many shoes already. it’s about time you buy something na.”

“Huh! Kapag hindi ko gusto, hindi ko gusto!

At nagdabog na si Eloisa. Iniwan ang sapatos na isinusukat at galit na lumabas sa shop kasunod si Carlo. Habang mabilis na lumalabas ay nagtatalo ang dalawa. Hindi nila napansin ang mga kasalubong kaya bumangga sila dito.

“Ano ba? Tingnan naman n’yo ang dinadaanan n’yo!” galit na sinabi ng nabangga nila.

“Naku, pasensya na kayo, hindi namin... Huh! RACHEL?... CASS?

“KUYA CARLO?”

Si Rachel at si Cassandra pala ang nakabungguan nina Carlo at Eloisa!

The Truth And Nothing More

Nagkabanggaan sa mall sina Carlo, Eloisa, Rachel at Cassandra. Gulat na gulat ang bawa't isa, hindi malaman ang sasabihin. Ilang saglit ng nakakailang na katahimikan ang namayani. Si Carlo ang unang nakapag-salita.

"Rachel? Cass? Naku, sori... ahhh... ano... nasaktan ba kayo?" tanong ni Carlo.

"Uhmm, konti lang, Kuya. Nagulat lang ako. E, ikaw, Ate Cass, nasaktan ka ba?"

"Hindi... okay lang ako."

"Anong ginagawa n'yo dito?" tanong ni Carlo.

"Kuya, nagpasama ako kay Ate Cass. Bumili kasi ako ng bagong damit para sa debut na dadaluhan ko. E, ikaw, Kuya, anong ginagawa mo dito at *BAKIT HINDI SI ATE CASS ANG KASAMA MO?!!"*

Natigilan si Carlo. Hindi malaman ang sasabihin. Samantala, nakabawi na sa pagkagulat si Eloisa at nagpupuyos ang loob sa galit.

"Well, anong masama naman kung ako ang kasama ng kuya mo, e boyfriend ko naman s'ya at *EX NA LANG NIYA ANG ATE CASS MO,"* mataray nitong sagot.

Gulat na gulat si Rachel. Para maiwasan na lang ang magkaroon ng eskandalo, hinatak s'ya ni Cassandra sa isang tabi pagkatapos ay kinausap.

"Rachel, ummm, mahabang istorya, pero, pwede ba, para na rin sa Kuya mo, huwag ka na lang muna kumibo. Mam'ya na lang tayo mag-usap. Please, kung hindi sa Kuya mo, para na lang sa akin," pakiusap ni Cassandra.

Tumango na lang si Rachel. Kahit nalilito pa rin ito, pinili nitong maniwala kay Cassandra.

Muling humarap ang dalawa kina Carlo at Eloisa.

"O, ano, naliwanagan na ba ang kapatid ni Carlo?" panunuyang patutsada ni Eloisa.

"Eloisa, please...," pakalma ni Carlo.

"Okay na Carlo," sagot ni Cassandra, "okay na si Rachel.

Para mawala ang tensyon, binago ni Carlo ang usapan.

"Ano, nakabili na ba kayo ng damit?"

"Oo, Kuya. Ummm, kakain lang muna, tapos uuwi na rin kami."

"Ganun ba, e di tara, sama na kayo sa aming kumain, treat ko kayo."

"Carlo, ano ba...?" reklamo ni Eloisa.

"H-hindi na. Okay na kami. Umuwi na lang tayo Eloisa," pag-tutol ni Cassandra.

"Hmmp! Buti naman," mataray na bwelta ni Eloisa.

Nag-init ang punong-tenga ni Rachel nang marinig ang tila mapang-lait na tono ni Eloisa. Wala rin sanang balak tanggapin ang alok ng kuya, pero dahil sa ginawa ni Eloisa, lumabas ang pagka-maldita nito.

"Ayyy, sige Kuya, kain tayo. Naku, gutom na gutom na nga ako. Treat mo!"

Hindi na naka-angal pa si Eloisa. Si Cassandra naman ay nailing na lang.

"O, saan n'yo gustong kumain? Sa Burger Mania, Mami House o sa Steak Delight?" tanong ni Carlo, sabay boto, "Mami House ako!"

"Steak Delight! Steak Delight... Carlo, gusto ko dun," pagpipilit ni Eloisa.

"Mami House din ako," boto naman ni Rachel, "ikaw Ate Cass?"

"Mami House," mahinang sagot nito.

"Well, winning by an overwhelming decision... and still the champion... Mami House!" kumpirma ni Carlo.

Masamang-masama ang loob ni Eloisa, pero wala s'yang magawa kung hindi sumama na lang.

Pagdating sa Mami House, si Carlo at Eloisa ang pumila para mag-order ng pagkain, samantalang si Cassandra at Rachel ang humanap ng mauupuan.

"Hindi ba dapat sila ang nag-order at tayo ang naka-upo?" angal ni Eloisa.

"Hah, hindi! Kasi pag kumakain kami dati ni Cass, ako lagi ang na-order, s'ya ang kumukuha ng pwesto."

"Ganon!" sarcastic na sagot ni Eloisa na hindi naman napansin ni Carlo.

"Anong gusto mo, Eloisa?"

"Hmmp! Chicken at rice na lang. Wala akong ganang kumain."

"Okay, o sige order na ako. Wait mo na lang ako .

———————————————

Hindi nagtagal ay may dala-dala nang tray ng pagkain si Carlo.

"Halika na, Eloisa. Isusunod na lang daw ng waiter yung iba."

Pagkadating sa table, isa-isang inilapag ni Carlo ang mga pagkain.

"O, itong lauriat at orange juice, sa iyo Rachel, alam kong yan ang favorite mo. Tapos itong chicken with rice at coke, sa iyo, Eloisa.

"Diba, ice-tea ang gusto ko?"

"Ay, yun ba ang gusto mo? Sori, nalimutan ko," dispensa ni Carlo.

"E, Kuya, nasaan ang pagkain mo at kay Ate Cass?"

"Isusunod na lang nung waiter, kasi di ko na kayang dalhin lahat. O, eto na pala."

"Yung beef mami at asado siopao, kay Cass. Ang sa akin ay chicken mami at bola-bola siopao Yung tsitsaron sa gitna... tapos yung butse tatlo kay Cass, isa lang sa akin. Softdrinks namin parehong root beer."

"Nakuuu, mabuti pa si Cass, *TANDANG-TANDA MO ANG GUSTO!*" nasabi ni Eloisa na iritang-irita na, "samantalang ako, *ICE-TEA LANG... NALIMUTAN MO PA!!!*"

Grabe ang lakas ng tawa ni Rachel. Hindi maikubli ang pagkatuwa sa nangyari, samantalang si Cass ay nanatiling tahimik.

"Eloisa, pasensya na. Nalimutan ko lang talaga. Hindi ko sinasadya," sabi ni Carlo.

"Naku, ano pa kaya kung sinadya mo! Hmmp! Ano pa ba ang magagawa ko."

Sa galit, kumain na agad si Eloisa. Natigilan ito ng makitang nagdarasal muna sina Cass, Carlo at Rachel.

"Bless us, O Lord, and these, Thy gifts, which we are about to receive from Thy bounty. Through Christ, our Lord. Amen."

Para hindi ma OP (out-of-place) tumungo kunwari si Eloisa, tapos ay pasimpleng umiinom ng softdrinks.

Tulad ng nakasanayan, pagkatapos magdasal, kinuha ni Cass ang mga kutsara at tinidor para punasan. Pagkatapos ay isa-isang sinilip ang mga straw.

“Anong ginagawa n’ya?” tanong ni Eloisa sa lahat.

“Pinupunasan ni Ate Cass yung mga kutsara’t tinidor para siguradong malinis. Tapos, sinisilip niya ang mga straw kasi baka raw may kulangot sa gitna. Hi! Hi! Hi! Sanay na ako kay Ate Cass. Ganyan din siya dun sa camp namin. Ummm... Ganyan din ba s’ya pag nag-dedate kayo Kuya?”

Hindi makasagot si Carlo. Muntik mabulunan.

Si Eloisa naman ay napatigil sa pag-inom at napatingin sa straw na gamit-gamit. “Kulangot?” naisip nito, sabay biglang baba ng softdrinks n’ya.”

“Hindi napunasan yang kubyertos mo kasi para kang mauubusan ng pagkain, kumain ka na agad,” dagdag ni Rachel, “sabagay, di ka naman yata tinatablan ng hiya... este ng germs pala! Sori! Hi! Hi! Hi!

Pikang-pika na si Eloisa. Hindi lang nito matarayan si Rachel dahil kay Carlo. “Haaay! Imbyerna talaga! Aaaaaahh!” bulong nito sa sarili.

Piniling manahimik ni Cassandra habang kumakain.

“Ano namang damit ang binili mo, Rachel?”

“Naku, Kuya, ang ganda-ganda! Siguradong magugustuhan mo. Si Ate Cass yata ang pumili!”

“Huuu, nangbola ka pa. E sino bang kaibigan mo ang magde-debut? Diba puro 30 years old na ang mga kaibigan mo?”

"Asar ka Kuya! 30 daw e alam mo namang halos magkakasintanda lang naman kami ng mga barkada ko."

"E, sino nga ba?"

"Si Megan," sagot ni Rachel

Nalilibang sa pakikipag-biruan si Carlo. Nang makita nito na sabaw na lang ng mami ang natitira sa bowl ni Cassandra, ay awtomatikong kinuha n'ya ito at ipinalit ang bowl n'ya na puno ng noodles. Nasanay na ito sa ganito pag kumakain sila ni Cassandra at nawala sa isip na si Eloisa ay naandoon.

"Ah, yung payat at bansot na pumunta dati sa bahay? Akalain mo, 18 na pala yun!"

Tuloy sa pagkain si Carlo. Kilig na kilig naman si Rachel sa nakita. Bagamat natigilan si Cassandra, itinuloy lang n'ya ang pagkain. Nagbabakasakaling hindi ito napansin ni Eloisa. Pero, hindi nakaligtas kay Eloisa ang ginawa ni Carlo.

Nagpupuyos sa galit si Eloisa at hindi na nakatiis, "Aba... aba! Sobra namang sweet mo naman, Carlo. Nakipag-palitan ka pa ng bowl kay Cass!"

Doon lang napagtanto ni Carlo ang ginawa. "Huh! Kasi... kasi... ano... nasanay lang kasi akong..." ang nasabi na lang nito.

"Sori... sori! ! Puro ka na lang sori!!! I've had enough of this @#$%&*#@! Let's go, Carlo! O' baka naman... gusto mo pang ihatid si Cass?" galit na sinabi ni Eloisa, pagkatapos ay tumayo at umalis na lang nang hindi nagpapaalam.

"Eloisa... wait! Sori, sori... Rachel, Cass... maiwan ko na kayo. Susundan ko lang si Eloisa. Hey, Eloisa... wait up!"

"Eloisa, hindi mo pa nauubos yung food mo!" pahabol sigaw ni Rachel habang pinipigilan ang sarili sa pagtawa.

"Ahhh, the @#$%&*#@! if I care! Aahhhh!," galit na galit na sagot ni Eloisa habang papalayo.

"Sa akin na lang!" patuloy na pang-iinis ni Rachel, "sayang din! Naku... baka may germs mo, ibibigay ko na lang dun sa asong askal sa may amin!"

"Aaaarrrggghhhh!"

"Hi! Hi! Hi!" hindi na napigilan ni Rachel ang matawa nang husto, "Hi! Hi! Hi! Ang lola nag-walkout! Ahhha! Ha! Ha!"

Kailangan Malaman Na Ang Totoo

Matagal nang nakaalis sina Carlo at Eloisa pero tikom-bibig pa rin si Cassandra. Si Rachel ay tahimik na naghihintay, nirerespeto kung kailan nanaisin ng kaibigan na magsalita. Nang tumagal na, napag-desisyunan ni Cassandra na kinakailangan nang malaman ni Rachel ang buong katotohanan tungkol sa kanilang relasyon ni Carlo.

"... Pasens'ya ka na, Rachel, hindi ko naman gustong mangyari ito. Pati kayo naniwala sa kalokohan namin ni Carlo," panimula ni Cassandra.

"Kalokohan? Anong kalokohan, Ate Cass, hindi ko maintindihan?" tanong ni Rachel.

"Lahat kasi nitong... boyfriend-girlfriend namin ni Carlo... hindi naman totoo. Kunwari lang...," sagot ni Cassandra.

"Hah! Anong kunwari lang? Ibig mo bang sabihin... hindi kayo talagang tunay na mag-boyfriend ni Kuya?"

"Oo. Hindi totoong may relasyon kami, nahihiyang inamin ni Cassandra. "Nakiusap si Carlo sa akin na magkunwari akong girlfriend n'ya para pagselosin si Eloisa. Hmmmp... yung nga... palabas lang 'yon. Kunwari lang. Palabas lang para kay Eloisa. Ang problema...p-pati ikaw... si Mom at Dad... saka sina Tito, Tita, naniwala din. Hindi naman kasama sa plano 'yun. Ewan ko nga ba kung bakit pati kayo nadamay. Nakakahiya sa inyo."

"Hindi totoo? E, bakit nakipag-away pa si Kuya para ipagtanggol ka. Saka, bakit sinabi niya sa aming lahat na... kayo nang dalawa?

"Ewan ko... Siguro... napilitan lang... naawa siguro sa akin."

"Nalilito pa rin ako. Parang hindi ako makapaniwala. Ang tingin ko kasi talagang in-love na in-love si Kuya sa iyo. Yung mga pinaggagawa n'ya para sa iyo — pinagluluto ka, sumusunod sa iyo kahit nasaan ka, walang laman ang bibig kung hindi ikaw — hindi yata natural yun."

"H-Hindi... magaling lang talaga umarte ang kuya mo. Anyway, mukha namang successful yung palabas namin. Nagkabalikan na ang Kuya Carlo mo at si Eloisa. Di ba dapat matuwa ka? Sabi ni Eloisa botong-boto ka raw sa kanya."

"Hah! Ako... botong-boto sa kanya? Ano s'ya hilo? Marinig ko pa lang ang pangalan ng malanding iyon, naiinis na ako! Ang lakas naman ng loob n'ya. E, wala pa sa kalingkingan mo yun, Ate Cass. Kung meron akong gusto at botong-boto para sa kuya ko — ikaw 'yon!

Hindi kumibo si Cassandra. Tumungo na lang ito.

"Ate Cass... bakit ka naman pumayag sa gusto ni Kuya? Parang lugi ka dun a. Saka, nagmukha kang kawawa. May kapalit bang deal ang pagtulong mo?" tanong ni Rachel.

Hindi muna sumagot si Cassandra. Tinitimbang ang dapat isagot kay Rachel.

"Mmmm... Medyo komplikado... siguro mas maganda kung ang kuya mo na lang ang magsasabi tungkol sa napagkasunduan namin. Pasensya ka na Rachel. Sana h'wag kang magagalit kung hindi ko sasabihin. Ayokong bumaba ang pagtingin mo sa akin. Sa Kuya mo na lang itanong... tutal siya naman ang promotor ng lahat ng ito. Pero, siguro pag nalaman mo... siguro... mmmm... ewan ko... hindi ko rin alam kung ano ang magiging reaksyon mo."

Nanahimik sandali si Rachel. Pinag-iisipan ng husto ang mga pangyayari.

"Hmmmp... Medyo, nalilito pa rin ako... pero, okay lang, Ate Cass. Hindi ako galit sa iyo. Sigurado naman ako, si Kuya ang may kasalanan. Kung anuman yung dahilan mo para pumayag kay Kuya, sigurado akong pinilit ka! Baka nga bina-blackmail ka pa! ... Pero, paano na ngayon? Paano kung malaman nila Mama at Papa... saka ng Mommy at Daddy mo?"

"Ewan ko... hindi ko nga rin alam kung ano ang gagawin... kung paano sasabihin sa kanila. Nahihiya nga ako sa Papa at Mama mo. Sigurado ako, magagalit sila sa amin ni Carlo."

"Huwag na lang muna n'yong kayang sabihin, Ate Cass."

"Hah? Bakit?"

"E, sabi mo nga, t'yak na magagalit sila. Humanap na lang muna tayo ng magandang pagkakataon. Pakiramdaman natin muna ang sitwasyon. Huwag kang mag-alala. Pag dumating na ang araw na 'yon, naandito lang ako para tumulong sa inyo."

Naluha si Cassandra sa narinig, "Salamat Rachel. Salamat sa pag-intindi mo... salamat sa pagtitiwala mo... salamat sa pagdamay mo," umiiyak na nasabi nito.

"Naku, itong si Ate Cass, oo! Tigilan mo nga yan. Naiiyak na rin ako. Syempre naman, nandito ako, full support. E, lab na lab ko ang big sister ko. Kung ako man ang naand'yan sa sitwasyon mo, alam ko, hinding-hindi mo rin ako pababayaan. Kaya, Ate Cass... don't worry! I've got your back!"

Nangiti si Cassandra at tumango.

"Ate Cass... may tanong lang ako? Kung pwede sagutin mo..."

"Ano yun?"

"Minahal mo ba... si Kuya?"

———————————————

Pauwi na sina Carlo at Eloisa. Habang nasa taxi ay tuloy pa rin sa pagtatalo ang dalawa.

"Carlo, I've had it with you and that... that Cassandra! Hindi ba break na kayo? Why is she still following you?" reklamo ni Eloisa.

"Eloisa, please be sensible. Rachel and Cass are good friends, even before we became a couple."

"And that gives her the right to... to follow you? Why, she is stalking you!"

"Eloisa naman. Nat'yempo lang na nakasalubong natin sila. Narinig mo naman ang sinabi ni Rachel. Niyaya niya si Cass para samahan s'yang bumili ng bagong damit. So, that's why they were there. That's all there is to it," paliwanag ni Carlo.

"If I know any better, I would say, kakutsamba ni Cass si Rachel. They are both in it together to annoy me... to get back on me!"

"Hindi totoo yan, Eloisa. Hindi gagawin ni Cass yan... at saka ni Eloisa.

"O, kita mo, ipinagtatanggol mo pa yang Cassandrang yan!"

"Hindi, Eloisa, that's not true."

"Huh! E, bakit dun sa Mami House, ang sweet-sweet mo sa kanya. Asikasong-asikaso mo pa... samantalang ako... I felt miserable."

"Pasensya na Eloisa. It was my fault. You know naman na close talaga kami ni Cass even before we became a couple. Nakasanayan ko lang... yung ginawa ko... force of habit. That's just it... but it's nothing. Believe me."

"Okay, I'll forgive you this time. But I don't want you to have anything to do with that woman anymore. Zero... Ziltch! I want her out of our lives... completely! Are we clear on that, Carlo?"

"... S-Sige... kung yun ang gusto mo."

Every other day ang basketball practice ng team ni Cassandra. Binubuo lang ito ng light calisthenics at back-to-the-basic basketball drills. Bakasyon pa kasi at 3 months away pa ang UAAP games. Kaya nagulat si Cassandra ng pagdating nito sa UST gym ay in full-swing na ang practice. Medyo na-late siya kaya hindi n'ya inaasahan ang madadatnan. Hindi lang coach nila ang naandoon. Pati assistant coaches at trainers ay present din. May mga ilang officials din na nanonood.

"Cass, bakit yata late ka sa practice?" tanong ni coach Tommy

"Pasens'ya na coach. Medyo tinganghali lang ng gising," sagot ni Cass.

"Aba, bakit para yatang matamlay ka? May sakit ka ba?"

"Wala naman, coach. Wala lang yata sa wisyo."

"Naku, huwag naman. May importante pa naman tayong laro sa Biyernes."

"Huh? Laro? Coach, matagal pa ang UAAP diba?"

"Exhibition match lang naman, Cass. Kaya lang, kasabay ng game natin ay ang anibersaryo ng isa sa founding members ng school. So expect mo na manonood ang mga deans and rectors ng ating unibersidad. Walang bearing ang laro, correct... pero syempre we want to give our special guest a treat, so we have to try and win the game. Para masaya naman ang selebrayon. Intiende, iha?"

"Ah... Okay, Coach, naintindihan ko na."

"Kung masama ang pakiramdam mo, pa check-up ka agad. Kailangan kita sa laro. Alam mo naman na isa ka sa inaasahan ko sa team. Rookie ka pa nga lang, pero kung maglaro ka daig mo pa yung ibang beterano. Kita mo naman, ikaw ang pinili ng teammates mo na maging captain ball."

"Sige Coach, baka naman sa Biyernes ay mas okay na ako."

"Salamat, Cass. Inaasahan ko yan."

Nasa may kalagitnaan ng court nang biglang may naalala si Cassandra.

"Coach," hiyaw nito, sino ba ang kalaban natin?"

"FEU at sa gym nila tayo maglalaro."

Pauwi na si Cass pero naiisip pa rin nito ang darating na exhibition game nila. Okay lang sana kahit FEU ang kalaban nila. Kaya lang, mismong sa FEU gym pa mismo maglalaro. Nag-draw-lots kasi kung saan maglalaro at sa FEU ang nabunot. Yun ang pino-problema ni Cass. Hindi nito gusto na sa mismong FEU pa sila maglalaro. Hangga't maari sana ay ayaw muna n'ya na makita si Carlo at lalo na si Eloisa.

"Bakit naman kasi sa FEU gym pa kami maglalaro?" himutok ni Cassandra. *"Whuu, sana, walang masyadong manood, lalo na si Eloisa. Palagay ko naman, hindi tipo ng babaing yun ang manonood ng basketball.*

Hindi alam ni Cassandra na taliwas sa inaasahan niya ang mangyayari.

Laro Lang Naman

Umaga pa lang ng Biyernes ay tumatawag na si Eloisa kay Carlo. Excited na excited ito, samantalang si Carlo ay kagigising pa lang.

"Carlo, did you know that may exhibition game ang woman's basketball team natin...TODAY!"

"Ummm, huh, ganon ba? Hummm, a, e bakit ka naman parang excited na excited?"

"Hmmp! Carlo, don't you remember, number one fan ako pagdating sa basketball. At ngayon nga, since 3 of the players in our woman's basketball team are my dear friends, I'm excited to watch them play."

"Naku, huwag na lang. Ang layo-layo ng mga venues ng games, tapos ang mahal pa ng entrance fee. Syempre, dun mo sa ringside mismo gustong manood, diba? At saka, exhibition game lang yan... no bearing. Huwag na lang. Hintayin na lang natin ang simula ng UAAP."

"Ay, naku, Carlo... spoilsport ka talaga. No, hindi pwede. I want to watch this game and you will accompany me."

"Awww, do I have to? Saka, medyo short pa ako ngayon sa cash. Alam mo naman, walang pasok, so medyo dyeta sa allowance."

"Excuses, excuses, excuses. Kanina yung venue, ngayon naman short on cash? What will you think of next, lover boy? Are you trying to bail out on me?"

"Of course not, Eloisa, but what I'm saying is true. Maybe next week, I'll have enough money..."

"Save your excuses, Mr. Carlo Sandoval! You will accompany me, whether you like it or not... or else? And forget your excuses. The games will be held in our very own FEU gym. It's free and ni-reserve na tayo ng friends ko ng ringside seats. So get your sorry !@#$#@! over here, so we can be there early. *UNDERSTOOD?"*

"Haaay, naku... sige na nga. What time ba ang game?"

"Four in the afternoon. Pick me up at around two, okay darling?"

"Okay, okay. Hmmp, sino ba ang kalaban natin?

"UST," sagot ni Eloisa sabay baba ng phone.

"UST ang kalaban? Patay!" nasabi ni Carlo matapos silang mag-usap ni Eloisa. Hindi alam ni Eloisa na member ng UST Women's Varsity basketball team si Cassandra. Hindi ito nasabi o nabanggit man lang ni Carlo.

"Kuya, kuya, sino yung kausap mo? At ano yung narining kong, basketball? FEU? Exhibition?" tanong ni Rachel.

"Hah! Naku, itong si Eloisa, nagpilit na manood kami ng exhibition game ng FEU woman's basketball team," sagot ni Carlo.

"O, e anong problema dun?

"UST ang kalaban!"

"UST ang kalaban! Weeeee! Wow, kailan? Saan? Manonood din ako. Yes! Yes! Mmmm, teka... teka? Ahahaha! Alam ko na... alam ko na!Yari ka Kuya! Yari ka! Alam ko na kung bakit ka nagkakaganyan! Hi! Hi! Hi! Hindi alam ni Eloisa na kasali si Ate Cass sa basketball team ng UST! Ho! Ho! Ho! Tama ba ako o hindi?"

"Tingnan mo itong taong ito, nang-alaska pa!" galit na sagot ni Carlo, "... yun na nga, hindi alam ni Eloisa na player ng UST si Cass."

"Yes, Hi! Hi! Hi! Maganda 'to! Napakaganda!!! Manonood ako... manonood ako," pakanta-kantang pang-iinis ni Rachel.

"Haaaiiissss!"

Eksaktong alas-tres ng hapon ay nasa gym na sina Carlo at Eloisa. Malapit na ring mapuno ang venue. Mabuti na lang at may kaibigan silang nag-reserve nang pwesto para sa kanila. Ninerbiyos si Carlo. Balak ni Carlo na sabihin kay Eloisa ang tungkol kay Cassandra pagsundo n'ya. Kaya lang, pagdating n'ya sa bahay nila Eloisa ay may kausap ito sa cellphone. Natigil lang ang usapan ng sumakay na sila sa FX. Parang tinitikis ng tadhana si Carlo. Hindi na n'ya nakalapit sa upuan si Eloisa, nakasabay pa nila ang kaibigan ni Eloisa. Hindi na natigil ang kwentuhan ng dalawa hanggang sa makababa sila. Pagdating sa FEU, ay excited na nagtakbuhan na ang mga ito papunta sa gym.

Maingay na sa gym. Pilit pa rin kinakausap ni Carlo si Eloisa.

"Eloisa... Eloisa," kailangang humiyaw pa ni Carlo para s'ya marinig.

"Yes, bakit, Carlo? malakas na sagot ni Eloisa.

"There is something you have to know," pagpapatuloy ni Carlo.

"What? I can't hear you! You have to speak louder!

"It's about Cass!"

Nagdilim ang mukha ni Eloisa, sabay sabing, "Hindi ba sabi ko sa iyo... I don't want to hear anything about that !@##$$#@! woman. Hindi ba ako klaro doon? *NOT NOW... NOT EVER!!!"*

"Pero..."

"Stop it Carlo. Whatever it is, *I DON'T CARE!* Please don't ruin this day... *PWEDE?!!"*

Hindi na sumagot pa si Carlo.

Dahil espesyal ang exhibition match, nag-hire pa ng courtside commentator ang FEU. Lalo itong nakapag-pasaya sa atmospera ng okasyon.

Naglabasan na ang mga players ng dalawang koponan para mag-warm-up. Tuwang-tuwa si Eloisa. Kasabay ng iba pang nanonood, cheer ng cheer ito sa FEU at panay bashing naman ang ginawa laban sa UST.

"Go FEU, Go! Tamaraw Fight! Fight! Fight! Fight!"

"Talo na ang kalaban... talo na ang kalaban!

"Tambakan na! Tambakan na!

Marami sa nanood ay mga taga FEU. Halos 1/4 lang ng audience ang galing sa UST. Namataan ni Carlo si Rachel na kasama sa mga taga-cheer ng UST. Nakita rin siya nito at nagkawayan ang magkapatid. Itinuro ni Carlo ang players ng UST sabay iling ng ulo. Nakuha ni Rachel ang ibig ipahiwatig nito. Tinatanong ng Kuya n'ya kung maglalaro si Cassandra. Umiling-iling din si Rachel para sabihing hindi niya alam. Medyo nagre-relax na si Carlo. Wala sa loob ng court si Cassandra. Hindi kasama sa mga nagwa-warm-up na players. Tiningnan nito ang buong gym pero hindi n'ya nakita si Cassandra.

"Haaay, salamat. Mukhang wala si Cassandra. Siguro, hindi pa kayang maglaro. Please, Lord. Sana hindi na s'ya maglaro," tahimik na dasal nito.

Bago sila pumunta sa FEU, kinausap ni Cassandra si Coach Tommy at nag-request na kung pwede ay hindi na s'ya sasama dahil masama ang pakiramdam. Pumayag si Coach Tommy na hindi s'ya maglalaro pero hindi pumayag na hindi ito sasama.

Nasa loob pa ng dugout si Cassandra. Ang balak nito ay sa simula ng laro lalabas.

"Cass, tinatawag ka na ni coach! Nagagalit na! Mag-i-introduction na raw ng players, wala ka pa rin...!"

Wala nang nagawa pa si Cassandra kung hindi lumabas at pumunta na sa court.

Pumapasok pa lang si Cassandra ay nakita na agad s'ya ni Carlo. Hindi naman nag-warm-up at dumiretso sa bench nila. Pinagpawisan ng malapot si Carlo sa nerbiyos. Sa harap pa mismo nila nakatapat ang bench ng UST! *"Pag minamalas ka naman talaga, oo!"* ang nasabi na lang ni Carlo. Tiningnan nito si Eloisa, pero hindi naman napapansin si Cassandra dahil nakatutok ang atensyon sa FEU bench at sa mga kakwentuhan.

Natapos na ang warm-up ng mga players. Nagsimula ang isang maikling programa para pasalamatan ang mga organizers at upang ipakilala ang mga players. Maugong ang sigawan at palakpakan habang ipinakikilala ang players ng FEU. Sumunod namang ipinakilala ang mga players ng UST. Todo cheer naman si Rachel na kasama sa maliit na delegasyon ng UST. Pigil ang hininga ni Carlo. Hanggang ngayon ay hindi pa rin napapansin ni Eloisa si Cassandra.

"... and here she comes, last but not the least, the team captain... *CASSANDRA STA. MARIA!*"

Napatigil si Eloisa sa kaka-cheer. Gulat na gulat. Hindi makapaniwala sa narinig. Napatingin sa side ng UST players at nakita si Cassandra habang tumatakbo papunta sa gitna ng court.

"Carlo?" baling ni Eloisa kay Carlo, *"WHAT THE !@#$%^#@!?*

Nag-kibit-balikat na lang si Carlo sabay sabing, "That's what I'm trying to tell you and you won't listen!"

Pinakamalakas at pinakamahaba ang palakpakan natanggap ni Cassandra mula sa karamihan ng nanonood. Hindi lang sa mga taga UST pero maging sa mga taga FEU rin. Isa siya sa pinakamaganda kaya naging instant favorite, lalo na sa mga kalalakihan. Maraming sipol at malalakas na papuri ang maririnig. Buong pakumbaba naman kumaway si Cassandra sa kanyang mga tagahanga na lalong ikinasaya ng mga ito.

Nagsimula na ang laro. Maagang nakalamang ang FEU. Maganda ang kilos ng mga players nito, inspirado dahil na rin sa dami ng mga supporters nito. Nakatulong pa na sa home court sila naglalaro. Kabisado at gamay na nila ito. Hindi naman nasisiraan ng loob ang mga taga UST. Hinihigpitan nila ang depensa upang hindi masyadong lumaki ang lamang ng FEU.

Nagpupuyos pa rin sa galit si Eloisa pero hindi naman nito maaway si Carlo. Aminado na siya rin ang may kasalanan. Hindi naman n'ya sukat akalain na player ng UST si Cassandra. Dinaan na lang niya sa pag-cheer sa FEU at pang-aalaska sa UST ang galit niya.

Natapos ang 1st quarter na lamang ng walo ang FEU. Napansin ni Eloisa na hindi ipinapasok sa laro si Cassandra.

"Hah! Bobo naman pala," nasabi nito, "siguro wala nang marunong sa UST kaya pinagtyagaan. Ha! Ha! Ha! Pamparami at taga-palakpak lang! Ahahahaha!"

Nagsimula na ang 2nd quarter. Sa simula ay palitan lang ng pag-buslo ang dalawang team. Pero medyo napapagod na sa pagdedepensa ang UST kaya nang kalagitnaan ng quarter ay mas lalong lumaki ang lamang. Nag-timeout muna ang UST.

"Girls, medyo yata nagiging slack and depensa natin. 2-3 zone defense na muna tayo para hindi kayo masyadong mapagod. Protect the perimeter. Tulong-tulong sa rebound. Let's keep it close, okay!

"Growling Tigers... Fight!"

Panay kantyaw naman mula sa FEU supporters lalo na si Eloisa.

"UST, uwi na kayo! Talo na kayo!"

"Tambakan pa! Tambakan pa!"

"Kayang-kaya! Kayang-kaya!"

Sa pagpapatuloy ng laro, binilisan ng FEU ang takbo ng laro sa pagpasok ng mga bagong players. Nagulat ang UST kaya lalong lumaki ang lamang. Bandang patapos ng quarter bago nakapag-adjust ang UST. Nang matapos ang 1st half, 14 na ang lamang ng FEU.

Lalong lumakas ang loob ni Eloisa mang-bash ng kalaban. Feeling n'ya siguradong panalo na ang FEU. Pinili n'yang puntiryahin nang diretso si Cassandra. Palibhasa nasa likod lang sila ng bench ng UST kaya alam n'yang maririnig siya nito.

"Wuuuu, yung mga bangko dyan, umuwi na lang, wala namang naiitulong! Ha! Ha! Ha!"

"Nakakahiya naman ang UST. Ang daming players puro bobo naman! Whooooo!"

"Basketball ang laro dito, hindi pagandahan! Ahhahahahaha!"

Sanay na si Cassandra sa mga bashers kaya hindi na niya ito pinapansin. Parte ng laro ito, dapat hindi magpa-apekto.

Sa simula ng 3rd quarter, lalong lumaki ang lamang ng FEU sa UST. 20 points na ang laki ng lamang.

Lalo namang naging madalas ang puntirya ni Eloisa kay Cassandra. Pero, siya ang napipikon dahil nakikita nya na hindi pinapansin ni Cassandra ang pang-iinis niya.

"Yung mga benchwarmer dyan, mahiya naman kayo. Talo na nga kayo, wala pa kayong naiitulong! Ho! Ho! Ho!

"We want the benchwarmers, we want the benchwarmers, we want the benchwarmers... *OUT!!!*

Nang makita ng hindi pa rin naaapektuhan si Cassandra, personal na ang ginawang pag-atake ni Eloisa.

"Umuwi na lang ang mga discards d'yan. Hindi matanggap na losers sila!

"Hindi ba nakakahiyang hindi ka man lang nagagamit? Sabagay, *MADALI KA NAMANG PALITAN!"*

"Eloisa!" pag-saway ni Carlo, "you are out of line! Hindi na tama yang ginagawa mo!"

"Oww, come on Carlo, don't defend the losers! *LOSER! LOSER! LOSER!"*

Narinig lahat ni Cassandra ang mga pangungutya ni Eloisa. Pakiramdam niya, masyado nang binabastos ni Eloisa ang pagkatao n'ya. Masyado nang isinasampal sa kanya na madali lang s'yang pinalitan ni Carlo. *"Sobra na s'ya!"* nasabi niya sa sarili. Nag-isip isip sandali, tapos ay tumayo at lumapit sa coach.

"Coach, pwede pa ba akong maglaro?"

Minsan Tama lang Ang Lumaban

Nag-desisyon si Cassandra. Maglalaro s'ya.

"Are you sure, Cass? The team really needs you, but if it will make your condition worse, I will not take the risk," paliwanag ni Coach Tommy.

"Coach, okay na pakiramdam ko. Kaya ko nang maglaro," sagot ni Cassandra.

"Good! O, sige, pasok ka na!"

Biglang naghiyawan at nagpalakpakan ang mga supporters ng UST nang pumunta si Cassandra sa scorer's table para sa substitution. Karamihan sa mga kalalakihan galing sa FEU ay nagpalakpakan din. Marami kasi ang nagtataka kung bakit hindi naglalaro si Cassandra kaya nang makitang papasok ito ay na excite din.

Akala ni Eloisa, kaya ipinapasok na si Cassandra ay dahil tanggap na nang UST na talo na sila. Bibigyan na lang ng chance ang mga benchwarmers para makapaglaro. Lalo pa nitong inasar ng husto si Cassandra.

"Ho! Ho! Ho! Talo na UST! Ipinapasok na ang mga banban!"

"Sayang naman daw ang uniform ng mga bangko, hindi man lang pinapawisan! Aaahhhahahahaha!"

"Eloisa, hindi ka dapat natuwa na ipinasok si Sta. Maria," sabi ng katabi nito.

"Bakit naman? E, banban naman 'yon. Ipinasok kasi talo na sila."

"Ano? Hindi mo ba alam na star player ng UST si Sta. Maria? Kaya daw hindi naglalaro ay may dinadamdam. E, napikon na yata sa pang-aalaska mo..."

"Hah...?" parang binuhusan ng malamig na tubig si Eloisa nang mapagtanto ang kapalpakan.

———————————————————

Nang pumasok si Cassandra sa laro, dama agad ng marami na nagbago ang tema ng laro. Parang biglang nabuhayan ang team ng UST. Unang shoot pa lang ni Cassandra ay pasok agad.

"Sta. Maria... 3 points!

Ang FEU naman ay parang nataranta. Hindi nila inaasahan na biglang mababago ang ihip ng hangin. Kung sa una sila ang nagdidikta ng laro, ngayon naman ay parang sunod lang sila ng sunod sa pagdi-dikta ng kalaban.

"Steal by Sta. Maria... goes down court and... scores!

"Rebound by Sta. Maria!"

"Layup by Mercado assisted by Sta. Maria."

"Another 3 point shot by Cassandra Sta. Maria. And the UST fans goes wild!"

Nag-timeout ang FEU para matigil ang momentum ng UST. Nagbigay ng instruction ang coach na i-double team si Cassandra. Kung maaari ay huwag itong makahawak ng bola.

Medyo nagulat ang UST sa pag-bantay ng husto kay Cassandra. Naka-score ng dalawang sunod ang FEU. UST naman ang nagtime-out. Pinag-usapan ang kanilang mga plays kapag na-do-double team si Cassandra.

Tuloy ang laro.

"Double team on Sta. Maria... she's trapped, but managed to pass the ball to Cruz..."

A nifty pass by Sta. Maria to Galang... and she scores!"

Hindi malaman ni Carlo kung ano ang gagawin. Syempre, kampi ito sa FEU, pero hindi rin naman nito maiwasang mag-react lalo na pag si Cassandra ang nag-dadala ng bola. Pigil na pigil ang pagpalakpak at pag-sigaw tuwing makaka-score si Cassandra. Alam ni Carlo na lihim s'yang minamatyagan ni Eloisa.

Natapos ang 3rd quarter at 10 na lang ang lamang ng FEU.

Nagbigay ng explicit instruction ang bench ng FEU to stop Cassandra from doing her thing. Sa side naman ng UST, sinabihan si Cassandra na mag-act as decoy ev-erytime nakatuon sa kanya ang attention ng defense.

Last quarte na ng laro. Tyempo naman na sa harap ng bench nila Cassandra pag-offense. Mas maririnig nila ang mga last-second instructions na galing sa bench.

Mas naging kalmado ang koponan ni Cassandra sa pag-execute ng game plan. Bagama't nakaka-score ang FEU, makikitang nasa UST na ang momentum ng laro. Last 2 minutes ng quarter ay 4 na lang ang lamang ng FEU.

Pagkatapos ng timeout ng FEU ay nagpalitan ng pag-score ang dalawang team.

Nag-error ang isang player ng UST at naagawan. Na foul in the act of shooting. Isa lang ang na-shoot pero naging 5 ang lamang ng FEU!

Hindi magkamayaw sa tuwa ang mga supporters ng FEU! Pakiramdam nila, panalo na sila!

"Panalo na! Panalo na! Yehheeeeyy!

"Uwian na... uwian na!"

"Talo na kayo! Talo na kayo!"

Nangunguna sa pag-hiyaw si Eloisa. Gigil na gigil ito. Hangga't maari ay ayaw nitong manalo ang UST. Pine-personal n'ya ito. Hangga't maari, ayaw n'yang mananalo si Cassandra laban sa kanya... ng kahit ano sa kanya!

Time-out ang UST. Ang instruction, pagkatawid ng guard sa mid-court, mabilis na ipapasa kay Cassandra ang bola makatapos itong mag-slide over galing sa kabila. Gagamitin screen ang center at mag-de-decoy naman ang forward papunta sa kabilang side. Kapag maganda ang execution, magkakaroon si Cassandra ng opening para mag-drive o mag-long shot.

Kahit na nakatutok kay Cassandra ang depensa, nalito ang mga players ng FEU sa ginawang screen at decoy nila Cassandra.

Nalibre si Cassandra.

Sinamantala ni Cassandra ang kalituhan ng kalaban. Mabilis itong nag-drive patungo sa basket. Huli nang mag-react ang depensa. Nakalusot si Cassandra at nag-layup. Pasok!

Sa kagustuhan mapigilan si Cassandra, pinilit humabol ang bantay nito. Foul! Sumabit ang paa ni Cassandra sa kalaban at nawalan s'ya ng balance. Malakas ang pagbagsak nito sa sahig.

Dinig na dinig ang lakas ng pagbagsak ni Cassandra sa sahig.

Natahimik ang lahat. Hindi kumikilos si Cassandra.

Nag-react si Carlo. Tumakbo ito papunta kay Cassandra. Pero, okay na si Cassandra. Nahilo lang sa lakas ng bagsak, pero makakatayo na. Palakpakan ang mga tao.

"Cass, okay ka lang?" tanong ni Carlo.

"Okay lang ako, Carlo. Salamat," sagot ni Cassandra.

"Huwag mo na lang kayang tapusin ang game," payo ni Carlo, "baka mapasama ka pa."

"Hindi, okay lang ako. Nahilo lang. Kaya kong tapusin ang game. ... Saka, umaasa sa akin ang team. Kahit papaano, mahalaga ako dito. Kaya dapat pahalagahan ko rin. *KOKONTI NA LANG ANG NAGPAPAHALAGA SA AKIN,"* sagot ni Cassandra, sabay talikod at pumunta sa bench nila.

Malungkot na bumalik sa upuan niya si Carlo. Naramdaman n'ya ang laki ng paghihinampo ni Cassandra sa kanya.

Galit na galit si Eloisa. Sinalubong nito si Carlo at inaway.

"Magaling! Magaling, magaling! Hindi mo na ako binigyan ng kahihiyan at kailangan mo pang magta-takbo sa loob ng court para lang damayan yung !@#$%#@! yan! How dare you do that in front of me?"

"Eloisa, be reasonable. She's a friend and I have first-aid-training. Sinigurado ko lang na hindi ma-aggravate yung injury n'ya."

"Wow, now you are invoking human compassion! How convenient! Hmmp! Hindi pa tayo tapos Carlo. We'll settle this later. I just want to finish this game."

Nag-bonus free throw si Cassandra dahil sa foul. Pasok! 2 points na lang ang lamang ng FEU. Kaya lang, ball possession sa FEU at 7 seconds na lang ang natitirang oras.

Time-out ang FEU. Ipinasok ang magagaling na free-throw shooters. Sigurado nila na mabilis na magpa-foul ang UST para matigil ang oras. Penalty na ito at siguradong may free throw. Instruction, make a good inbound pass. Whoever gets the ball, waste time by dribbling it out. Wait for the foul. Siguradong magpa-foul ang kalaban. Kung hindi sila magpa-foul, wala nang oras para maibalik pa ang bola sa court nila.

Sa side ng UST, gusto rin ni Coach Tommy na mag-foul agad to stop the clock and hope that FEU miss one or both free throws. Sa totoo lang, desperate ang ploy na ito, dahil kahit na mag-miss ang kalaban, more likely, wala ng time para maibalik ang bola. Pero may suggestion si Cass na naiiba. Nagustuhan ito ni Coach Tommy. Medyo risky, pero mas okay kaysa matalo na lang nang walang kalaban-laban.

Inbound. Sunod sa instruction, ang nag-receive ng inbound pass ay ang isa sa shooter ng FEU team. Pagkasalo ng bola, ay nag-dribble agad ito palayo, habang nakikitang humahabol si Cassandra. Hinihintay na lang nitong mag-foul si Cassandra. Laking gulat nito, dahil sa halip na i-foul siya, inagaw ni Cassandra ang bola. Nag-time-out agad si Cassandra. Time left, 4 seconds.

Hiyawan ang mga nanonood. Hindi nila inaasahan ang ginawa ng UST. Akala nang lahat, tapos na ang laban. Ngayon, may pag-asang pang maka-tabla o manalo ang UST.

Tuwang-tuwa sa bench ng UST. Successful ang ploy nila. Ini-expect ng FEU na magpa-foul agad sila. Pero, sa suggestion ni Cassandra, "Bakit tayo magpa-foul na lang agad. Let's go for a steal. Kung hindi pwede, saka tayo mag-foul." Nakuha ni Cassandra ang strategy sa legendary coach na si Ron Jacobs ng RP Youth Team. "Always try for a steal, instead of just fouling. If it's not possible, then foul."

Five seconds na lang ang laro. Isang play na lang, tapos na ang laro. Ipinasok ng UST ang mga shooters nila. Ang instruction ay mag-decoy si Cassandra, dahil siguradong hihigpitan ito ng bantay. Iikot si Cassandra sa kabila, sabay ipapasa naman ng nagi-inbound sa player na pu-pwesto sa may top ng free-throw area.

"Wala, talo na kayo! Uwi na kayo, *LOSERS! LOSERS! LOSERS!*

Nangingibabaw ang boses ni Eloisa. Kulang na lang na isigaw nito sa tenga ni Cassandra ang salitang *LOSERS*.

"Coach, pwede bang sa akin na lang itong last play?"

"Hah? Bakit? Alam mo naman na ikaw ang babantayan ng husto ng kalaban."

"Coach... personal kang. Pwede ba?"

Nag-isip si Coach Tommy. Napabuntong-hininga, "Okay, sige. Tutal, kung hindi naman sa iyo, hindi tayo nakabalik sa laro. Ikaw pa ang nakaagaw ng bola. So, I think you deserve to have the last shot."

"Salamat, coach!"

"O, sige, revised ang play natin. Ganito na lang ang gagawin natin."

Last four seconds. No more time-outs. Both teams in penalty. Walang extension dahil exhibition match lang. Sabi nga nang announcer, "One shot for all the marbles in the world!"

Pigil ang hininga ng lahat.

Si Cassandra ang magi-inbound ng bola. Medyo nakahinga ng maluwag ang coaching staff ng FEU. Hindi si Cassandra ang magsu-shoot.

Ipinasa ni Cassandra ang bola sa pa-drive na si Mercado. Nag-double team agad dito ang depensa. Bigla na lang ipinasa pabalik kay Cassandra ang bola. Huli na nang napansin ng bantay nito na pumuwesto ito sa may 3-point area at nalibre. Pagsambot ng bola ay sabay shoot!

"3... 2... 1... and it's GOOD!... 3 point! ... and it's counted! There goes the buzzer ending the game. UST steals the game by 1 point on the last second shot heroics by Cassandra Sta. Maria! Wheeww, what a game!"

Hindi magkamayaw sa tuwa ang buong delegasyon UST.

Hindi Na Natuto

Inihatid ni Carlo si Eloisa. Habang daan ay walang tigil sa kakadakdak si Eloisa. Punung-puno ng masasamang salita ang lumalabas sa bunganga nito.Galit na galit sa pagkakatalo nila at lalong hindi maka-get-over na si Cassandra pa ang nagpanalo! Si Carlo naman ay walang kaimik-imik. Naisip niya na wala namang patutunguhan ang diskusyon kung magko-komento pa siya.

Pagdating sa bahay nila Eloisa, hindi pa rin humuhupa ang galit nito. Galit na hinarap si Carlo.

"Carlo, tell me the truth. Is there anything going between you and Cassandra that I do not know?"

"Ha-ah... wala. Di ba sabi ko nga, nakipag-break na ako sa kanya. And she accepted it. That's all there is to it," sagot ni Carlo.

"Hmmp! I still don't believe it. The way you still... still look after her, I can't believe it's over between you and her."

"Believe it Cass... I mean Eloisa. It's the truth!"

"See... see! Pati pangalan namin ng !@#%^*! babaing yun, na mi-mixed up mo pa!" pagalit ni Eloisa.

"Come on, Eloisa, don't be childish. It's just a silly mistake. Don't make it worse than it should be."

"Ahh, ngayon ako pa ang childish!"

"Hindi ganoon. I mean, stop being so dramatic. Cass... means nothing... ummm, Cass means nothing to me now."

"Dramatic? Aha! At hindi pala dramatic yung, nagtatakbo kang parang sira nung bumagsak yung girl?

Hindi ba dramatic na nakakikipag-palitan ka pa ng food with her, *WITH ME RIGHT IN FRONT OF YOU!* And you accuse me of being *OA!!!* And what else, Carlo? What else have you been doing that I don't know? And you're saying, she means nothing to you now? Wow, how do you expect me to believe that?"

"But that's the truth! Believe it, Eloisa. She's just a good friend now."

"Hah! What a convenient excuse to go around me. And you expect me to be a fool to believe that?"

"Yes, because that is the truth. What more do you want me to do?"

"... short of killing her?" pantutuya ni Eloisa.

"Eloisa, get real..."

"I don't know, Carlo. Pero, at this point, you really can't expect me to believe that there's nothing going on between you and that pesky woman."

"Cassandra is just a good friend."

"You can easily say that, Carlo. But I want something... something believable, to really make me believe that's it's all over for you and her."

Matagal na nanahimik si Carlo. Mayroong pumasok sa isip nito na pwedeng sabihin kay Eloisa para maniwala ito sa kanya. Pero, dapat ba n'yang sabihin ito? Tama bang gawin niya ito?

Iritang-irita na si Carlo sa paulit-ulit na pang-aaway ni Eloisa. Gusto na nitong tumigil na si Eloisa kaya...

"TOMBOY SI CASSANDRA."

———————————————

Kahit nanalo, may kaunting regret si Cassandra. Pinatulan niya ang pang-iinis ni Eloisa. Nagpatalo siya sa kanyang emosyon.

"God, pasens'ys na. medyo napikon din po ako nung laro. Pasens'ya po ulit. Tao lang. Pero... pero... Hi! Hi! Hi! Salamat din po... nanalo po kami!"

Magkasabay umuwi si Cassandra at si Rachel. Walang paglagyan ng tuwa si Rachel. Hyper na hyper pa rin ito habang papauwi. Pinanonood pala nito si Eloisa at tuwang-tuwa sa pagka-imbyerna nito tuwing makaka-shoot si Cassandra.

"Hi! Hi! Hi! Kung nakikita mo lang ang mukha ni Eloisa tuwing nakaka-score ka, priceless, Ate Cass... priceless!!! Hindi maipinta ang mukha. Ho! Ho! Ho! Kahit yata si Michelangelo hindi kakayaning ipinta ang mukha nun!"

"Sobra ka naman..."

"Tapos nung nanalo tayo... Va-va-voom! Parang narinig ko na yung paglagapak ng mukha ni Eloisa nung naka-shoot ka! Hi! Hi! Hi! Bigla ngang nag-disappear na lang ang maldita. Siguro sa imbyerna at sa hiya! Wuuu, wuu, wuu!!!"

Ngumiti na lang si Cassandra.

"Pero, Ate Cass..." bantulot na sabi ni Rachel, "wala ka bang na-feel nung nag-panic si Kuya... nung bumagsak ka?"

Napapikit si Cassandra. Nailing. Malinaw pa rin sa kanyang alaala ang nangyari pagkatapos bumagsak. Kahit siya ay nagulat nang mukha ni Carlo ang isa sa unang nakita pag mulat ng mata. Akala n'ya ay nangangarap lang siya. Kahit panandalian ay sumaya siya. Pero, ngayon, nalulungkot siya kapag naaalala ito, kaya pinipilit n'yang burahin ito sa isip niya.

"Feeling ko, mahal ka pa rin ni Kuya. Kaya lang, BUANG! Nabubulagan ng sobrang paghanga dun sa krung-krung na Eloisa. Ewan ko nga ba kung ano ang nakita ni Kuya dun. Maganda nga, popular nga, pero napakasama naman ng ugali! Kumpara sa iyo, Ate Cass, walang..."

"Rachel, huwag na lang nating pag-usapan ang tungkol doon. Please?" malungkot na pagpigil ni Cassandra.

"Hah? A, o, sige. Sorry, Ate Cass. Pasens'ya na," sang-ayon ni Rachel.

Nagsisisi si Carlo at nasabi nito kay Eloisa ang tungkol sa pagkatao ni Cassandra. Pagkasabing-pagkasabi, alam n'ya agad na nagkamali siya. Kahit na nangako pa si Eloisa na hindi sasabihin ito sa ibang tao, hindi pa rin siya mapakali. Dapat hindi na lang niya isiniwalat ito, paulit-ulit na sinasabi ni Carlo sa sarili. Pero, kahit ano pang gawin niya, huli na ito, tulad lang ng pagkakamali n'ya kay Cassandra. Naaalala pa nito ang iniwang salita ni Cassandra...

"Sana naman Carlo, iniwanan mo ako ng konting dignidad.

Ang baba pala ng pagtingin mo sa akin."

Hindi maikubli ang kasiyahan ni Eloisa. Ngayong nalaman niya ang tunay na pagkatao ni Cassandra, mayroon na siyang alas na magagamit laban dito. Taliwas ito sa inaasahan ni Carlo. Sa halip na mawala, mas lumaki pa ang paninibugho nito. Naiiinis ito kapag naiisip na nahihigitan siya ni Cassandra. Ayaw ni Eloisa nang nalalamangan at lalong-lalong ayaw nitong natatalo — kahit sabihin pang tomboy si Cassandra. Para sa kanya, isang banta si Cassandra na dapat mawala.

Niyaya ng mga ka-tropa si Cassandra na mag-hang-out sa dati nilang tambayan sa may likod ng UST. Matagal-tagal na rin daw silang hindi nagbo-bonding at nami-miss na ito nang tropa. Marami pa rin daw chicks na gumagala doon kahit bakasyon na. Pumayag naman si Cassandra. Tamang-tama pagkatapos ng praktis nila ay didiretso na ito doon. Nagpaalam kay Mommy at pinayagan naman.

"Cassandra, na miss ka na namin. Medyo, a long, long time ago, in a galaxy so, so far away ka ng absent sa mga gimmick natin."

"Oo, nga, masyado kang naging invisible."

"Hi! Hi! Masyado naman kayo. Meron pa kayong, a long, long time ago. Ano ako si Darth Vader? Pasensya na mga 'tol. Busy lang. Katatapos lang ng semester diba? Saka, grabe practice nang team namin ngayon. Gusto naming pumasok sa Final Four sa UAAP," paliwanag ni Cassandra.

"Oo nga pala! Varsity player ka nga pala. Balita ko kahit rookie ka pa lang, isa ka sa star player ng team?"

"Hindi lang star player si Cass, captain ball pa!"

"Wow, bigatin! Kaya pala nalilimutan na tayo."

"Naku, hindi a!" sagot ni Cassandra, "pwede ko ba naman kayong kalimutan, e di wala akong nautangan! Hi! Hi! Hi! Seryoso, nabigyan lang ako ng magandang opportunity kaya ako naging captain ball. Lahat naman kami dun magagaling."

"Yan ang gusto namin sa iyo Cass, masyado kang humble. Ehemm, syempre hindi mo naman kami kalilimutan na bigyan ng pases diba?"

"Pases! Pases! Pases!

"Aba, syempre naman," sang-ayon ni Cass.

"Tag-iisa kami?"

"Kahit ilan pa ang gusto n'yo!"

"Talaga? Walang bolahan 'to?"

"Oo, naman, sagot ni Cassandra na tatawa-tawa, BASTA BABAYARAN N'YO!"

"Ayyyayayay! Kaya naman pala. Ikaw talaga, Cass! Ha! Ha! Ha!"

Hi! Hi! Hi!

"Ahhahahaha! Naisahan na naman tayo ni Cass!"

Nagpatuloy pa ang masayang kwentuhan ng mga magkaka-tropa. Hindi tulad ng ibang magkakabarkada, hindi umiinom ng alak o magulo ang tropa ni Cassandra. Kahit softdrinks at hopia lang okay na. Kwentuhan at biru-biruan lang ang libangan nito, habang pinagtri-tripan ang mga magagandang chicks na dumadaan sa harapan nila. Hindi naman nila ito binabastos. Kapag napatingin sa kanila ay kinakawayan na may pa-smile-smile, sabay bati ng Hi o Hello, pagtapos ay mag-offer na mag-join sa kanila. Kung hindi kakagat sa approach nila, hindi nila pinipilit.

Matagal-tagal na rin naka-tambay ang magkaka-tropa nang dumaan ang tatlong magagandang chicks sa kabilang kalye. Napansin agad ni Cassandra na isa sa tatlo ay si Eloisa. Nagsisimula nang kumaway ang mga tropa nang pigilan sila ni Cassandra.

"Mga 'tol. Huwag n'yong na lang diskartehan 'yang tatlong chicks na dumadaan," pakiusap ni Cassandra.

"Huh! Bakit naman, Cass. Ang gaganda pa naman. Saka mukha namang friendly."

"Yung isa kasi d'yan, friend na kaibigan ko. Nakakahiya naman kung tataluhin natin," paliwanag ni Cassandra.

"Ahh, ganun ba? O, sige, hand-off tayo, guys. Stop. Stop. Okay lang Cass, hindi ko naman sila type!"

"Naku, hindi raw type, e parang naglalaway ka na nga d'yan."

"Ha! Ha! Ha! Ho! Ho! Ho! Hi! Hi! Hi!" at nagtawanan na lang sila Cassandra.

Pinanood na lang ng tropang dumaan sina Eloisa at ang dalawa nitong kasama. Nagtago ng bahagya si Cassandra sa katabi para hindi makita. Dumaan sa harapan nila ang tatlo. Nang medyo nasa malayo na, tumigil ang mga ito at nag-usap-usap. Tumingin sa direksyon nila

Cassandra. Maya-maya pa ay bumalik and dalawa. Naiwan si Eloisa na nakatingin.

"Guys, kami ba yung pinagtatawanan n'yo?" tanong ng isa.

"Huh! Hindi ladies. Nagkakatuwaan lang kami kaya kami nagtatawanan. Hindi kayo ang aming pinagtatawanan.

"Liars! Mga sinungaling kayo," banat naman ng isa, "kinakawayan pa nga ninyo kami!"

"Ladies, sorry. Sorry kung akala n'yo pinag-tri-tripan namin kayo. Pasens'ya na, okay? No harm done naman, diba?"

Lumapit ang isa at muntik nang madapa. Agad naman itong inalalayan ng isa sa tropa.

"BASTOS! Get your hands off me! Mga bastos kayo! Mga walang modo," sunod sunod na akusasyon nito.

"Hah? Miss, akala ko, madadapa ka. Inaalalayan lang naman kita," sagot ng tumulong.

"Hmmp, kunwari pa kayo! *MGA MANYAKIS!"*

"MANYAKIS! MGA BASTOS!"

Dahil sa komosyon sumunod na si Eloisa.

"Hey, Amanda... Lucy... what's happening here?" tanong ni Eloisa.

"Itong grupo... Hmmp! Pinag-tri-tripan tayo," sagot ni Amanda.

"Oo nga, tapos nung komprontahin namin, ayun nang-tsansing na. Hinawak-hawakan kami... mga bastos!" dagdag pa ni Lucy.

Hindi na nakatiis pa si Cassandra.

"Ladies, alam na man n'yong hindi totoo yang mga pinag-sasabi n'yo. Let's not make things worse," depensa ni Cassandra.

"Aba! Look who's here?" banat ni Eloisa, "the great Cassandra Sta. Maria. Hmmp! I should have known. Kunwari ka pang pa-goody-goody, yun pala, you are like the rest of these... these low living creatures. Hah! Tama pala si Carlo. You are nothing but a despicable lesbian! Let's go, girls. Let's not waste our time dealing with this... hmmp, whatever!"

Sabay-sabay umalis na ang tatlo.

Nagulat si Cassandra. Hindi na ito nakasagot pa. Paano nalaman ni Eloisa ang tungkol sa kanya?

Naguguluhan sina Cassandra.

"Ano ba talaga ang nangyari? Nang-tsansing ka ba talaga?" tanong ni Cassandra.

"Hindi, a! Natapilok yata yung girl, nawalan ng balance, so ako naman hinawakan ko lang para hindi matumba."

"E, saan mo ba naman hinawakan? Baka naman sa boobs? Magwawala nga yun!"

"Huh! Hindi, a! Sa kamay... at sa siko lang! Dun lang, honest!"

"Hmmm, sabagay, yun din ang nakita ko. Nakakapagtaka nga kung bakit ganun maka-react yung babae."

"Naku, huwag na natin pag-iisipan pa ang mga iyon. Mga krung-krung lang ang mga 'yon."

"Oo, nga. Hindi naman tayo maaapektuhan ng nangyari. Bahala sila sa buhay nila."

Hindi umimik si Cassandra. Gusto nitong sabihin na mali ang akala ng mga ka-tropa nila. Malaki ang epekto ng nangyari... lalong-lalo na kay Cassandra.

———————————————

Kagagaling lang ni Carlo sa school. Kinuha ang grades niya at may usapan silang magkikita ni Eloisa.

"Carlo, Carlo! it's good you're already here," sabi ni Eloisa.

"Yeah, Usapan naman nating magkikita ngayon diba?"

"Well, yes. Pero, what I want you to hear is the incident that happened with me and my two friends here, Amanda and Lucy."

"O, bakit naman, does it concern me?"

"Big time, lover boy...big time!" pangtutuya ni Eloisa.

"Huh? Ano naman 'yan?"

"Sige, Amanda, ikaw ang mag-kwento. Hindi ko kasi alam ang buong pangyayari. I just folowed them when I heard the commotion," eksplika ni Eloisa.

"Mmmm, it went like this," simula ni Amanda, "we were walking along Dapitan street, tapos na notice namin yung group of lesbians waving at us. Nung una, we decided to ignore them, pero medyo naging rowdy na sila, so Lucy and I decided to confront them. Nambabastos na, e!"

"Anong nangyari?" tanong ni Carlo na tuluyan ng nagtataka kung bakit siya dapat maging concerned dito.

"Nung hinarap namin ang mga bastos... Aba! sinimulan na kaming hipuan at tsansingan. Mga manyakis yata ang mga iyon. Ang nakakainis pa, total denial pa sila sa ginagawa nila! Those creeps! It gives me the shivers just thingking of them. Mabuti na lang, Eloisa decided to follow us at ayun hinarap n'ya yung leader ng group. Tiklop... napahiya! To save face, they decided to let us go!"

"Wow! Ginulat mo naman ako Eloisa. I didn't know you have that spunk in you. I'm proud of you, girl. Pero, ang hindi ko lang maintindihan...anong konek nun sa akin? Why does it concern me?" tanong ni Carlo.

"Well, for your information, my dear lover boy, the leader of these group of despicable, low living creatures is your miss sugar-and-spice-and-everything nice... friend, Cassandra Sta. Maria!" buong pagmamalaking ibinandera ni Eloisa.

Ang Paghaharap

Nasa bahay si Cassandra at kasalukuyang nanonood ng TV. Nag-re-relax muna ito matapos maglinis ng bahay. Isusunod na nito ang paglalaba. Bukas naman ay pagpla-plantsa naman ang gagawin n'ya.

"Tao po! Magandang tanghali po! Si Carlo po ito!"

Bumilis ang tibok ng puso ni Cassandra. Kahit hindi nito aminin ay natuwa ito ng narinig ang boses ni Carlo. Lalabas na ito ng marinig ang boses ni Mommy.

"Aba, Carlo, ikaw pala 'yan! O, bakit yata ngayon ka lang yata ulit napasyal dito? Pasok... pasok!"

"Hindi na po. Naandyan po ba si Cass? May sasabihin lang po ako sa kaniya," sagot ni Carlo.

"Ahh, ganun ba? A, o, sige, sandali lang at tatawagin ko lang si Cass," sabi ni Mommy. *"CASSANDRA! CASSANDRA!* Naandito si Carlo. Hinahanap ka... may sasabihin lang daw sa iyo."

Lumabas si Cassandra.

"O, anak, naaandyan ka na pala. Naandun si Carlo sa gate. May sasabihin lang daw sa iyo. Ayaw pumasok, e," paliwanag ni Mommy.

"Sige po. Pupuntahan ko na lang po," sagot ni Cassandra at pumunta na kay Carlo.

"Good afternoon, Cass," bati ni Carlo nang makita si Cass.

"Mmmm, Carlo, bakit naligaw ka yata?"

"Ahhh, kasi... ahhh, N-Nagsumbong kasi sa akin si Eloisa. A-Ano... ahhh, binastos n'yo raw sila. I-Ikaw raw, saka yung mga kasamahan mong... mga... ahhh..."

“*TOMBOY!* ‘Yun ba ang ibig mong sabihin, Carlo?” tanong ni Cassandra.

“... ahhh... Oo, yun na nga, pero hindi naman iyon ang...”

“Oo nga pala. Paano nalaman ni Eloisa na tomboy ako?” tanong ni Cassandra.

“Hah? Hmmm... Sinabi ko. Kasi ayaw akong tigilan kaya...” pag-amin ni Carlo.

Masamang-masama ang loob ni Cassandra sa nalaman. Pinipigilan ang sariling maiyak.

“Sana Carlo... noon pa, hindi mo na pinagtakpan ang tunay kong pagkatao. Sana, doon pa lang sa workshop, ipinaalam na natin. Hindi na sana sasama ang loob ko ngayon. Pinasaya mo ako noon dahil ipinagtanggol mo at pinahalagahan ang sekreto ko. Pero ngayon, dahil lang kay Eloisa... nang dahil sa away n’yo ni Eloisa, hindi mo na ako pinahalagahan,” ani Cassandra.

Napahiya si Carlo. Naramdaman ang hinagpis ni Cassandra. Pero dahil na rin sa galit ay isinantabi niya ito at sa halip ay, “Oo, sige na Cass, mali na ako, kung mali. Pero hindi pa rin magbabago na binastos ng tropa mo sina Eloisa,” banat nito, “Bakit naman ganoon? Kahit girlfriend ko si Eloisa, binastos n’yo pa rin?

“Carlo, hindi...”

“Ikaw pa raw ang pasimuno! Sa lahat pa naman ng tao... ikaw pa ang nagpasimuno!”

“Ako ang nagpasimuno? ‘Yun ang sabi nila? At naniniwala ka?”

“Yung dalawang kasama ni Eloisa ang nag-kwento. Sila raw mismo yung nabastos at hinipuan pa n’yo yata. Mabuti na lang daw at sumunod si Eloisa. Doon na lang daw kayo tumigil,” patuloy ni Carlo.

Hindi makasagot si Cassandra. Pigil ang galit at pagkalungkot sa pagpaparatang ni Carlo.

Ang akala naman ni Carlo, ang pananahimik ni Cassandra ay tanda ng pag-amin sa kasalanan.

"Sana naman, medyo nirespeto mo naman si Eloisa, para man lang sa akin. Para namang wala tayong pinagsamahan."

"Palagay mo ba, Carlo... hindi ko binibigyan ng halaga ang sa ating dalawa... yung pinagsamahan natin?," sagot ni Cassandra na punong-puno ng paghihinampo, "Hindi mo na ba ako pinaniniwalaan?"

"Parang ganoon na nga," matigas na sagot ni Carlo, sabay alis nito.

———————————————

Dahil sa mga pangyayari, nagdesisyon si Cassandra na hindi na muna lalabas ng bahay. Naglibang-libang na lang sa pamamagitan ng pagbo-browse sa internet. Tyempo naman na nakakita ito ng site na may online graphic competition tungkol kay San Lorenzo Ruiz, para sa mga estudyante. Si San Lorenzo Ruiz ang kauna-unahang Pilipinong santo. Maganda ang mga prizes — cash, computers at ang pinakamaganda ay ang scholarship grant. Na-excite si Cassandra. Kahit yung cash prize, malaking tulong na sa kanya kung mananalo. Binasa nito ang mga requirements at eligible siya sa lahat ng ito. Nag-fill-up siya ng application form at madali namang na-accept. Pagkatapos ay binasa ni Cassandra ang contest rules. Gusto n'yang maintindihan ng husto ang mga kailangan para malaki ang tsansa na manalo.

"Tamang-tama. At least malilibang ako dito. Pag nanalo pa e di, Wow!" nasabi nito sa sarili.

Ginabi galing sa party si Amanda. Wala itong makuhang taxi kaya napilitan mag-FX. Nasa may likod lang naman ng UST ang dormitoryong tinutuluyan, kaya lang medyo malayo ang lalakarin papunta doon. Basag o pundido pa ang marami sa ilaw ng poste kaya may mga parteng madilim ang daraanan.

"Napakamalas naman, sobrang mga choosy ng mga taxi drivers," naisip nito, *"kesyo, traffic daw. Hmmp, gabi na traffic pa? Ang layo-layo pa naman ng lalakarin ko!"*

Dahil naiimbyerna, hindi nito napansin na may sumusunod sa kanya. Nang dumating sa isang lugar na madilim, nagulat na lang siya nang may tumulak sa kanya. Bagsak ito sa lansangan!

"Aaaray! Bakit... anong...?" gulat na nasambit ni Amanda.

"Tahimik!" sabi ng nagtulak kay Amanda, sabay labas ng patalim, *"HOLDAP ITO!* ibigay mo lahat ang pera mo, cellphone at alahas!"

"Po? Opo... opo, heto na po lahat. Huwag n'yo lang po akong sasaktan," takot na sagot ni Amanda.

Kinuha lahat ng holdaper ang ibinigay ni Amanda. Inilagay sa bag nito, pagkatapos ay luminga-linga. Walang nakitang ibang tao.

"Maganda ka, ine," nakangising sabi ng holdaper habang lumalapit. Itinaas nito ang hawak na patalim.

"Halika, lumapit ka sa akin. Huwag kang papalag, papatayin kita," banta pa nito.

"Huwag po... huwag po," umiiyak na pagmamakaawa ni Amanda, "kunin n'yo na po lahat, pero h'wag nyo po akong..."

"Tumahimik ka kung ayaw mong masaktan pa! Sandali lang tayo. He! He! He!"

"HUWAG PO! HUWAG PO!"

Walang pag-asang makatakas si Amanda. Naluluha ito pero walang makitang paraan para matakasan ang maitim na balak sa kanya ng holdaper. Napapikit na lang ito habang humahagulgol.

BLAG!!!

Napamulat ng mata si Amanda. Nakita nito ang holdaper na nakahandusay sa tabi n'ya. Hawak-hawak ang ulo nito habang umuungol. Kalapit nito ang kahoy na ipinang-pukpok sa ulo nito.

May humawak sa kamay ni Amanda sabay higit dito.

"Tayo na! Kailangan makalayo tayo. Baka may mga kasamahan pa dito yan. Tara... *TAKBO!"*

Kahit nanghihina sa takot ay mabilis na tumakbo si Amanda kasabay ang tumulong sa kanya. Dumating sila sa lugar na may mga tao at maliwanag.

"Hah! Hah! Ligtas na tayo dito. Hindi na siguro hahabol 'yun. Okay ka ba?"

Tanging pagtango na lang ang naisagot ni Amanda. Nanginginig pa rin ito sa takot. Hindi makapaniwalang nakaligtas siya.

"Kaya mo na bang umuwi?"

"O-Oo... d-doon na lang ang inuuwian ko," sagot ni Amanda, sabay turo sa malapit na dormitoryo.

"Dun lang ba? Tara na, ihahatid na kita. Mmmm... sa umaga, kung kaya mo, i-report mo sa pulis yung nangyari. Baka sakaling mahuli yung holdaper, at baka mabawi pa ang mga gamit mo. Hindi ko na nakuha kasi baka magising agad yung holdaper. Pag nagkataon, sigurado lagot tayong dalawa."

"O-Okay lang."

"O, sige na. Pasok ka na para makapagpahinga ka na. Mabuti siguro uminom ka muna ng kape o kahit ano bago ka matulog para makalma ang sarili mo."

"Oo, sige. Tama ka... nine-nerbiyos pa nga rin ako hanggang nagayon," pagsang-ayon ni Amanda.

"Sige. Tuloy na ako."

Hindi napigilan ni Amanda ang sarili. Niyakap ng mahigpit ang sumagip sa kanya.

"Salamat! Hu! Hu! Hu! Salamat. Napaka-bait mo..."

———————————————

Pauwi na si Cassandra galing sa practice ng makasalubong si Rachel.

"O, Rachel, bakit ka naandito sa school?" tanong ni Cassandra.

"Kinuha ko lang yung mga grades ko. Ikaw Ate Cass, saan ka galing?"

"Katatapos lang ng praktis namin. Pauwi na nga ako."

"Sabay na tayo."

"Tara!"

Naghihintay na sa sakayan sina Cassandra at Rachel nang may tumawag sa kanila. Si Carlo pala at kasama si Eloisa, papasok sa isang Pizza Parlor.

"Rachel, may gusto yatang sabihin ang Kuya mo sa iyo. Puntahan mo na. Dito lang ako," sabi ni Cassandra.

"O, sige. Hintayin mo ako, Ate Cass, ha!"

Pinuntahan ni Rachel si Carlo. Nag-usap ang magkapatid. Noong una ay iiling-iling si Rachel, pero hindi nagtagal ay tumango na rin ito. Bumalik ito sa kinaroroonan ni Cassandra.

"Niyayaya tayo nila Kuya na kumain sa Pizza Parlor," bungad ni Rachel.

"Hah! Ayoko... kayo na lang. Uuwi na lang ako."

"'Yan nga ring ang sagot ko sa kanila kanina, pero nagpupumilit," sagot ni Rachel, "Si Eloisa raw ang may gusto."

"Si Eloisa pa mismo ang may gusto? Tama ba ang nadinig ko?"

"Oo. Para ipakita daw sa iyo na "no hard feelings" daw ito. Kalimutan na daw ang nangyari. Anong nangyari, Ate Cass? Hindi ko yata maintindihan."

"Saka ko na lang sasabihin sa iyo, Rachel," sagot ni Cassandra. Nag-iisip ito, *"Si Eloisa pa mismo ang nangaya? Nakapagtataka yata. Pag hindi ako sumama, sasabihin nun, guilty ako o kaya may galit pa ako kay Eloisa. Kapag sumama naman ako...?*

"Ikaw, Rachel, komportable ka ba sa alok ni Eloisa?"

"Okay lang. Hindi ko kasi alam ang puno't dulo ng away n'yo ni Eloisa. Pero, since si Kuya naman ang magblo-blowout, walang problema sa akin. Pero, kung hindi ka komportable, okay lang Ate Cass na tanggihan natin."

Nag-isip si Cassandra, *"Mmmm, baka naman gusto talaga ni Eloisa makipag-sundo na? Mam'ya baka sabihin e, hindi pa rin okay sa akin at ako ang nagkikimkim ng galit."*

Malakas, sinabi nito, "Okay, sige, tara Rachel. Join tayo kina Kuya mo!"

Madilim ng konti sa loob ng Pizza Parlor. Nakaupo na sina Carlo at tinawag sila. Pagdating nila doon, nakangiting binati agad sila ni Eloisa. Nakipag-beso-beso pa ito kina Rachel at Cassandra. Cool lang naman si Rachel. Kahit nagtataka sa inaasal ni Eloisa ay nakisakay na lang. Si Cassandra naman ay nakikiramdam lang. Samantala, tuwang-tuwa naman si Carlo. Sa wakas, magkakasundo na yata ang tatlo.

"So glad you can join us," sabi ni Eloisa, "it's about time we bury the hatchet. Kalimutan na natin yung nakaraan."

"Oo nga," ayuda naman ni Carlo, "let's turn in a new leaf. Let us just be happy for each other, diba?"

Parehong hindi umimik si Cassandra at Rachel at ngumiti lang.

"Order na tayo! What would you like ladies?" tanong ni Carlo.

"Kung ano ang gusto nila Cassandra, yung ang orderin natin," sagot ni Eloisa.

"Bahala na lang kayo," sagot ni Cassandra.

Nag-order na si Carlo. Habang naghihintay ng pagkain nila, tuloy ang kwento at pag-entertain ni Eloisa sa dalawa. May patapik-tapik pa ito kay Cassandra.

Kahit nag-aalangan pa rin, medyo nag-relax ng konti si Cassandra, *"Mukha naman yatang sincere si Eloisa sa pakikipag-kasundo. Siguro dapat maging open-minded na rin ako,"* naisip nito.

Dumating na ang pagkain nila at masayang kumain ang apat. Kahit si Rachel ay naging komportable na sa sitwasyon.

Malapit nang matapos kumain ng humirit si Eloisa ng dessert.

"Carlo, bitin pa, order ka naman ng dessert. Dun ka na sa counter mag-order para mabilis. Samahan mo Rachel, tutal alam mo naman kung ano ang gusto ni Cassandra." pakisuyo ni Eloisa.

O, sige, tara Kuya," sabi ni Rachel.

Pumunta si Carlo at Rachel sa may counter para mag-order. Naiwan si Cassandra at Eloisa.

Lumapit ng husto si Eloisa kay Cassandra.

"Cass, I'm sorry for being mean to you before," malambing na sabi nito sabay haplos sa braso ni Cassandra, hindi ko alam na napaka-sweet mo pala. I'm so ashamed of myself."

"Hindi, okay lang," sagot ni Cassandra, na pilit inilalayo ang kamay kay Eloisa.

"Alam mo, we could be... more than friends. You know... sweet friends. If you get what I mean," paanas na wika ni Eloisa.

"Haaah? Anong ibig mong sabihing more than friends?"

"Cass, don't be coy with me. You know naman that I know all about your...uhummm, other side. And I have no problem with that. In fact, pwede rin naman tayong dalawa. It won't be the first for me. I find it... ummm... very exciting. Kung gusto mo threesome tayo nila Carlo! Wow, that would really be fun, diba?"

Nagdilim ang mukha ni Cassandra.

"I'm sorry Eloisa, I'm not being coy with you. Kung ano man ang tingin mo sa pagkatao ko, let it be. Pero, please, mahiya ka naman sa asal mo! You know how Carlo adores you, and this is how you will repay him? By betraying him? Nakakasuka ang gagawin mo, at ako pa ang napili mo? Grabe ka, Eloisa. Masahol ka pa sa two-timer. Sabihin mo nang tomboy ako, sabihin mo nang I belong to the low life, pero ikaw... you are the very worst of your kind."

Nakita ni Cassandra na pabalik na sina Carlo at Rachel.

"For Carlo's sake, I'll forget I ever heard what you said, Eloisa. Pero, please naman, magtino ka naman. Huwag mong sayangin... whatever you and Carlo have built. Please... Don't do this to Carlo. He doesn't deserve this."

Nakarating na sina Carlo sa table. Naramdaman agad nito na lumamig ang pakikitungo ni Cassandra at Eloisa sa isa't isa.

"Hey, hey, bakit yata mukhang nag-iba ang simoy ng hangin dito? Na-miss n'yo ba ako agad?" pabirong tanong nito.

Nagpipigil pa rin ng kimkim na galit si Cassandra. Upang hindi mahalata, tumayo ito at nagsabi, "Excuse me, pupunta lang ako sa rest room."

Pagkaalis ni Cassandra, sumunod ang nagugulu-hang si Rachel.

Pagdating sa rest room, tinanong ni Rachel si Cassandra, "Ate Cass, anong nanyari? May sinabi bang masama sa iyo si Eloisa?"

Hindi sumagot si Cassandra. Umiling-iling na lang ito habang nangingilid ang luha.

Samantala, sinamantala ni Eloisa ang pag-alis ni Cassandra upang makapag-drama kay Carlo. Humagulgol ito ng husto sa harap ni Carlo.

"Eloisa... Eloisa? What happened here?" usisa ni Carlo.

"Hu! Hu! Hu! Carlo... Carlo... si Cass, she was... Hu! Hu! Hu! No, ayokong sabihin sa 'yo. Ayokong masira ang friendship n'yo ni Cass..."

"Ano Eloisa? Anong ginawa ni Cass sa iyo? I have to know! Don't protect her!"

"She was hitting on me. Akala yata ni Cass, porke sweet na ako sa kanya... Hu! Hu! Hu! I was trying to frustrate her advances, pero ayaw n'yang paawat. H'wag na lang daw naming ipaalam sa iyo. She tried kissing me and touching me in my.... Oh! I'm so shocked. Hindi ko ine-expect ito. Oh, Carlo, I'm feel so violated! Hu! Hu! Hu!

"WHAT? Cassandra did this to you? How can she stoop that low?" galit na nasabi ni Carlo.

Biglang pihit ni Carlo papunta sa rest room.

"Carlo, no! Let it go! Let us just go home..." tawag ni Eloisa.

Pero hindi nagpaawat si Carlo. Tumuloy pa rin ito para komprontahin si Cassandra.

———————————————

Kalalabas lang nila Cassandra at Rachel sa rest room nang abutan sila ni Carlo.

"Rachel, pwede umuna ka na muna sa table. Gusto ko lang makausap si Cass," utos ni Carlo.

Kahit naguguluhan, sumunod si Rachel at iniwan ang dalawa.

"NAKAKAHIYA KA, CASS! Bakit mo naisipang gawin 'yon? Wala ka na bang respeto man lang sa akin?" galit-na-galit na nasambit ni Carlo.

"Hah? Ano 'yun?"

"H'wag ka nang magmaang-maangang pa, Cass. Tigilan mo na yang pagkukunwari mo. *BINASTOS MO SI ELOISA!* Alam mo 'yon. Kaya tigilan mo na yan. Hindi na ako naniniwala sa iyo!!!"

"Binastos? Teka... teka, mali yata ang sinasabi mo. Hindi ko binabastos ni Eloisa!" mariing sagot ni Cassandra.

"Ahh, at hindi pa pala pambabastos yung dinidiskartehan mo s'ya, habang nandoon lang ako at may binibili? Umalis lang ako, sumasalisi ka agad? Ang kapal mo naman! Hindi ka pa nakuntento, gusto mo pang halikan at yapus-yapusin si Eloisa. HOW DARE YOU!!!"

"Hindi totoo yan, Carlo. Sa katunayan, si Eloisa ang may gustong..."paliwanag ni Cassandra.

"Hah, ngayon gusto mo pang baliktarin ang lahat! Si Eloisa pa ang lumalandi sa iyo... 'yon ba gusto mong sabihin? Wow, Cass, how can you sink so low? Hindi magagawa ni Eloisa 'yun. Eloisa is a decent person, samantalang ikaw..."

"... ay hindi disente? Masamang tao? *NA ISANG TOMBOY?* Iyon ba ang gusto mong ipamukha sa akin, Carlo?"

Kahit napahiya, nabulagan na si Carlo dahil sa matinding galit, *"OO, HINDI BA TOTOO 'YUN?* 'Yung pagtulong-tulong mo sa akin, siguro kunwari lang 'yon ano? Hah, alam ko na... alam ko na! Hindi pala si Rachel ang puntirya mo... si Eloisa pala! All along, si Eloisa pala ang tinatarget mo, kaya pala ang bait-bait mo sa akin. Kunwari, concerned ka sa akin pero nang na-realize mo na it's not gonna work, you've shown your true colors. *TAMA AKO DIBA?!!* Kung hindi pa..."

PAK!!!

Isang malakas na sampal ang nagpatigil kay Carlo.

"Ganyan na ba talaga kababa ang tingin mo sa akin, Carlo?" galit na sagot ni Cassandra. "Alam mo, ang tangi na lang nagpapalakas ng kalooban ko ay ang maganda nating nakaraan. Ngayon, pati 'yun idinamay mo — na ang lahat-lahat pala ay kunwarian lang. Lokohan lang? Gamitan lang? Iyon lang ba talaga yon? Sinabi ko sa iyo, habang buhay kong tatanawin na utang na loob ang ginawa mong pagligtas sa buhay ko — ang kusang loob mong pagligtas sa akin. Pero ngayon, ewan ko... totoo ba rin yun? *KUSANG LOOB BA RIN 'YON O DAHIL KAILANGAN MO LANG AKO?"*

Hindi na hinintay pa ni Cassandra na makasagot si Carlo. Iniwan niya ito at umalis. Nang makita ni Rachel na paalis na si Cassandra ay humabol ito. Naiwan si Eloisa na bakas na bakas sa mukha ang pagbubunyi.

Hindi Na Maibabalik Ang Nakaraan

Matagal nang nakaalis si Cassandra ay mistulang napako sa kinatatayuan niya si Carlo. Doon lang napagtanto kung gaano kalaki ang kanyang pagkakamali. Hindi na nito binigyan ng pagkakataong makapag-paliwanag si Cassandra. Hinusgahan agad niya ito. Tama si Cassandra. Nabulagan siya. Nang dahil sa galit ay winalang bahala na lang n'ya ang lahat ng pinagsamahan nila — ang lahat ng nabuong magagandang ala-ala ng kanilang samahan ay winasak niya.

Tulalang bumalik ito kay Eloisa.

"Oh, Carlo, my hero!" papuri ni Eloisa, "my knight in shining armor, coming to my rescue! I'm so proud of you."

Pero parang hindi na ito narinig ni Carlo. Umupo ito. Hindi napapansin si Eloisa. Hindi nakikita. Tanging ang imahe ni Cassandra ang nasa isip. Ang galit... ang pagdaramdam. Parang naririnig pa nito ang pira-pirasong kataga na iniwan ng dalaga.

> *"Ganyan na ba talaga kababa ang tingin mo sa akin, Carlo?"*
>
> *"Ang lahat-lahat pala ay kunwarian lang. Lokohan lang?*
>
> *Gamitan lang? Iyon lang ba talaga yon?"*
>
> *"Kusang loob ba ang pagtulong mo o dahil kailangan mo lang ako?"*

"Nagkamali ako, Cass," nasabi na lang ni Carlo sa sarili, "nagkamali ako."

Matagal na hindi lumabas ng bahay si Cassandra. Dala pa rin ang sakit ng pusong nagdaramdam. Pilitin man n'yang kalimutan ang masakit na alala ng paghaharap nila ni Carlo ay hindi nito magawa. Paulit-ulit na sumasagi sa isip niya ang galit at poot ni Carlo.

Isinubsob na lang ni Cassandra ang sarili sa praktis ng basketball at mga gawain sa bahay. Bagama't mabigat pa rin ang kalooban, pilit nitong pinalalakas ang sarili. *"Kaya mo 'to, Cassandra,"* ang sabi nito sa sarili, *"kinaya mo ito noon, kaya mo pa rin ito hanggang ngayon. Walang mangyayari kung magmumukmok ka!"*

Isang araw, makatapos nitong maglinis ng bahay ay naisipan tingnan kung may resulta na ang online graphic competition na sinalihan niya. Laking gulat ni Cassandra na makitang isa s'ya sa sampung nag-qualify para manalo. For final judging na raw at malalaman ang resulta in one week.

Tuwang-tuwa si Cassandra. Ang makasama sa mga finalist ay malaking achievement na. Tuwang-tuwang ibinalita ito kay Mommy at sa dalawang kapatid.

"Naku, nakakatuwa naman, Cass. Napili ka sa final voting. Aba, pasalamat ka sa Diyos, anak," masayang puri ni Mommy.

"Hindi naman po ako nakakalimot magpasalamat kay God, Mom," sagot ni Cassandra, "alam ko naman na lagi N'ya akong gina-guide."

"Ano ba ang theme nung competition?" tanong ni Mommy.

"Tungkol po kay San Lorenzo Ruiz. I-depict po daw yung martyrdom n'ya... kung ano ang kanyang hirap na pinagdaanan. Blessing naman po, kasi diba patron saint natin si San Lorenzo Ruiz at nabasa ko po ang talambuhay nito."

"Ahhh, e bakit naman ito ang napiling tema ng competition?"

"Kasi po, yung head ng foundation ay deboto po ni San Lorenzo Ruiz. Para po bigyan ng papuri ang anibersaryo nito noong September 28, ini-launch po yung contest."

"Hmmm, ganun pala."

"E, Ate Cass, ano naman ang magiging premyo mo?" tanong ni Bella.

"Oo, nga, Ate Cass, may cash prize ba?" dagdag ni Marie.

"Aba, oo! May scholarship grant, computer, cellphone at cash prizes. Masaya na ako dun sa cash prize. Malaki ang maitutulong nun sa pag-aaral ko."

"Malay mo, anak, ikaw pa ang manalo ng grand prize!" sabi naman ni Mommy.

"Naku, Mommy, sana magdilang anghel kayo, pero medyo mahirap yun. Syempre, nag-darasal din po akong manalo. Kaya lang, marami pong magagandang entry na kasali... so I'm keeping my fingers crossed and hoping for the best na lang. Kung ibibigay ni God, e di, Wow! Pero sa ngayon po, okay na sa akin maging finalist at yung cash prize."

"Hay, anak, proud na proud kami sa iyo. Ayy, matawagan ang Daddy mo. Siguradong matutuwa iyon pag nalaman ito. Teka lang ha..."

"Sige, Mom, sabihin mo na rin na magpasalubong ng chicken bucket para pang celebration," hirit ni Marie.

"Oo, nga! Samahan na rin ni Daddy ng ice-cream!" sulsol naman ni Bella.

"Hi! Hi! Hi! Kayo talagang dalawa, oo! Manang-mana kayo sa akin! Matatakaw!" biro ni Cassandra.

"Syempre naman, Ate Cass, idol ka namin, pati sa pagkain! Hi! Hi! Hi!" sabay sagot at tawa ng dalawa.

————————————————————

Pagkatapos ng insidente sa Pizza Parlor, naging matamlay na si Carlo kay Eloisa. Dati ang tingin ni Carlo kay Eloisa ay parang isang diyosang bumaba mula sa langit, na mahawakan lang ay isang malaking pribilehiyo. Makita lang niyang ngumiti ito ay halos matunaw na si Carlo sa saya. Kulang na lang na ilagay ni Carlo si Eloisa sa pedestal sa laki ng paghanga nito.

Nang araw na inihatid n'ya si Eloisa, may nagbago sa pagtingin niya dito. Nawala sa paningin niya ang kinang na bumabalot dito. Wala na rin ang mga ulap sa paligid nito. Hindi na diyosa si Eloisa — isang pangkaraniwang babae na lamang.

Kahit na sweet na sweet si Eloisa habang nasa daan sila, hindi na siya kinikilig tulad ng dati. Wala nang epekto sa kanya ang maganda nitong mukha o ang mapanuksong katawan.

————————————————————

"Ate Cass, galit ka ba sa akin?" tanong ni Rachel.

"Hah? Hindi... bakit naman ako magagalit sa iyo?" sagot ni Cass.

Pumunta si Rachel kina Cassandra makalipas ang isang linggo pagkatapos ng insidente.

"E, kasi... clueless man ako, kitang-kita ko naman na nagalit ka kina Kuya at Eloisa. Baka kasi, pati sa akin... galit ka na rin," patuloy ni Rachel.

Humarap si Cassandra kay Rachel at hinawakan sa kamay.

"Rachel, kung ano man ang hindi namin pagkakaunawaan ng Kuya mo, hindi dahilan 'yon para magalit ako sa iyo. Nagpapasalamat nga ako sa iyo dahil kahit hindi mo alam ang mga nangyayari, sa akin ka pa rin kumakampi... sa akin ka pa rin naniniwala."

Umiiyak na yumapos si Rachel kay Cassandra.

"Ay, salamat Ate Cass. Noon ko pa gustong pumunta dito, kaya lang natatakot ako na baka pati sa akin galit ka rin. Pero, sabi ko sa sarili ko, ayokong mawala sa akin ang pinakakamahal kong big sister, kaya naglakas-loob na akong pumunta dito."

"Aba, ayoko rin namang mawala ang makulit kong little sister!" sagot ni Cassandra.

"Thank you, Ate Cass! Kaya nga lab na lab kita!"

"Asus, nambola pa ito! O, sige na, ano pa ang dahilan at pumunta ka dito?" tanong ni Cassandra.

"Talaga itong si Ate Cass, na si-six sense ako. Hi! Hi! Hi! Di ba kilala mo si Marissa? Birthday ngayon nun. Imbitado tayong dalawa."

"Owwws, kilala ko nga 'yon, pero hindi naman kami close. Bakit naman pati ako i-invite?"

"Hi! Hi! Hi! Sabi ko kay Marissa, kung gusto n'ya akong pumunta, dapat kasama ko best friend at Ate ko. Takot na lang sa akin nun, e ako ang taga-gawa ng assignment n'ya."

"Aba, astig! Kaya naman pala," sagot ni Cassandra.

"Saka, come-as-you-are naman ang attire. Di mahilig sa ka-ek-ekan yun. Pwede na suot natin. Tamang-tama, tanghali na – kainan na!"

"Tara na!"

———————————————

Marami nang tao sa bahay nila Marissa pagdating nina Rachel at Cassandra. Nagkakasayahan at nagkakainan na. Malugod silang tinanggap ni Marissa. Todo biruan pa ito at si Rachel.

"Ikaw talaga, Rachel, kung hindi pa kainan, hindi pa kita mapapapunta dito," biro ni Marissa.

"Ikaw naman Marissa, Bakit ka naman nagsasabi ng... totoo! Hi! Hi! Hi!"

"Maraming salamat nga pala sa pag-imbita mo, Marissa. Kahit na pinuwersa ka lang ni Rachel," singit ni Cassandra.

"Loka! Mabuti naman at naisama ka ni Rachel. Naku, napakahirap mong imbitahan, sa totoo lang!" sagot ni Marissa.

"Naku, huwag kang mag-alala. Mula ngayon, basta kumbidado mo ako, kasama ko si Ate Cass ko!" hirit ni Rachel.

"Sige na, kumain na muna kayo. Babalikan ko na lang kayo mam'ya. Aasikasuhin ko lang ang ibang mga bisita."

"Oo, sige lang. Kami na ang bahala sa sarili namin. Thank you ulit!" sagot ng dalawa, sabay sabing, *"ATTACK!"*

Maya-maya pa ay masayang kumakain na sina Rachel at Cassandra. Hindi naman sila naiilang dahil marami din sa bisita ay mga kakilala nila. May mga bumabati, nakikipag-kwentuhan at nakikipag-lokohan.

"Rachel, mukhang nakaka-dalawang balik ka na, a!" puna ni Cassandra kay Rachel.

"Shhh, hwag kang maingay, Ate Cass... pangatlo ko na 'to! Hi! Hi! Hi! Ang sarap kasi nung letchon!"

"Ganun ba? Nakakahiya ka. Hindi na ako babalik uli," seryoso si Cassandra.

"Hah? Bakit naman... nakakailang balik ka na ba?

Hi! Hi! Hi! Tatlo na, pag bumalik pa ako, pang-apat na!" sagot ni Cass, "baka may CCTV dito, huling-huli ang katakawan natin."

"Hindi ka na babalik?"

"Babalik ulit. Marami pa yung sugpo! Hi! Hi! Hi! Saka, may dessert pa!"

Sa isang lugar naman ng bahay ay may nagka-karaoke. Kilala rin nila ang ilan sa kumakanta.

"Tara, Rachel, Cass... kanta naman kayo dito!'

"Pass muna. Hi! Hi! Hi! Mas masarap kumain, e," sagot ni Rachel.

"Saka, bundat na bundat na tayo," bulong ni Cass kay Rachel, "pag kumanta tayo, baka puro, Burp! Burp! ang gawin natin. Hi! Hi! Hi!"

"Baka kamo, mautot pa tayo!" sagot ni Rachel, sabay tawa rin.

Katatapos lang kumain ng dalawa ng dumating si Carlo, kasama si Eloisa.

Nawala ang sigla sa mukha ni Cassandra at napalitan ito ng galit.

"Rachel, bakit naandito Kuya mo? Alam mo bang pupunta rin s'ya dito?" tanong ni Cass.

"Hindi. Nagulat nga ako at naandito. Sabi n'ya kanina, hindi raw s'ya aalis ng bahay. Kaya nga niyaya kita. Bakit kaya pumunta dito... tapos isinama pa si Eloisa, hmmp!"

Nakita sila ni Carlo pero hindi ito nangahas na lapitan sila. Si Eloisa naman ay panay irap sa kanila.

Hindi talaga balak ni Carlo ang pumunta. Kaya lang, pinuntahan siya ni Eloisa sa bahay. Gusto munang iwasan ito ni Carlo kaya nagdahilan na pupunta sa birthday celebration ni Marissa. Hindi nito akalain na magpipilit sumama si Eloisa kahit hindi naman kilala doon. Walang nagawa si Carlo kung hindi isama ito.

Para makaiwas, aalis na sana sina Rachel at Cassandra. Pero, saka naman bumalik si Marissa para makipag-kwentuhan sa kanila. Habang nag-uusap-usap sila ay panay ang sulyap ni Carlo sa gawi nila.

Gustuhin mang lapitan ni Carlo sina Rachel ay hindi nito ginawa. Nakita n'ya ang galit sa mukha ni Cassandra. Siguradong mapapahiya lang siya, lalo na at kasama pa niya si Eloisa. Napilitan na lang itong kumuha ng pagkain at umupo malapit kina Cassandra. Si Eloisa naman ay parang buntot na araw humiwalay sa kanya.

"Rachel, Cass, kayong dalawa halos ang pinakamaganda dito sa lugar natin. Wala pa bang nakakasungkit ng mga puso n'yo?" tukso ni Marissa.

"Ay, naku, Marissa, wala kaming type dito sa atin. Puro pangit! Hi! Hi! Hi!"

"Hoy, narinig namin yun,a! Mga kasama, payag ba kayo, mga pangit daw tayo? Ha! Ha! Ha!"

"Biro lang, kayo talaga. Gwapo naman kayo, kaya lang... ang babaho ninyo!

"Asus, lalo pang pinasama. Naku, Rachel, kung hindi ka lang kapatid ni Carlo, tiniris ka na namin! Ha! Ha! Ha!"

"Speaking of Carlo. Kung hindi ako nagkakamali e, nung last month lang ba yun? E, napaka-sweet nilang dalawa ni Cass dun sa tindahan, diba? He! He! He!"

"Oo, nga, naalala ko yun. Parang eksena sa teleserye. Nakahiga si Carlo, tapos kalong-kalong ni Cass yung ulo! Tweet! Tweet! Napaka-sweet! Ahhhahahahaha!"

"Ganon ba?" sabi ni Marissa, "Wow, wala akong kaalam-alam. Kayo ha, masyadong ma-sekreto. E, ano na bang score n'yong dalawa? Tsismosa ko no? Hi! Hi! Hi!

Nanatiling tahimik si Cassandra at Carlo. Tumitingin si Carlo kay Cassandra pero nakatungo lamang ito at hindi sya pinapansin. Si Eloisa naman ay nanlilisik ang mga mata sa selos.

Upang hindi mapansin ang tensyon sa pag-itan ng dalawa, si Rachel na ang nang-agaw ng eksena.

"Naku, tsismosa ka talaga, Marissa!" sagot ni Rachel, "Pabayaan natin yung dalawa. Syempre, gusto nilang sekreto lang ang status nila, diba? Parang showbiz lang. No comment. Inggit lang kayo kaya manahimik na lang kayo."

Nagkatawanan ang lahat.

Hindi umalis sa tabi nila Cassandra at Rachel si Marissa. Tuwang-tuwa itong makipag-kwentuhan sa kanila kaya nahiya sina Rachel na magpaalam na. Si Carlo ay tahimik na nakaupo lang. Panay na ang pilit ni Eloisa kay Carlo na umalis na pero hindi ito pinapansin ni Carlo.

"Oy, Carlo, ikaw naman ang kumanta dito. Alam namin na maganda ang boses mo."

"Hah? Huwag na lang. Marami naman na kayong kumakanta dyan!" sagot ni Carlo.

"Marami ka d'yan!" banat ni Marissa, " e puro boses palaka ang mga iyan. Buti nga hindi pa bumabagyo!"

"Sige na, Carlo. Isang beses lang. Naand'yan pa naman si Cass. Hindi mo ba man lang siya aalayan ng kanta?"

"Oo nga naman! Oo nga naman! Sige na, sige na! Whoo! Whoo! Whoo! We want Carlo!" sabay-sabay na kant'yaw ng marami.

Tumingin si Carlo kay Cassandra pero ni hindi ito tumitingin sa kanya. Nang akma ng tatayo si Carlo ay pinipigilan ito ni Eloisa. Pero nakapag-desisyon na si Carlo. Ito na ang pagkakataon upang makahingi ng tawad kay Cassandra. Wala nang nagawa si Eloisa ng tuluyan ng tumayo si Carlo.

"Ayan, tumayo na si Carlo! Dali, ibigay agad ang mikropono bago magbago pa ang isip n'yan!"

Kinuha ni Carlo ang mikropono at namili ng kakantahin.

"Wala ba man lang dedication d'yan?" sigaw ng nakakarami.

"Dedication! Dedication! Dedication! Whoooo!"

Bago kumanta ay nagsalita muna si Carlo.

"Gusto kong i-dedicate ang kantang ito sa kapatid kong si Rachel, kay Papa at Mama..."

"Whooo! Madaya! Corny! Corny! Corny!" angalan ng mga nakapaligid.

"Sige na... seryoso na. Mmmm, gusto ko sanang i-dedicate ang kantang ito sa... sa pinakamamahal kong kaibigan. Siguro, mahigit pa sa kaibigan ang turing ko sa kanya. Oo, tama, mahigit pa sa pagiging kaibigan ang nadarama ko sa kanya. Pero, ang tanga-tanga ko. Mahal na mahal ko nga siya, pero pinabayaan ko s'ya. Nabulagan ako, kinalimutan ko ang lahat ng ginawa n'ya para sa akin. Binalewala ko ang totoong pagmamahal na ibinigay n'ya. Sinira ko ang tiwala niya. Lahat ng na-buo namin — trust, faith and belief in each other, dahil sa akin misjudgement, nawala sa isang iglap. I failed her when she needed me most. Kung pwede ko lang ibalik ang nakaraan, gagawin ko. Pero hindi na pwede. Alam ko, nasaktan ko s'ya ng sobra-sobra. Nawala na s'ya sa akin. Kahit ano pang gawin ko, huli na. Pero, gusto ko lang sabihin na sori. Inaamin ko na ako ang nagkamali. Hindi man mabalik ang dati... sana, kahit papaano ay matutunan n'ya akong patawarin."

At nagsimula ng kumanta si Carlo.

"Sana ay patawarin mo ako
Alam kong nagkamali ako
Maaari bang bigyan pa
Ng pagkakataon
Upang maibalik and dating..."

Natahimik ang lahat. Naramdaman na may pinaghuhugutan si Carlo. Si Cassandra naman ay nanatiling nakayuko.

Paminsan-minsan ay sumusulyap si Carlo sa gawi ni Cassandra pero patuloy lang sa pagkakayuko ito.

Hindi na tinapos pa ni Cassandra ang kanta. Nagdispensa ito kay Marissa at nauna nang umuwi.

Hindi Magbabago

Walang imikan sina Carlo at Eloisa habang papauwi. Nang dumating sa kanila ay hindi na nagpigil magsalita si Eloisa.

"Carlo, I've never been so humiliated in my life. Pinahiya mo ako doon. Ako ang girlfriend mo, ako ang kasama mo... and there you are... like a love-sick idiot professing his love to Cass! To a lesbian no less! How could you do this to me?"

"Eloisa, calm down. Kumanta lang ako and I just apologized to a dear friend. I didn't mention any names, did I? And so what if Cassandra is a lesbian? Have you never heard of an unconditional love?"

"Unconditional love? Hmmp, Carlo, give me a break! Hah! Tama... dun sa ginawa mo, hindi mo na kailangang mag-mention ng name. Kasi kitang-kita naman ng lahat na si Cass ang tinutukoy mo!"

"Masyado ka namang asumera. Saka, nobody there gives a hoot to what I said."

"Nobody there gives a hoot? Carlo, hindi ako bulag. Kitang-kita ko na lahat sila dun — alam ang nangyayari between you and Cass! I'm not dumb not to see that!"

"Well, so be it."

"What? What did you say, Carlo?"

"Ang sabi ko, kung yun ang gusto mong isipin, then so be it."

"Are you mocking me, Carlo?"

"No. I'm just stating a fact."

"Carlo, I don't like the tone of your voice..."

"Well, I'm sorry if you don't like the tone of my voice. I can't do anything about it."

"Hmmp! I can't take this anymore. Your cockiness, your indifference... your attitude! I think we need to get away from each other for a while."

"Why don't we make it permanent?" hamon ni Carlo.

"WHY YOU POMPOUS SON OF A !@#$^!!!* Okay, if that's what you want... *BREAK NA TAYO!* Get out of here! I don't want to see your face again anymore... *GET OUT! GET OUT!!!"*

"With pleasure..." sagot ni Carlo, sabay alis.

———————————————

Excited si Cassandra. Ngayon ang araw na malalaman ang resulta ng online drawing competion. Umaga pa lang ay nagsimba na ito.

"Lord, thank you for at nakasama ako sa finalist ng sinalihan kong competition. Thank you din po, San Lorenzo Ruiz. Alam N'yo naman, ever since ikaw ang patron saint ko. God, kung palagay N'yo po, worthy akong manalo ng grand prize, please make it happen. Kung hindi naman po, pwede po ba kahit 2nd place na lang. Hi! Hi! Hi! Joke lang po. Kahit ano po, masaya na ako. Tamang-tama po itong blessing na ibinigay N'yo. Medyo maraming challenges akong pinagdaraanan ngayon, kaya these blessings came at the right time. Anyway, Lord, okay na po ako. Tanggap ko na po na, just like yung sa amin ni Michael, hindi rin po meant itong second. Hindi ko po pwedeng baguhin sila at hindi rin po nila ako pwedeng baguhin, so fair lang.

Mabuti na po yung ganito. Wala nang masasaktan. I love you, Lord."

Nang makauwi na nang bahay ay puno ng kaba si Cassandra habang hinihintay magbukas ang laptop. Feeling nito parang tambol ang puso niya sa lakas ng kaba. Kulang na lang ay himatayin siya.

"Naku, hindi ako pwedeng himatayin. Wala namang sasalo sa akin! Hi! Hi! Hi!"

Pagkabukas na pagkabukas ng laptop ay agad nag-online si Cassandra at pinuntahan agad yung site. Lumabas na nga ang resulta.

Nagulat na lang sina Mommy at ang dalawang kapatid nito nang marinig si Cassandra na umiiyak at naghihiyaw. Humahangos na pinuntahan nila ito.

"Cass, anak, anong nangyayari sa iyo? May masama bang balita?"

"Naku, Mom, baka nae-exorcist si Ate! O, tingnan n'yo, umiiyak pero tawa ng tawa!" babala ni Marie.

"Oo nga, Mommy! Kukunin ko yung baseball bat, hampasin natin sa ulo para umalis yung sumasapi sa kanya!" suhestyon naman ni Bella, at akmang tatakbo ito palabas.

"Hoy, hoy, hoy! Hanep naman 'tong dalawa kong kapatid. Balak pa akong lumpuhin! Easy lang kayo, Mom. Sobrang saya ko lang kaya ako nagkakaganito," paliwanag ni Cassandra.

"Ganon ba? Naku, ang takot ko naman sa iyo. Akala ko kung napapaano ka na. Ano bang dahilan at naghihiyaw ka dyan?"

"Oo nga Ate. Lahat yata ng tao dito sa lugar natin, na-eskandalo dahil sa iyo!" banat ni Bella.

"Sobra ka naman," sagot ni Cassandra, pero sumilip ito sa bintana. Natawa ito ng makitang may mga nakiki-usyoso sa harap ng gate nila. Dumungaw ito at, "Naku, pasensya na ho," hiyaw nito, "Okay po kami dito. Wala pong emergency, wala pong sunog. Hi! Hi! Hi! Sige po, uwi na po kayo... pasensya na lang po ulit," dispensa niya.

Tawa ng tawa ang dalawa n'yang kapatid pati na si Mom.

"O, sige, anak, ano bang dahilan at para kang nasisiraan ng ulo na naghihiyaw dito?"

"Mom... Bella... Marie... Ako po ang nanalo ng first prize dun sa San Lorenzo Ruiz online graphic contest na sinalihan ko!!!"

Kung gaano kalakas ang hiyaw ni Cassandra kanina, mas lalong nadoble pa sa magkakasabay na hiyawan ng buong mag-anak.

Dumungaw ulit sa bintana si Cass, sabay sabing, "Okay lang po kami dito. Wala pong emergency, wala pong sunog... nagsasaya lang po kami. Sige po, tuloy na po kayo. Tuloy na po... Hi! Hi! Hi!"

"Wow, anak, nakakatuwa naman. Akalain mo sa dami-dami ng sumali, ikaw ang pinalad na manalo. Congratulations Anak!!! Pasalamat ka sa Diyos, Cassandra."

"Syempre naman po Mommy. Hindi ko po malilimutan yon."

"E, Ate Cass, ano ba ang napanalunan mo?" tanong ni Bella.

"Oo nga, me pam-blowout ka ba sa amin?" sunod ni Marie.

"Aba, syempre naman. Bukod dun sa scholarship grant, mayroon ding kasamang cash bonus."

"Yes! Yes! Yes!" hiyaw ng dalawa.

Matapos ang ilang minutong pagsasaya ng pamilya ay may sumagi sa isip ni Cassandra.

"Hmmm, teka, may naalala nga pala ako dun sa notification ko. Parang weird... sa totoo lang!"

"Ano yun, anak?"

"Kasi, sabi dun sa e-mail sa akin, pupunta raw dito mismo yung representative nila para ibigay sa akin yung mga premyo ko, kasama na yung papers na pipirmahan ko..."

"O, e anong problema doon, anak. Mmm, teka... sabagay, nakapagtataka nga at pupunta pa rito ang representative nila Pwede namang bank-to-bank na lang yung pera, tapos yung mga documents pwedeng i-ship ng courier. Pero baka ganoon talaga ang SOP nila."

"May punto kayo doon, Mom. Kaya lang ang isa pang ipinagtataka ko, sabi dun sa instructions, sunduin ko raw sa airport yung representative nila. E, paano ko kaya makikilala? Saka, paano naman niya ako makikilala, wala naman akong picture na nai-submit sa kanila?"

"Ganun ba? Aba nakakapagtaka nga yun. Teka, mag e-mail ka kaya, sabihin mo paano mo makikilala yung representative at kung kailangan nila ng picture mo para makilala ka naman. Baka nalimutan din nila. Sabihin mo, maraming scammers dito sa Pilipinas. Mahirap na, baka pareho pa kayong masalisihan."

"Tama ka Mom. Sige, email ko na. Tamang-tama naka-online pa sila."

Mabilis na nakapag-compose at nag-send ng e-mail si Cassandra. Akala nila ay matatagalan bago ang sagot pero ilang sandali lang ang nakalipas ay may reply na. Binasa ni Cassandra ang sagot.

"Mom, lalo yatang naging weird ang sagot nila."

"Hah? Bakit anong sabi?"

"Eto, babasahin ko... "You don't need to send your picture. Just be at the airport at the appointed day and time. Our representative will recognize you."

"Paano nangyari iyon?" sabay na tanong ng mag-ina.

Kasama sa isang medical mission si Carlo. Ang destinasyon nila ay sa Sta. Cruz, Laguna. Wala pang 2 hours ang travel time papunta, pero nag-decide silang doon na mag-stay during the whole duration. Mas mahirap kung everyday silang magko-commute papunta at pauwi. Makakaiwas na sila sa traffic, mas convenient pa sa kanila. One week lang naman ang duration ng medical mission at mayroon nag-offer ng place sa kanila para mag-stay.

Kasalukuyang namimili si Carlo sa supermarket nang nakabanggaan niya si Amanda.

"Oops, sori Miss. Hindi ko sinasadya," paumanhin ni Carlo.

"Okay lang. No problem. Huh, Carlo?"

"Amanda! Ikaw pala. Umm, kamusta?"

"Okay lang. Ikaw, kamusta ka. H-Hindi mo yata kasama si Eloisa," tanong ni Amanda.

"It's a long story, but the short end of it is... we decided to call it quits."

"Oh! I'm sorry to hear that."

No, it's okay. It's... it's good for both of us. O, sige, tuloy na ako. Nice seeing you!"

"Sige... nice seeing you, too," parang bantulot na sagot ni Amanda.

Malayo-layo na rin si Carlo ng narinig niyang tinawag ulit siya ni Amanda.

"Carlo, wait!"

"Ummm, Amanda, may problema ba?"

"Actually, wala. Kaya lang, there is something I want to get off my chest that's been bothering me for quite some time. Noon ko pa gustong sabihin sa iyo, kaya lang... kahit papaano, ... parang bini-betray ko si Eloisa. Awww, what am I saying? Eloisa is so mean, I know that even though she's my friend. Whatever I may be spilling now is her own doing, so she should face up to the consequence. Saka, break na naman kayo, so I guess, it won't make any difference to her..."

"Amanda, what are you rambling about? Ano yung gusto mong sabihin that involves Eloisa?"

"Actually, it's about Cassandra," pag-amin ni Amanda.

"Huh? Anong kinalaman ni Cassandra sa sasabihin mo? Hindi ko yata maintindihan..."

———————————————

"Remember the time na nagsumbong kami sa iyo tungkol dun sa pambabastos nila Cassandra sa aming tatlo?" panimula ni Amanda.

"Oo... oo! Don't worry about that. I confronted Cass about it and..."

"IT'S ALL A BIG LIE!" pagsiwalat ni Amanda.

"Hah? Ano, hindi ko maintindihan?"

"The whole incident was staged by us. Sinabihan kami ni Eloisa na puntahan ang tropa nila Cassandra, make noise, magkunwari na binabastos kami and everything else. Gusto ni Eloisa na palabasing masama si Cassandra, especially to you. And we went along with it. I'm sorry Carlo."

"My gosh! And I fell for it hook, line and sinker!"

"I'm really sorry, Carlo."

"Hmmp... Yes, hindi ny'o lang alam how much damage it made... kung gaano ninyo kami pinaglayo ni Cass, because of that incidence. I came hard on Cass, I vehemently accused her... pinagbintangan ko s'ya... pinaratangan ng kung anu-anong... masasakit na salita. Tapos, ngayon malalaman kong, hindi naman pala totoo yun. *HOW COULD ALL OF YOU BE SO MEAN?!!"*

"A-Akala namin, it was just a harmless prank. Hindi ko alam, may mas malalim palang dahilan yun."

"Well, the damage has been done... thanks to all of you. Ahhhh, I'm such an idiot! Hmmm, still... thank you, Amanda, for telling me the truth. Salamat naman at nakonsyensa ka."

"It's more than that, Carlo."

"What do you mean?"

"Hindi lang ako nakonsyens'ya, Carlo. Oo, aaminin ko, hindi naman ako yung tao na nabo-bother ng conscience. I'm mean... just like Eloisa. Pero... siguro, for what it's worth, I'd like to repay the kindness Cass has shown me, kahit inaway namin s'ya at pinagmukhang masama."

"A-Anong ibig mong sabihin...?"

"One night, when I was walking alone, may nag-attack sa akin. Hinoldap ako... and he wanted to... rape me, too. I was helpless, the man was so big and strong. There's no way I can fight him or escape. I was crying, begging for mercy. I really thought I was doomed. Then Cassandra came out of nowhere, and with utter disregard for her safety, came to my aid. Pinalo n'ya yung holdaper and it gave us the chance to run away to safety. Nang okay na ang lahat, she accompanied me home, wished me well, before finally going on her way. I know she recognized me... nakilala n'ya ako. I can see in her eyes that she definitely recognized me. Pero, that didn't stop her from helping me. At wala rin akong narinig na sumbat o kung anuman sa kanya. She just wanted to be sure I'm okay. Literally, napahiya ako sa sarili ko. Imagine, tinulungan ako ng isang tao... the very person which we are trying to ruin. I felt so, so horrible. Kaya, nang makita kita ngayon, I just know it is the right thing to do. Again, I'm so sorry Carlo. I shouldn't have agreed to play along with Eloisa. I know this is late... but if there is anything I can do to..."

"Thanks, Amanda. It's okay, you've done enough. Pupuntahan ko si Cass ngayon. I'll tell her the truth at hihingi ako ng paumanhin sa kanya... para sa ating lahat."

"Salamat, Carlo... salamat."

"Tao po! Magandang tanghali po. Cass? Mommy? Si Carlo po ito!"

"O, Carlo, napasyal ka? May kailangan ka ba?" sagot ni Mommy

"W-Wala naman po. Aaa... may sasabihin lang po ako kay Cass. Naandyan po ba s'ya?

"Naku, wala, Carlo. Umalis."

"Ho, Saan po nagpunta?"

"Sa airport. May sasalubungin lang..."

Ibalik Ang Kahapon

Tinatawagan ni Carlo si Cassandra sa cellphone pero hindi ito sumasagot. Ring lang ng ring pero hindi pini-pick-up. Gusto sana ni Carlo na makausap at makahingi ng tawad bago siya umalis para sa medical mission. Pero, wala talagang sumasagot sa phone hanggang sa ma-low-bat na siya. Sa huli, nagpasya na lang ito na sa pagbabalik na lang n'ya kakausapin si Cassandra.

Sa airport, dahil sa ingay at nakatuon ang pansin ni Cassandra sa mga dumarating, hindi nito napansin na nagri-ring ang kanyang cellphone. May hawak itong karatula kung saan nakalagay ang pangalan niya.

"Haaaayyy! Paano ko kaya makikilala yung representative kung hindi ko naman alam ang itsura. Tapos, nagka-delay-delay pa lahat ng flights. Tuloy hindi ko na mawari kung anong eroplano na ang nag-landing. Huummm, amoy araw na ako a! Baka bawiin yung award ko pag nabahuan sa akin yung taong imimeet ko. Huwag naman sana. Naku, o, baka naman hoax lang yung contest, at pinapaikot-ikot lang ako nung mga organizers kuno! Baka kikidnapin ako? Magugutom ako! H'wag naman sana... kung hindi, hahantingin ko sila hanggang sa dulo ng universe!"

Sa simula ay nag-aalangan ang pamilya ni Cassandra kung papayagan siya na sumundong mag-isa sa airport. Mahigpit kasing ibiniling si Cassandra lang ang dapat sumundo. Naisip nila na baka scam lang ang contest. Pero nang i-research nila ito, talagang legitimate ang organisasyon at suportado ng maraming foundation. Pati ang mga pangalan ng officers at members nito, kasama na ang nag-email kay Cassandra ay tunay. Sa huli, kahit nagtataka pa rin sila sa kakaibang set-up, napag-desisyunan ni Cassandra na tumupad sa kasunduan. Pero, bilang panigurado ay nagdala ito ng taser gun na may batuta. *"Hmmp! Lagot ka, pag scammer ka... mata mo lang ang walang latay,"* isip-isip ni Cassandra.

Ngayon nga, bunsod ng nagka-delay ng husto ang mga flights, hilong talilong na ito sa kakatingin ng mga dumarating. Naduduling at sumasakit na ang ulo at ang pinakamasama pa, nagugutom na ito.

Dahil sa sobrang imbyerna, hindi napansin ni Cassandra ang bagong batch ng arrivals. Isa dito ay tumingin, nangiti sabay lumakad papunta sa kanya. Nasa harap na ni Cassandra ang naturang tao bago pa ito napansin.

"Uhummm, *MISS CASSANDRA STA. MARIA?*

Bandang hapon ng nakarating ang medical mission na kinabibilangan ni Carlo sa Sta. Cruz, Laguna. Maganda ang probins'yang naturan. Hindi mo aakalain na isa itong nayon lamang. Aakalain mo rin na nasa Metro Manila ka pa rin dahil progresibo na ito, marami nang business establishment at maging mga fastfood chains.

Nasa tapat ng Catholic church nakabase ang operasyon ng medical mission. Isang malaking bahay na may dalawang palapag. Ang unang palapag ang nagsisilbing lugar ng operasyon, samantalang sa pangalawang palapag naman ang tulugan at pahingahan. May mga naka-assign ng kwarto para sa kanila. Si Carlo ay sa gitnang kwarto, kasama ang lima pang kalalakihan. Sa unang kwarto ang pwesto ng mga babae, samantalang sa pangatlong kwarto naman ang mga volunteer na mag-aasist sa kanila. Karamihan sa mga volunteer ay doon nakatira at uuwi sa kanilang mga bahay, kaya hindi problema ang kasarian.

Nagkaroon ng general meeting para handang-handa sila sa pagsisimula kinabukasan. Kumain na rin sila ng hapunan habang nagmi-miting. Nagkakilala ang buong delegasyon at na-klaro ang kani-kanilang responsabilidad. Habang nag-uusap, mayroon isang volunteer na napansin si Carlo na pamiliar sa kanya pero hindi n'ya ito matandaan.

Natapos ang meeting at nagpuntahan na sila sa kwarto para makapag-pahinga. Dahil mga pagod ay diretso tulog na ang nakakarami. Naiwan sandali si Carlo dahil kinausap pa siya ng program director. Pagdating sa kanilang kwarto ay tulog o nakahiga na ang kanyang mga kasama. May papel na nakapaskel sa pinto kung saan nakalagay ang pangalan ng mga nag-occupy ng kwarto. Tiningnan ni Carlo ang listahan. Isang pangalan ang pamiliar din sa kanya, isang Alex Aguirre. Hindi rin maalala ni Carlo kung saan nya nakatagpo ang pangalang ito. Pagod na rin s'ya at gusto nang matulog kaya hindi na pinansin ito.

"Dr. de Leon, meet your staff. Carlo Sandoval will be your assistant. He is a medical student of FEU. Assisting you two are Bong Escudero, Francis Guevarra at Alex Aguirre — all volunteers from UST."

Pagkarinig na pagkarinig ni Carlo ng pangalang Alex Aguirre ay bigla nitong hinanap kung sino ito. Nagtama ang mata nila ni Alex Aguirre. Inoobserbahan din pala siya nito. At natandaan na ni Carlo kung sino ito. Si Alex Aguirre ang estudyante na nakasuntukan niya sa seminar workshop ni Cassandra!

"God, ang liit naman ng mundo. Bakit s'ya pa ang naka-member ko?" daing ni Carlo sa sarili.

Maayos namang nasimulan ang proyekto. Lahat ng staff at medical group ay nabigyan ng malinaw na instructions kaya naging mabilis ang proseso. Dahil mga volunteers, todo trabaho at walang umaangal kahit maraming pasyente.

Noong una ay nagkakailangan si Carlo at si Alex. Halatang bawa't isa ay may kimkim pang sama ng loob. Pero dahil pareho namang gustong makatulong ay nakuha nilang magtrabaho na magkasama.

Minsan naging magulo sa pila ang mga nagpapagamot at nahihirapan si Alex na iaayos ang mga ito. Tuluyan na sanang magkakagulo ng namagitan si Carlo.

"Sir, Ma'am, hindi po tayo tutuloy ng pag-gagamutan kung hindi po kayo susunod sa ating mga assistants. Si Alex Aguirre po ang dapat n'yong sundin kung hindi ay ititigil na po natin ang gamutan."

Umayos naman ang mga nagpapagamot.

"Bro, salamat ha. Medyo, nao-overwhelm na rin ako sa dami!" pasalamat ni Alex.

"Okay lang yun, Alex. Nakita ko nga na makukulit na ang mga pasyente. Konting tiis na lang. Malapit na break natin, Ha! Ha!"

"Oo, nga! Teka... Bro, baka gusto mong sumama ka sa amin. May alam kaming kainan na ang sarap ng mga pagkain... mura pa!"

"Talaga! Sige, sama ako!"

Simula noon ay naging magaan na ang loob ng dalawa sa isa't isa. Magkasama na silang kumakain at kung minsan ay lumalabas pagkatapos ng duty para makapag-relax.

Last day na nila Carlo kaya lumabas ang grupo para sa last group bonding nila. Masaya ang lahat dahil naging very successful ang kanilang medical mission. Pauwi na sila at nagkasabay si Carlo at Alex.

"Alam mo Carlo, 'di ko malilimutan 'tong project na ito. Marami na tayong natulungan, naging very close pa tayo sa isa't isa. Ang sarap pa dito sa Sta. Cruz. Ang babait ng mga tao."

"Tama ka dun, Alex. Natutuwa rin ako at naging parte ako ng mission na ito. Nakakataba ng puso yung makita mong marami tayong natulungan. Saka, totoo ang sabi mo, naging close tayong lahat. Para tayong isang pamilya dito."

"Oo, at dahil dito nakilala kita ng husto. Bro, mali pala ang lahat ng akala ko sa iyo noon. Okay ka naman pala. Mukha ka lang mayabang! Ha! Ha! Ha! Pero, sobrang okay kang tao."

"Ha! Ha! Ha! Ganun ba ako pag hindi kakilala? Sabagay, marami ngang nagsasabi n'yan. Pero, tulad mo rin, natutuwa ako at naging magkaibigan na tayo. Okay ka rin. Swerte ako at nakilala kita ng husto. Kung palpak man ang naging simula natin, at least dahil dito sa medical mission, naging okay na tayo."

Biglang natahimik si Alex. Napatingin ito kay Carlo at napabuntong-hininga. Napansin naman ito ni Carlo.

"O, Alex, bakit bigla kang natahimik. Huwag mong sabihing iiyak ka? Ha! Ha! Ha! Masisira ang image mo!" biro ni Carlo.

"Hindi, Carlo," sagot ni Alex, "Meron kasi akong gustong sabihin sana sa iyo. Actually, noon ko pa gustong sabihin sa iyo 'to. Back then pa, kapag nagkakasalubong tayo sa may Recto at Espana... kaya lang medyo galit pa nga ako sa iyo noon, so, I decided to keep it to myself.

Saka, baka galit ka pa rin sa akin... ma-taken out of context yung sasabihin ko... at hindi ka lang maniwala."

"Alex, kung tungkol ito dun sa naging away natin concerning Cass... I assure you, tapos na yun. It's all in the past. Pareho lang tayong naging mainit noon. Pero, now that we got to know each other very well, wala na akong galit sa iyo. Kung may pagkakataon, I'll tell Cass all about it."

"Hindi, it's not about that. But it concerns Cassandra."

"About Cass? What has she got to do with...?"

"Cass gave me a second chance and I owe it to her. Actually, medyo sensitibo ang sasabihin ko and this may not be a good news for you. Pero palagay ko, kailangan mong malaman ito."

"Alex, parang natatakot ako d'yan sa sasabihin mo. Pero, sige... kung palagay mo dapat kong malaman ito, then go ahead."

"Naaalala mo ba yung incidence sa Pizza Parlor about a month ago... if I am not mistaken?"

"Ummm, sa Pizza Parlor? Teka... ahhh... Oo... oo! That's between me, Eloisa and... Cass? Huh? Pero, bakit... anong alam mo doon...?"

"I WAS THERE. I was sitting right behind your table. Medyo madilim so hindi n'yo ako napansin. You were so angry and confronted, Cass! Nagalit ka dahil sinabi ni Eloisa na Cassandra was making a play on her."

"Oo, Alex," malungkot na sagot ni Carlo, "That's true and it's sad. Nagalit ako kay Cass... because... because, during that time, I thought everthing was going well between her and Eloisa. Then, Cass choose to mess it up by making an indecent proposal to Eloisa. When Eloisa told me... nilalandi siya ni Cass... I lost control and harshly confronted Cass about it. Maybe I was doing what is right, pero masyado akong nadala ng galit ko. I forgot Cass is my friend... my bestfriend. Hindi ko s'ya dapat ganoon trinato."

"There's too many — if's and why's... what should have been and not — that could have made things right back then. But that's all in the past, and there's nothing you can do about it. However, there's only one thing I'm sure and that's what I wanted to tell you... *THE STORY YOU WERE TOLD WAS NOT TRUE.* Narinig ko ang lahat, loud and clear. Hindi tinatalo ni Cass si Eloisa. That was never ever true. Cass was not hitting on Eloisa. Kabaliktaran ang nangyari. *ELOISA WAS THE ONE MAKING A PLAY ON CASS.* Si Eloisa ang nanglalandi kay Cass. She is the one making an indecent proposal and Cass turned her down flat. Iyon ang totoong nangyari.

Lumong-lumo si Carlo. Tulala ito sa buong byahe pabalik sa Manila. Ang lahat pala ng paratang niya kay Cassandra ay gawa-gawa lamang ni Eloisa. Hindi nito akalain na magagawa ito ni Eloisa pero lalong hindi mapatawad ang sarili sa paniniwala dito. Umaalingawngaw sa alaala niya ang mga salita ni Cassandra, pati na ang kanyang pag-husga dito.

"Ganyan na ba talaga kababa ang tingin mo sa akin, Carlo?"

"Hindi mo na ba ako pinaniniwalaan?"

"Parang ganoon na nga."

Cass, how can you sink so low?

Inuwi lang ni Carlo ang kanyang mga gamit at pagkatapos ay humangos na ito papunta kina Cassandra. Handa nitong harapin ang kahit anong kahihinatnan makahingi lang ng kapatawaran.

Pagdating sa may gate nila Cassandra ay may narinig siyang nagku-kwentuhan at malalakas na tawanan. Lalaki ang isa sa mga boses at hindi n'ya kilala ito.

"Tao po, magandang hapon po! Cass... Mommy, uhmmm... s-si Carlo po ito!"

Lumabas si Mommy at, "Aba, Carlo, naandyan ka pala. May kailangan ka ba?"

"G-Gusto ko po sanang makausap si Cassandra. Ummm, kaya lang, mukha po yatang may bisita kayo at medyo nagkakatuwaan. Baka po nakakaistorbo ako?"

"Naku, hindi. Mabuti nga at napasyal ka. Hindi na iba ang bisita namin ngayon at magandang makilala mo."

"Ho? Sino po ba ang bisita n'yo?

"Si Michael. Bumalik si Michael!" masayang balita ni Mommy.

Natulala si Carlo. Hindi makapaniwala sa narinig. "Bumalik si Michael?... B-Bakit?" ang nasabi na lang nito.

Habang papasok, palihim na kinausap ni Mommy si Carlo.

"Carlo, naiintindihan ko na ngayon kung bakit... kung bakit nagkalamigan kayo ni Cass. Nag-explain ang anak ko... s'ya raw ang may kasalanan dahil hindi pa rin daw nakaka-get over kay Michael. Pasens'ya ka na, sana intindihin mo na lang ang anak ko. Ngayong naandito muli si Michael...," hindi na tinapos ni Mommy ang sinasabi. Nagkibit-balikat na lang ito at umiling.

Hindi umimik si Carlo. Alam nito na pinagtakpan s'ya ni Cassandra. Kahit sobrang nasaktan, ayaw nito na mawala ang magandang relasyon ng kanyang pamilya kay Carlo.

Pagpasok ni Carlo sa bahay ay naabutan niya si Cassandra, Marie at Bella na masiglang nakikipagkwentuhan kasama ang isang makisig na lalake. Ginamit ni Carlo ang pagkakataon upang pasimpleng pag-aralan ang bisita. Maganda ang height at pangangatawan, confident at may kaaya-ayang disposisyon.

Umuna at pinapasok muna ni Mommy sina Bella at Marie sa kwarto para makapag-kwentuhan sila ng husto. Pagkatapos ay didiretso na ito sa kusina, "O, maiwan ko na muna kayong tatlo para makapag-usap kayo ng husto."

"Sige, po!" sagot ng lahat.

Matikas tumayo ang bisita at lumapit kay Carlo upang makipag-kamay.

"Hi! I'm Michael... Michael Alonzo. Ikaw si Carlo, I assume," masayang bati nito.

"O-Oo... uhmmm, pano mo ako nakilala? Glad to meet you, too. K-Kamusta... when did you arrive... why are you here? I mean... I mean... nagulat ako, kasi ang alam ko... nasa abroad ka," bawi ni Carlo.

"Ha! Ha! Ha! Medyo nabanggit ka ni Cass sa akin. Just a short version of you and the others. I am trying to catch up with Cassandra here," paliwanag ni Michael, "and it looks like there's so much I missed while I was away. Also, dun sa tanong mo, ummm, more or less one week na ako nandito."

"Oh, ganoon ba? Are you here on business or bakasyon lang talaga?" tanong ni Carlo.

"Actually, both," sagot ni Carlo, Ha! Ha! Ha! Cass, bakit hindi mo ikwento kay Carlo kung bakit ako naandito. Sigurado ako, matatawa si Carlo pag nalaman n'ya."

Lalong nalito si Carlo. Napatingin ito kay Cassandra. Tumayo ito at nakangiting lumapit, "Teka, bakit ba kayo nakatayo? Tara dun sa sofa para mas komportable at okay mag-kwentuhan."

"Oo nga ano," sagot ni Michael, "hindi ko naisip iyon."

"Kasi nga, diba... turtle ka? Hi! Hi! Hi!" malakas na biro ni Cassandra.

"Turtle? Ano yun?" tanong ni Michael.

"Turtle. Ibig sabihin non, shunga-shunga ka. Mabagal ka mag-pick-up. Katulad ngayon. Ikaw talaga, ang tagal-tagal na nating... hmmmp! Turtle ka talaga!" sagot ni Cassandra

"Turtle? Sa aming joke ni Cass yun?" naisip ni Carlo.

Sinimulan ni Cassandra ang pagku-kwento, "Hi! Hi! Hi! O, sige... Saan ko ba sisimulan. Mmmm, last month... last month lang ba yun? Hindi ko sigurado, e. A, basta, nagsimula ang lahat nung manalo ako sa online graphic contest..."

"Online... graphic contest? Hindi ko yata alam yun, a?" tanong ni Carlo.

"Ayy, naku, Carlo, ikaw kasi hindi ka na nagpupunta dito," pabirong sumbat ni Mommy habang papunta sa kwarto, "hindi mo na tuloy nalalaman ang mga nangyayari dito. Kung pumu..." biglang tigil nito. Naalala ang dahilan kung bakit.

Si Cassandra na ang nagpatuloy ng kwento, "Yun nga! Sumali ako ng contest online, tungkol sa martyrdom ni San Lorenzo Ruiz at nanalo ako!"

Lalong nalito si Carlo, "Nanalo ka... A-Anong konek kung bakit naandito si Michael?"

"A, kasi, ganito yun. Nung nanalo ako, sinabi nung organizer, magpapadala raw sila ng representative para dalhin yung prize at papers ko para dun sa scholarship. Ang tanging instruction lang ay i-meet ko ang representative nila sa airport.

Nagulat si Carlo, "Hah? Scholarship? Anong scholarship?"

Ha! Ha! Ha! Wait ka lang, Carlo," singit ni Michael, "malalaman mo rin later. Ito na ang nakakatuwang parte ng istorya."

Nagpatuloy si Cassandra, "Nagduda nga kami kung legitimate talaga yung contest. Pero nang i-double check ko, legit naman talaga. Weird kasi yung sinasabi sa instruction na... Our representative will be arriving at blah and blah, tapos, be sure to be at the airport personally. E, nagtataka nga kami kasi hindi ko kilala yung rep na ipadadala nila, tapos wala rin naman akong picture sa kanila para makilala ako. Nung nagtanong ako, lalong naging weird. Ang sabi... Just be at the airport at the appointed day and time. Our representative will know you. Isip-isip ko, paano na kaya yun? May six sense ba sila? O baka mga voodo-voodo gang?"

Nangingiti si Cassandra habang nagku-kwento, "Kaya pala ganoon sila kasigurado na makikilala ako ng rep nila ay dahil... *SI MICHAEL PALA ANG REPRESENTATIVE NILA!* Hi! Hi! Hi!

"Hah! Si Michael ang rep nila... paanong nangyari... hindi ba legit yung contest?"

Si Michael naman ang nagsalita, "No, Totoo talaga yung contest. It just happened that I am working with the organization that sponsored the contest. What a coincidence ano? Or is it fate? Anyway, nung nakita kong si Cass ang winner... Aba! Ang gulat ko! Imagine, thousands of contest to join, sa amin pa nag-join ang bestfriend ko. Then... maybe, it's really fate, kasi ang dami-dami ng entry, then of all people, Si Cass ang nanalo. I don't think that's any coincidence. Cass, that's fate bringing us together... again. But, in fairness, talagang stand-out yung entry ni Cass. Okay ba bola, bestfriend? Ha! Ha! Ha! Seriously, nung nakita ko na si Cass ang grand prize winner, ni-request ko agad na, instead of just sending over the prizes, I volunteered to bring them. They were surprised, but when I told them my reason, they readily agreed. How's that for conspiracy, my dear friend? At para nga ma-surprise ng husto si Cass, hindi namin ipinaalam sa kanya na ako yung representative. And the rest, as they say, is history. That's how our story is re-written again... by fate!"

"Ikaw talaga, Hi! Hi! Hi! ang hilig mong mang-good time. Tense na tense yata ako no'n. Pasalamat ka at hindi ka na taser gun at nabatuta! Kung hindi, nagkikisay ka dun sa airport," kunwaring pagalit ni Cass.

"Whuu, may taser gun ka pa d'yang alam! Pagkakitang-pagkakita mo sa akin e, niyakap mo ako agad sa tuwa! Muntik na nga tayong mapahiga sa higpit ng yakap mo! Nagkagulo yata dun sa airport. Akala may nagwawalang sira ang ulo at nang-attack ng tao," paalala ni Michael.

Tuluyan namang naghahagikhik sa tawa si Cassandra habang kunwari ay nakikipag-buno, "Sira pala ulo ha? Sira pala ulo!" kantyaw nito, sabay suntok sa balikat ni Michael.

Hindi maiwasan ni Carlo na mainggit sa nakikitang personal na biruan ng dalawa. Hindi man n'ya aminin ay may nararamdaman s'yang kirot sa puso.

"Tapos, ang kapal mo, ang unang-una mo pang sinabi.. Gutom na ako! Biruin mo, ang tagal-tagal nating hindi nakita tapos, yun agad ang sasabihin mo! Hindi pa man, nagpapalibre ka na agad! Wala kang ipinagbago... matakaw ka pa rin! Ha! Ha! Ha!" biro ni Michael.

"Hi! Hi! Hi! Hoy, matapos mo akong gutumin, hindi mo ako pakakainin? Ang tagal-tagal mong dumating, e biscuit lang ang baon ko! Dapat lang talaga na pakainin mo ako! Hindi mo naman pera yung gagastusin mo, sa kompanya naman iyon, anung inaangal mo? At saka kung..."

"Ehemmm, excuse me ... excuse me! E ano naman yung tungkol sa scholarship?" tanong ni Carlo.

Si Michael ang sumagot, "Ay, sori Carlo. Ito kasing si Cass, napaka-gulo. Amazona kasi... Aray! Aray! Ano ba, tigilan mo na ako, Cassandra. Pag hindi ka tumigil... sige ka! Ha! Ha! Ha! Sori ulit. Okay... okay... back to the topic. Grand prize kasi yung panalo ni Cass at ang prize dito ay scholarship sa UCLA sa kursong Fine Arts. Tamang-tama sa kurso ni Cass. At may kasama pang allowance, pati na board and lodging."

Nagtitili si Cass, "Totoo Michael? Libreng board and lodging, saka allowance? Hindi ako magugutom?"

"Ha! Ha! Ha! Ay naku, kasi hanggang ngayon, shunga-shunga ka pa rin. Andoon sa contract, basahin mo. Hindi ka kasi nagbabasa ng fine print, e... Aray! Aray! Hoy, masakit na ulo ko. Ginagawa mo nang punching bag!"

Gustong kumpirmahin ni Carlo ang narinig, "Sa abroad? Mag-aaral ka sa abroad, Cass?"

"K-Kung maaayos ang lahat, bakit hindi! Libreng pag-aaral na, may allowance at libreng tirahan pa. Wow! Sayang naman yung opportunity."

"Papaano yung career mo dito sa Pilipinas... sa basketball? Sayang naman."

"Yung basketball career ko, pagkatapos ng college, malamang tapos na rin yun, iiwanan na ako. AYOKONG INIIWANAN. At least, dito sa kurso ko, panghabang buhay ko na. *YUN ANG GUSTO KO... YUNG SIGURADONG MAY MASASANDALAN."*

"B-Baka maligaw ka dun? Saka, wala kang kakilala..." pagpupumilit ni Carlo.

"Naku, huwag kang mag-alala. Malapit lang ang UCLA sa titirahan ni Cass. Almost walking distance. And the good news is, my place is also nearby. Pwede ngang lakarin," paliwanag ni Michael.

"M-Malapit k-ka lang? Ganun...? Swerte naman... swerte naman ni Cass," nasabi na lang ni Carlo. Pakiramdam nito ay biglang gumuho ang paligid niya. Aalis si Cassandra. Mapapalapit pa ulit kay Michael. Tuluyan nang mawawala ang kaibigan n'ya. Hindi na n'ya maibabalik ang kahapon.

Binago ni Carlo ang usapan, upang hindi mahalata ang pagkalungkot, "Ummm, ano nga ba yung contest na yan?"

"Tungkol nga kay San Lorenzo Ruiz. I-depict daw yung tibay ng faith nito," salaysay ni Cassandra. "Blessing nga kasi, considered kong patron saint ito. Hanga nga ako sa kanya. Ordinaryong tao lang si San Lorenzo, hindi siya pari, pero sobra ang faith niya kay God. Kahit na pinahirapan siya ng husto, *HINDI BUMIGAY ANG PANINIWALA NIYA*. Bilib ako kasi, sa panahong ito, *BIBIHIRA NA YUNG IPINAGLALABAN YUNG MAHAL N'YA... YUNG HINDI MAWAWALAN NG TIWALA KAHIT NA PINIPILIT SIRAIN ITO NG IBA*. 'Yan ang tunay na faith at trust kay God."

Tanggap ni Carlo na may pinaghuhugutan ang mga binanggit ni Cassandra. Hindi nito maiwasan ang maging guilty.

May inilabas naman si Michael, "Mmmm, meron nga pala akong printed copy nung entry ni Cass. Eto o, tingnan mo, Carlo."

“Aba, maganda nga. Effective yung potrayal mo Cass dito sa mga images. Tapos yung color, nakikita mo yung transition... mula sa paghihirap ni San Lorenzo patungo sa pagiging santo nito. Ang husay! Bow talaga ako sa iyo, Cass. Congrats! Congrats!” masigasig na papuri ni Carlo.

Hindi pinansin o sinagot ni Cassandra ang mga papuri ni Carlo. Parang wala itong narinig.

“Teka... para may napansin lang ako sa painting mo, Cass...” wika ni MIchael.

“Ano naman yun? Ikaw talaga, Michael, panira ka. May ipipintas ka?” tanong ni Cass.

"Wala! Pwede ko ba namang pintasan yung grand prize entry? Ha! Ha! Ha! Pero, seryoso. Tingnan nyo nang husto. Napansin n'yo ba? Magkahalong surrealism at cubism, ang style ng pagkaka-paint, pero... mmmm... mata ko lang ba ang may diperens'ya o tama ako... kasi... kasi, parang magkahawig si San Lorenzo Ruiz at si Carlo?"

Napatingin ulit si Carlo sa picture. Pinagmasdan ito ng husto. Oo nga, parang kamukha nga niya. Pero, hindi, totoo ang sinabi ni Cassandra. Hindi nito kayang i-drawing si Carlo nang walang kopyahan.

Mabilis din na hindi sumang-ayon si Cassandra, "Hah! Ano?... Hindi, a! Ikaw talaga, Michael... kung anu-ano ang pumapasok d'yan sa isip mo. Patingnan mo nga yang mata mo! Mukhang may diperens'ya na. Mabuti na lang hindi ikaw ang judge. Ang layo-layo naman. Duling ka ba? Saka, alam mo naman na hindi ako marunong mag-drawing ng mukha ng walang picture. Wala naman akong picture ni Carlo. Bakit naman ako magkakaroon? Oo nga, bakit naman ako magkakaroon ng picture ni Carlo? Imposible yun. Hindi ko rin pwedeng gawing model yan, laging galaw ng galaw. Malayo ang itsura ng ilong... ng mata... ng bibig. Nagkataon lang... gawa lang ng shadow, shadings saka effects. Saka, baka naman..."

"Stop! Stop! Sige na... tama na... kalma. Masyado kang hyper," puna ni Michael, sabay bulong kay Cassandra, *"Ang haba naman ng paliwanag mo. Guilty ka siguro!"*

Pagkarinig nito ay binatukan ni Cassandra si Michael.

"ARAY!" sigaw ni Michael.

—————————————

Hindi nagtagal ay nagpaalam na si Carlo. Inihatid ito ni Cass sa may pinto. Nawala na ang saya sa mukha nito. Halatang nagkukunwari lamang para hindi mapansin sa kanila ang nadarama. Nang babalik na si Cass ay nakiusap si Carlo, "Pwede ba kitang makausap sandali."

Nag-isip sandali si Cassandra. Maya-maya pa ay tumango ito. Lumingon at nagsabi, "Michael, sandali lang ha, may pag-uusapan lang kami ni Carlo tungkol sa school. Tulungan mo muna si Mommy sa kusina. Maghugas ka kaya ng pinggan para may pakinabang ka?"

"Sige po, senorita!" sagot ni Michael.

Muling humarap si Cassandra kay Carlo, "May dapat pa ba tayong pag-usapan, Carlo?"

"Una, salamat. Kasi kahit alam kong galit ka sa akin, hindi mo sinabi kay Mommy at Daddy mo ang... a-ang tunay na nangyari sa ating dalawa... kung bakit lumamig tayo sa isa't isa. Akala pa pala ni Mom... ikaw ang may diperens'ya. Pasens'ya na raw ako. Alam daw n'ya na ikaw ang may kasalanan. Nahihiya nga ako kasi nagdidispensa pa sa akin. "

Tiningnan ni Cassandra si Carlo at pigil ang damdaming nagsabing, "Kahit papaano... naging maganda ang relasyon mo sa pamilya ko, lalo na kay Mommy. Gusto kong 'yon ang matandaan nila sa iyo. Ayokong madamay pa sila sa atin. Kung anuman ang naging problema nating dalawa, satin na lang yon. Mmm... Saka... pwede... huling beses na nating pag-usapan ito? Ayoko nang pag-usapan pa natin ang tungkol dito. Okay na ba tayo, o... may iba ka pang gustong sabihin?"

"Cass, hindi ko malaman kung papaano ko pa sasabihin sa iyo 'to, parang huli na rin, pero... siguro, karapatan mong malaman."

"Hah? Hindi kita maintindihan. Anong dapat kong malaman?" tanong ni Cassandra.

"Yung mga paratang ko sa iyo noon... gawa-gawa pala lahat ni Eloisa iyon."

Hindi sumagot si Cassandra. Naghintay ituloy ni Carlo ang rebelasyon.

"Sa totoo lang, hiyang-hiya ako sa iyo ng malaman ko. Galit ako sa sarili ko kung bakit... kung bakit si Eloisa pa at hindi ikaw ang pinaniwalaan. Ako mismo, hindi ko matanggap na... na nagawa ko ang mga iyon. Feeling ko, napaka-walang-kwenta kong tao! Ipinagpalit ko ikaw... tayo... para sa isang ilusyon lang. Sinira ko ang lahat sa atin... at hindi na 'to pwedeng maayos nang ganun-ganon na lang. Kung sabagay, tanggap ko na... tanggap ko nang hindi na pwedeng maibalik yung dati nating pagsasamahan. Lalo na ngayon na... bumalik si Michael. Pero, kahit ano pa man, gusto kong malaman mo na pinagsisisihan ko ng husto ang mga nagawa ko. Sori, Cass... sori, sori, sori. Sana... sana lang mapatawad mo pa ako."

Matagal hindi umiimik si Cassandra. Nakatingin lang sa malayo, nag-iisip habang nangingilid ang luha sa mga mata. Akma na itong aalis ng nagbago ang isip at mahinahong humarap kay Carlo.

"Sorry? Sorry? Ang daling sabihin, ano? Siguro kung hindi mo pa nalaman ang totoo... hindi ka pa magso-sori. Ni hindi mo nga ako binigyan ng pagkakataong makapagpaliwanag. Bakit? Kasi sa simula pa lang, ayaw mo nang maniwala. Si Eloisa... si Eloisa na ilusyon mo — s'ya lang ang pinaniwalaan mo! ... Masakit yun, Carlo... napakasakit! At alam mo ba kung ano pa ang lalong mas masakit? 'Yung nagtiwala ako... naniwala na kahit ano pa ang mangyari, naandyan ka lang sa tabi ko. Tapos... kung kailan kita kailangan, doon ka nawala! 'Yun ang mas masakit. Mabuti pa pinabayaan mo na ako sa simulang-simula pa lang. Pero, hindi e, bigla kang umentra sa buhay ko, tapos nangako ka... nangako kang lagi ka lang naandyan kapag kailangan kita... na magiging kakampi kita habang-buhay. Ayokong maniwala pero sabi mo paninindigan mo ito. Ang tamis-tamis mong magsalita, kaya, ako naman si hangal, naniwala agad! Sinandalan ko ang pangako mo... inasahan – pero *KUNG KAILAN KITA KAILANGAN, DOON MO AKO PINABAYAAN. 'YUNG INAASAHAN KONG KAKAMPI, YUN PA ANG NAGING KAAWAY KO!* Hindi ba masakit yon, Carlo... hindi ba mas masakit 'yon? Ngayon... masisisi mo pa ba ako, kung hindi kita mapatawad?"

"Cass..."

Tuluyan nang tumulo ang luha ni Cassandra. Lalapit sana si Carlo pero pinigilan ito, "Huwag na, Carlo. Bayaan mo na akong masanay na wala ka na. Tama ka, naandito na muli si Michael. Naandyan na ulit... ang dati kong bestfriend."

"Hindi na ba tayo pwedeng magsimula ulit... na tama... at kalimutan natin ang nakaraan?" pakiusap ni Carlo.

"Magsimula muli? Mmmm, napakadaling sabihin ano? Sana, ganoon lang kadali gawin ito. Siguro sa iyo, madaling gawin iyon. Pero sa akin... ewan ko? Palagay mo ba mali ako? Unfair ako? Pwede, kasi hindi naman ikaw, ako. Hindi mo kasi alam kung gaano karami na ang hirap at pagdurusang pinagdaanan ko. Sa simula pa lang, sinabi ko sa iyo, ayoko nang maulit muli ang mga pinagdaanan ko. Diba, sinabi mo pa nga, kalimutan ko na ang mga 'yon. Nangako na magiging iba ka. Pangako mo yun, diba? Sinabi mo... paninindigan mo ito! Sabi mo pa nga, magiging kasing tigas ng Rock of Gibraltar tayong dalawa. Tuwang-tuwa ako noon. Naniwala ako. Sinandalan ko 'yon. Tapos, ganun-ganon na lang, sinira mo lahat ito. *PINAASA MO LANG PALA AKO!* Sabi mo, hindi basehan ang pagiging tomboy ko. Pero, ano ang ginawa mo? Ito pa mismo ang ginawa mong dahilan para paniwalaan si Eloisa? Ganyan ba katigas ang Rock of Gibraltar mo? D'yan ba ako dapat umasa? Hindi na, Carlo, hindi na. Ayoko nang maniwala sa iyo... ayoko nang magtiwala... ayoko nang umasa pa muli. Masakit, Carlo... masakit... ang sakit-sakit!"

Paalam Na Sa Nakaraan

Nagdurugo ang puso ni Carlo ng makarating sa kanila. Nakahiga pero hindi makatulog. Paulit-ulit na bumabalik sa kanya ang masakit na alaala ng nakaraang oras.

"Umuwi ka na, Carlo. Di ba, tapos na ang kasunduan natin...tapos na sa atin ang lahat.

Wala na tayong dapat pag-usapan pa."

"Ganoon? Ganoon na lang ba magtatapos ang sa ating dalawa, Cass?"

"Wala namang, tayong dalawa. Hindi nagkaroon ng tayong dalawa. Kahit sa simula pa lang, wala naman tayong dalawa. Pagkukunwari lang lahat... palabas lang, diba?"

"Cass, huwag ka namang ganyan. Diba meron naman tayong nabuo... k-kahit konti lang?"

"Kung meron man... nabura na. Ikaw mismo ang nagbura sa puso ko.

Paalam na Carlo... paalam na."

Matagal na hindi lumabas ng bahay si Carlo. Nagkulong sa kwarto at lumalabas lang tuwing kakain, minsan ay hindi pa. Hindi naman nahahalata ng Papa at Mama nito dahil pumapasok sila sa trabaho. Tanging si Rachel lang ang nakakaalam ng pinagdadaanan nito.

Isang araw, kinatok ni Rachel si Carlo sa kwarto, "Kuya, pwede ba tayong mag-usap?"

"Saka na lang Rachel. Busy ako..."

Pero pumasok pa rin si Rachel. Umupo ito sa silya malapit sa kama ni Carlo," Anong busy ka dyan? E, maghapon ka lang nakahiga sa kama. Sinisilip nga kita, wala ka namang ginagawa kung hindi humiga at tumingin sa kisame. Sinong kausap mo, yung butiki? Tigilan mo na at sigurado ako, bored na yun kausapin ka."

"Patawa ka pa d'yan, hindi ka naman kalbo! Busy sabi ako," galit na sagot ni Carlo, "marami akong iniisip tungkol sa school. Hindi ba pwede 'yon? Alis! Alis! Alis!"

"Wow, Kuya, ang dami namang pwedeng dahilan, tungkol pa sa school ang dahilan mo? Kailan ka pa naging concerned sa school? Huh! Nuong grade one ka? Grade 2? O baka naman, nung kinder ka!"

"Hay, Naku, Rachel, ang kulit mo! Basta busy ako. Ayoko ng istorbo!"

Napa-buntong hininga si Rachel, "Ayaw mo bang pag-usapan, Kuya? Mas mabuti 'yong naiilabas ang problema kaysa kinikimkim mo lang. Baka mam'ya n'yan ma-heart attack ka pa. Sige ka, walang Wonder Woman na magdadala sa iyo sa hospital."

Hindi umimik si Carlo.

Nagpatuloy si Rachel, "Seryoso na, Kuya. Tungkol kay Ate Cass ito, ano?

Hindi pa rin kumikibo si Carlo.

"Ayaw mo na ba talaga kay Ate Cass... hindi mo na ba s'ya talaga mahal? Uy, sumagot ka naman. Hmmp! Ayaw mong sumagot, Kuya? Sige, ako na lang ang magtutuloy. Hmmm, kitang-kita ko naman, Kuya, na mahal mo si Ate Cass. Ewan ko nga ba kung bakit yung Eloisa pang malandi ang nagustuhan mo. Oo, nga pala, nabalitaan ko na break na raw kayo. Well and good! Buti naman at natauhan ka na. O, bakit hindi ka makipag-bati ulit kay Ate Cass? Bakit hindi mo ligawan muli? Humingi ka ng sori. Mas mabuti naman siguro kung ganoon ang gagawin mo kaysa magtutunganga ka dito maghapon!"

"Hindi mo naiintindihan, Rachel. Hindi ganoon kasimple 'yon."

"A-Anong hindi ko maintindihan? Ang alam ko, kapag mahal mo ang isang tao, dapat ipaglaban mo!"

"Gustuhin ko man, hindi na rin pwede. Bumalik na ulit si Michael," paliwanag ni Carlo.

"Michael? Sinong Michael? Hindi ko yata kilala yun."

"Si Michael yung dating bestfriend at boyfriend ni Cass."

"Dating boyfriend ni Ate Cass?" matagal na nag-isip si Rachel. Nang lumaon ay nagsabing, "E, dati na pala, Kuya. Ibig sabihin, tapos na. Ikaw, dati ka rin naman. Kung bumalik siya, e di makipag-sabayan ka. Bakit ka naman magbibigay-daan? Ipaglaban mo pagmamahal mo, Kuya!"

"Sabi ko naman sa iyo, hindi ganoong kasimple 'yon! Saka... siguro sa huli... wala ring mananalo sa aming dalawa."

"Ano... ano? Hindi kita talaga maintindihan, Kuya. Paki eksplika nga!"

"Una, hindi na siguro ako mapapatawad pa ni Cass. Kasi yung sakit na ginawa sa kanya ni Michael, parang dinagdagan ko pa. Napaka-ironic nga. Dahil sa akin, napatawad na ni Cass si Michael. Bestfriend na ulit sila. Pero, yung trauma niya kay Michael naipasa sa akin, tapos, ayun, I made it worse.. much, much worse. Kung dati na-trauma lang si Cass, ngayon totally naging manhid na siya. Dahil sa akin, naging bato na ang puso n'ya."

"Hindi ba unfair 'yun sa iyo, Kuya? Pati yung kasalanan nung Michael, napunta sa iyo?"

"Sa simula, akala ko rin, unfair. Pero ngayong nakapagisip-isip ako, parang hindi ko na s'ya masisi. Okay na kasi s'ya noon. Maayos na ang buhay, medyo nakaka-move on na. Ang siste, pumasok-pasok pa ako sa mundo n'ya! Feeling knight-in-shining-armor, pumapel pa ako... ayun, ginulo ko lang ulit ang buhay niya."

"A-Anong...?"

"Para kasing ganito yun. Halimbawa, isa kang pasyenteng malubha na ang sakit at sinabihang mamamatay na. Syempre, kahit sino pa man, mahihirapang tanggapin ito. Pero kahit papaano, unti-unti mo nang inihahanda ang sarili mo sa kapalaran mo. Tapos, heto ako at darating, bibigyan ko ikaw ng panibagong pag-asa. Sasabihin ko na hindi totoo ang lahat... na sa tulong ko, gagaling ka! Basta, magtiwala ka lang sa akin. Syempre, ikaw naman, sasaya, muling aasa, muling mangangarap — dahil sa pagtitiwala sa akin. Tapos, kung kailan punung-puno ka nang pag-asa, bigla na lang na malalaman mo na kasinungalingan lang pala ang lahat. Niloko lang kita at pinaasa, dahil mamamatay ka rin talaga. Hindi ba mas masakit 'yon, Rachel? Hindi ba mas masakit 'yon. Pinaasa ka, tapos sa huli, ibabagsak ka din pala. Hindi ba tama lamang na mas magalit sa akin si Cass?

Hindi agad nakasagot si Rachel, pero sa huli ay tumango, "Oo, Kuya, para kasing sinaksak n'yo si Ate Cass ng tatlong beses — isang saksak galing kay Michael at dalawang saksak naman galing sa iyo! Kung may pag-asa pa siyang mabuhay dun sa unang saksak, sinigurado mo nang hindi s'ya mabubuhay dun sa dalawang saksak mo. Ahhh! Kung ako man yung nasa lugar n'ya, talagang isusumpa ko na kayong mga lalake. Grabe kasi yung gina... sori, Kuya, ikaw nga pala yun...ahhh! ... ano ba 'yan? Pati ako, nagagalit na sa iyo!! Ano ba talaga ang dapat nating gawin para mapatawad ka ni Ate Cass? Mmmm, teka... teka... may naalala nga pala ako. Ano nga ba yung sinabi mo kanina, Kuya, yung... siguro sa huli wala ring mananalo sa inyong dalawa? Paano 'yun?"

"TOMBOY KASI SI CASS."

Nagulat si Rachel sa isiniwalat ni Carlo, "Si Ate Cass... *TOMBOY?* Nagbibiro ka ba Kuya?"

"Totoo 'yun, Rachel. Hindi ako nagbibiro."

"Kuya... si Ate Cass ang pinag-uusapan natin dito. Ano ka ba?"

"Pasens'ya na Rachel, pero 'yan ang totoo. Tomboy si Cass kaya kahit ano pa ang gawin ko, walang pag-asang maging kami."

"Kuya, hindi pa rin ako maniwalang tomboy si Ate Cass," pagpupumilit ni Rachel, "palagay ko, sinasabi mo lang ito para magalit ako sa kanya. Pero, Kuya, baliktad ang nangyayari, e... sa iyo ako nagagalit! Kung may sama ka ng loob kay Ate Cass, huwag mo na lang akong idamay."

"Rachel, wala akong galit kay Cass. Wala akong karapatan. At hindi ko gusto na magalit ka sa kanya o magkagalit kayo. Ayokong mangyari 'yon. Pero, totoo talaga ang sinabi ko."

Hindi umimik si Rachel. Masama ang tingin sa Kuya n'ya.

Napabuntong-hininga si Carlo, "Hmmmp! Ganito yon, kaya pumayag si Cass na mag-pretend na girlfriend ko ay dahil nangako ako sa kanya na tutulungan ko siya... sa iyo. Type ka kasi ni Cass at gusto kang diskartehan. O, nagulat ka, ano? Ayoko sanang sabihin ito kasi ayokong masira ang pagtingin mo kay Cass. Kaya lang ayaw mong maniwala, kaya tuloy, napilitan na ako. Ayan, ngayong nalaman mo na ang totoo, baka magbago na ang pakikitungo mo kay Cass. Huwag, Rachel, ha? Ayokong mangyari 'yon!"

Namilog ang mata ni Rachel sa narinig. Napailing saka nagsalita, "Kuya, sabihin na natin na totoo ang sinabi mo na nakipag-deal sa iyo si Ate Cass para maligawan ako..."

"Totoo iyon, Rachel."

"Makinig ka muna, Kuya. Totoo na kung totoo. Pero, ito lang ang masasabi ko. Kuya, babae ako at marunong makiramdam. Hindi ako naive o shunga-shunga! I have my share of dealing with the LGBT groups, plus I have some really good friends. My point is, nakasama ko ng matagal si Ate Cass sa seminar ng halos isang linggo. Magkasama kaming kumakain at natutulog. Hindi na halos kami naghihiwalay. What I'm trying to say is... mararamdaman ko kung may ibang intensyon si Ate Cass sa akin. Pero, I'm telling you, Kuya... kahit minsan ay wala akong naramdaman. Hindi ko alam kung bakit pumayag makipag-deal sa iyo ng ganito si Ate Cass. Pero ito lang ang masasabi ko. Kuya... *HINDI TOMBOY SI ATE CASS!*"

Linggo. Sumimba si Carlo kasama si Rachel. Pangatlong misa sa umaga sila sumimba. Si Papa at Mama ay sa unang misa sumimba. Sa bandang huli ng mga silya sila naupo. Hindi pa sila nagtatagal ay dumating si Cassandra at Michael. Nakita sila nina Carlo at Rachel. Bandang harapan naman umupo ang mga ito.

Biglang tumayo si Rachel, "Kuya, sandali lang, aalis lang ako sandali, paki-save ang seat ko."

"O, sige. Huwag kang magtagal. Malapit na mag-umpisa ng misa," sagot ni Carlo.

Laking gulat ni Carlo nang makita nito nang pumunta sa bandang harapan si Rachel. Kinawayan nito si Cassandra. Bago tumayo si Cassandra ay ipinakilala nito si Michael. Pagkatapos ay agad namang itong lumapit sa kay Rachel. Lumayo sila ng kaunti habang nagbubulungan. May pangiti-ngiti pa sila habang nag-uusap. Pero may isang parte na parang naiiyak si Rachel habang kinakalma naman ni Cassandra. Mapapansin ding panay ang tanong ni Rachel. Matagal-tagal din ang pag-uusap ng dalawa. Kaya lang sila napilitang tumigil ay nang malapit nang mag-umpisa ang misa. Naghawak-kamay at pagkatapos ay nagyapusan bago naghiwalay. Nakangiting bumalik si Rachel sa kinauupuan nila.

"Bakit nag-punta ka kina Cass?" tanong ni Carlo.

"Wala, Kuya. Nakipag-kwentuhan lang. Na-miss ko lang ang *ATE CASS* ko. Masama ba?"

"Bakit naman yata pinagkaka-emphasize mo pa yung *ATE?*"

"Kasi, sigurado ako na s'ya pa rin ang *ATE CASS* ko!"

Naguluhan si Carlo sa sagot ni Rachel pero hindi na lang ito kumibo.

Habang nagmimisa ay hindi mapigilan ni Carlo na sumulyap paminsan-minsan sa direksyon nila Cassandra at Michael. Lalo lamang siyang nalungkot kapag nakikita n'ya na madalas ang tinginan ng dalawa. Hindi maiwasan ni Carlo na maalala na parang noon lang, siya ang kasa-kasama ni Cass, siya ang kabiru-biruan. Siya ang bagsakan ng pamosong linyang, "Gutom na ako," ni Cassandra. Ngayon, wala na ang lahat. Kahit ang pagiging magkaibigan nila, nawala na rin tuluyan.

Pero, kahit nalulungkot, masaya na rin si Carlo para kay Cassandra. Naandyan na muli si Michael at may bestfriend na muli ito. Siguro, kaya bumalik si Michael ay dahil handa na ito — he's willing to give their love another chance to succeed. Pipilitin nitong mapagbago si Cassandra — to make her the woman she truly is. Sa palagay ni Carlo, si Michael ang may pinakamalaking tsansa upang gawin ito. Ipinagdasal n'ya na sana ay magtagumpay si Michael.

"Dear God, If anyone deserves to love and be loved... si Cass po 'yun. Napakabait n'ya po and for all the pain she had been through, dahil na rin po sa kapalpakan ko, panahon na po para sumaya naman s'ya. She deserve to be loved the right way and for all the right reason... and unconditionally. Sana matagpuan niya ang true love and happiness na matagal na n'yang hinahanap," taimtim na dasal ni Carlo.

Hindi na sinubukan pa ni Carlo na sumabay kina Cassandra. Pakiramdam n'ya wala namang sense kung sasabay sila. Magiging pampagulo lang s'ya doon. Pinili na lang umuwi sila ni Rachel. Habang daan, napansin ni Carlo na may bagong peryahan na malapit lang sa kanila. Lalong nalungkot si Carlo. Naalala ang pagbabawal sa kanya ni Cassandra sa pagpunta sa peryahan. Naisip nito, "Siguro kahit pumunta pa ako araw-araw sa peryahan, wala ng pakialam si Cass."

Pagdating sa bahay, kinausap ni Carlo si Rachel, "Ano nga pala yung napag-usapan ninyo ni Cass kanina sa simbahan?"

"Mmmm, wala... kinamusta ko lang siya, saka sabi ko nami-miss ko na s'ya."

"Yun lang? E, parang mahaba yung usapan n'yo, a?"

"Gusto mo ba talagang malaman ang pinag-usapan namin, Kuya?"

Nakuha pang magbiro ni Carlo, "Ehhh, hindi naman siguro top secret yan, ano?"

"TINANONG KO KUNG TOMBOY NGA SIYA TALAGA!"

Hindi makapaniwala si Carlo sa sinagot ni Rachel, *"HAH! NAGAWA MONG ITANONG 'YON?* A-Anong isinagot sa iyo?"

"Oo raw, at totoo rin daw yung kasunduan ninyo tungkol sa akin," dagdag pa ni Rachel.

"Sinabi ni Cass 'yun? Inamin n'ya sa iyo?"

"Oo."

Hindi malaman ni Carlo ang sasabihin, "Ganun... inamin n'ya? Nagulat ako dun, a! Hindi ko akalain na... Ahhh, o, e... maiba ako... edi naniniwala ka na sa akin tungkol sa sinabi ko... na tomboy si Cass?"

"HEH, TOMBOY SI ATE CASS? ALAM MO KUYA... ITO LANG ANG MASASABI KO SA IYO. – ANG TANGA-TANGA MO! ANG TANGA-TANGA MO!" padabog na sagot ni Rachel, sabay biglang pumasok sa kwarto n'ya at ibinalibag pasara ang pinto.

BBLAAAGGG!!!

Naiwan si Carlo na nagtataka sa inasal ng kapatid.

——————————————-

Habang pauwi naman galing sa simbahan, nakita rin ni Cassandra ang bagong tayong peryahan. Naalala rin niya si Carlo pero tanggap na tapos na ang yugtong iyon sa buhay nila. Matamlay ito kaya wala na sa isip ang mga nakikita.

Napansin ito ni Michael, "Uy, kanina ka pa tahimik, a. Hindi ako sanay na ganyan ka. May problema ba?"

"Huh! Ahh,... naiisip ko lang, aalis na pala ako. Parang huling simba ko na dito," paliwanag ni Cassandra.

"Mmmmm, yun lang ba? Kilala kita, bestfriend..."

"W-Wala... wala. Ano... ummm, may... may naalala lang ako nung huli akong nagsimba dito," sagot ni Cassandra.

"Si... si Carlo ba?"

Tumingin lang si Cassandra kay Michael. Bumuntong-hininga bago umiwas ng tingin, tumango pagkatapos ay malungkot na ngumiti.

——————————————-

Gabi na nang lumabas si Rachel sa k'warto n'ya. Malungkot pa rin ang mukha nito. Hindi na ginusto pa ni Carlo na tanungin pa kung bakit ito nag-walk-out kanina.

Lumapit si Rachel sa kuya n'ya.

"Kuya... ummmm, tumawag si Ate Cass sa akin... ngayon lang," panimula ni Rachel.

"Hah? A, e, bakit daw?"

"Aalis na daw s'ya sa makalawa. Nagpaalam na nga sa akin, e," humihikbing sinabi ni Rachel bago tuluyan nang umiyak ito.

Lumapit si Carlo sa kapatid at niyakap ito, "O, tahan na. Sus, ikaw naman, babalik din naman 'yun. Saka marami ka pa namang kaibigan dyan a, diba?"

"Hu! Hu! Hu! Pakialam mo! Basta, nalulungkot ako! Bakit ba! Hu! Hu! Hu! Ikaw, hindi ka ba nalulungkot?"

Hindi makasagot si Carlo. Hindi makayang makapagsalita. May bumara na parang bato sa lalamunan. Sa wakas ay nakakuha ito ng lakas upang makapag-salita. "Syempre, nalulungkot din," garalgal ang boses na nagsalita, "Pero, wala na naman akong magagawa doon. O-Opportunity din 'yon... sayang." ang nabigkas na lang ni Carlo, habang pinipilit itago ang pighating nararamdaman n'ya sa oras na iyon.

"Hu! Hu! Hu! Wala na si Ate Cass ko! Wala na si Ate Cass ko...!"

Wala nang nagawa si Carlo kung hindi aluin ang nakababatang kapatid.

Walang Hanggang Katapusan

Malalim na ang gabi ay gising pa rin si Carlo. Hanggang ngayon ay hindi mawala sa isip na dalawang araw na lang ay tuluyan nang aalis si Cassandra at mawawala na sa buhay ang babaing pinakamamahal. Bagama't alam na lilisan na patungo sa ibang bansa si Cassandra, hindi nito akalain na ganoon lang kadali ito. Noong una, parang plano-plano lang, walang kasiguruhan, pwede pang mabago, parang panaginip lang lahat. Pero ngayon na totoo na, tuluyan nang nawindang si Carlo. Nawala ang lahat ng sigla sa katawan nito. Parang pinagbagsakan ng langit at lupa ang pakiramdam. Hindi maeksplika ang sobra-sobrang kalungkutan at pangungulilang nadarama.

Masakit man sa loob, tanggap na ni Carlo na hindi na pwedeng maibabalik ang dating pagtingin sa kanya ni Cassandra. Pero, ang hindi nito matanggap ay ang makaalis ito nang hindi man lang s'ya tuluyang napapatawad.

Nakapag-desisyon si Carlo. Bukas na bukas din ay pupuntahan niya si Cassandra at kakausapin. Hindi siya uuwi hanggat hindi siya pinatatawad. Kahit mag-ingay, kahit na mag-eskandalo pa, wala itong pakialam basta mapatawad lang siya ni Cassandra.

Maaga pa lang ay nakabihis na si Carlo. Handang-handa na itong pumunta kina Cassandra. Buong gabi ay nag-memorize na siya ng lahat ng gusto niyang sabihin.

Biglang tumunog ang phone sa salas nila. Pinuntahan ni Carlo ang phone at sinagot, "Hello, good morning!"

"Carlo, this is Ishmael — Dr. Navarro. I tried calling you on your cell, but I can't reach you. This is my last recourse. Mabuti naman at naand'yan ka. I need your help," sagot ni Dr. Navarro.

"Ishmael! O Bro, what can I do to help?"

"Carlo, I need your blood type. Same case scenario like that of Cass, although definitely less serious. But if we don't get that blood — your blood, it could become worse. And I don't want that to happen. I tried very hard to find a volunteer here and everywhere else I can think of, but to no avail and time is the essence. You are my last hope. Can you come?"

"Syempre naman, Bro. I'll be there," pangako ni Carlo.

Pinuntahan ni Carlo si Rachel para mag-paalam, "Rachel, tumawag si Dr. Navarro. Remember him? He's the one who took care of Cass nung nagkaroon ito ng dengue. Same situation again, and he needs my blood. I have to go quickly, paki sabi na lang kina Papa at Mama. Tulog pa kasi sila. Okay?"

"Okay, Kuya, ako na ang bahala. Sige, tuloy ka na. Be safe." bilin ni Rachel.

Isang maliit na despedida party ang inihanda ng pamilya Sta. Maria para sa pag-alis ni Cassandra kinabukasan. Biglaan lang ito kaya mga malalapit na kaibigan lamang ang kumbidado. Kasama na dito si Michael at ang pamilya ni Carlo. Kaya lang, nagkataon na may naunang kompromiso ang pamilya Sandoval kaya hindi sila makakapunta. Bago umalis, dumaan muna sina Rachel sa bahay nila Cassandra upang makahingi ng dispensa.

"Ate Cass, bakit naman kasi biglaan ang despedida mo? Nakakainis naman. May nauna na kasing kompromiso si Papa. Grand family reunion sa side nila. Kasama daw lahat ng mga ninuno. Hmmp! Ayoko ngang sumama, kaya lang... nagagalit si Papa," sabi ni Rachel.

"Oo nga, Cass, naku, kung hindi lang magtatampo sa amin yung side nitong mister ko, dito na lang sana kami," dagdag ni Mrs. Sandoval.

"Naku, huwag po kayong mag-alala. Pasens'ya na rin po, talagang biglaan lang po. Hindi naman po namin talagang balak ang magpa-despedida, kaya lang, parang pa-swerte at safe travel na rin po daw," paliwanag ni Cassandra.

"Naiintindihan naman namin, Cass," sagot ni Mr. Sandoval, "Nagkataon nga lang talaga na nasabay ito sa reunion naming magkakapatid. Baka kasi magtampo ng husto sa amin ang mga iyon kung hindi kami makakapunta. Hmmp, matatanda na kasi! O, sige, kung sakali, pipilitin na lang naming makauwi nang maaga at baka makahabol pa kami. Pasens'ya na ulit, iha. O, sige, tutuloy na kami. Late na late na kami, traffic pa!"

"Babay, Ate Cass. Mami-miss kita ng husto! Sige na... naiiyak na naman ako! Pag hindi kami nakabalik mam'ya, pipilitin kong makabalik bukas," paalam ni Rachel, sabay yakap ng mahigpit kay Cassandra.

"Mami-miss din kita, little sister! Sige na Rachel, pati ako naiiyak na... tuloy na kayo. Mahuhuli na kayo."

Lumuluha na si Rachel habang papaalis na sila, "Bye, Ate Cass! I love you... I love you... I love you!"

"Sige, babay! Babay, po... ingat po kayo!" paalam ni Cassandra na hindi na rin napigilan ang sariling umiyak.

———————————————

Malayo-layo na ang nabi-biyahe nila Rachel nang may naalala ito, "Naku, napaka-krung-krung ko naman. Hindi ko man lang nasabi kay Ate Cass na kaya wala si Kuya ay nag-donate ng blood. Haaaiiisss!"

"Oo, nga pala. Sa sobrang pagmamadali natin, nalimutan din naming sabihin," dagdag ni Papa.

"E kung, tawagan mo na lang kaya," payo ni Mama.

"Oo, nga pala. Ngek! Dead ang cell ko. Nalimutan kong i-charge! Haaiiissss!!!"

———————————————

Sa bahay nila Cassandra, kahit takang-taka ito na wala si Carlo, nakahiyaan naman n'yang tanungin si Rachel kung bakit hindi ito kasama. Sinubukan n'yang i-text, pero hindi naman ito nag-reply.

Samantala, sa Philippine General Hospital, maayos namang nakapag-donate ng dugo si Carlo.

"Bro, maraming salamat. We saved another life today. Thanks to you," puri ni Dr. Navarro.

"Walang problema, Bro. You helped me big time before, I'm just returning the favor. Saka, it's a great feeling when we get to save a life," sagot ni Carlo, "Oh, sorry, Bro... I have to cut this short. I really have to go. I'm going to see Cass because..."

Pero bago pa natapos ni Carlo ang sinasabi, bigla na lang itong nahilo at nag-collapse. Mabuti na lang at malapit si Dr. Navarro sa kanya at naalalayan s'ya. Mabilis na nakatawag ng assistance si Ishmael at agad na dinala si Carlo sa Emergency Room (ER).

Kinabukasan, umaga na bago pa tuluyang nagkaroon ng malay si Carlo. Hindi nito matandaan ang nangyari ng nakaraang gabi. Labis ang pagtataka nito kung bakit siya ay naka-confine sa ER. Napansin siya ng nurse at pinuntahan. Dito nalaman ni Carlo ang nangyari sa kanya. Nagkataon na naka-duty pa si Dr. Navarro at ito ay ipinatawag. Agad naman nitong pinuntahan si Carlo.

"Carlo, how are you feeling? All of a sudden, nag-collapse ka. You had me worried, Bro! Kamusta ka na?"

"O-Okay naman. Medyo parang sore lang yung body ko. Did I hear right... nag-collapse ako? Why?"

"Oo, ang gulat ko talaga. One moment, we were talking and the next moment, you are falling. Mabuti na lang at nahawakan agad kita. Naibaba kita ng dahan-dahan sa floor before I called for assistance. I had you confined in the ER and run some test on you. Well, this morning, I checked your vitals and, so far so good, it seems okay naman lahat. Yung blood pressure mo, medyo mababa ng kaunti, which is understandable, since you just donated blood. But other than that, everything is okay. Mmmm, just to be sure, Carlo... is there anything wrong with you that I didn't know about?" tanong ni Dr. Navarro. "Also, it seems you don't have your cellphone with you, tama ba? Hindi ko tuloy na-inform ang parents mo, and also Rachel, about what happened to you. Baka nag-aalala na sila."

"Oo nga, wala akong cell, na-misplaced ko and I don't know where. Matagal na nga, e. I haven't gotten around to finding it cause there's so much in my mind nowadays. Also, hindi ko maisip kung nawala o nanakaw. Dapat siguro bumili na lang ako ng bago. Anyway, sana naman, hindi nag-worry sa amin. Nagpaalam ako kay Rachel na dito ako pupunta, so sana isipin na lang nila na I stayed overnight because of the blood transfusion. So, to answer your question, there's nothing wrong with me. It's just that... I am under a lot of stress lately... plus I haven't had a decent sleep for over a week already. Do you think that's the reason why I collapse?"

"Well, frankly, I'm relieved. Yes, that maybe explains everything. The reason why you collapse could be the combination of everything you've mentioned. Also, the fact that you've just donated blood, must have aggravated matters more. Mmmm, maybe... just maybe, that's the reason why you lose consciousness. But to be sure, I insist we run a few more test. Is that okay with you? Don't worry, Carlo, after all that you have just done for me, it's on me. You don't have to pay anything."

"Bro, I appreciate the offer... but, can it wait? I really have to run. May kailangan lang akong gawin na napaka-importante," pakiusap ni Carlo.

"I'm not so... sure. Mmmmm, kaya mo bang umuwi mag-isa? Can you walk on your own... without assistance?"

"Of course, look!" kumbinsi ni Carlo, sabay lakad ng pabalik-balik, "sige na Bro. This is really important. Please?"

Nag-isip si Dr. Navarro. Nag-consult ng results sa test ni Carlo, "Okay, sige. Papayagan kita. I'll have you escorted hanggang makasakay ka ng taxi. But be sure to come back, at the very least, the next day. Can I count on it, Carlo? Kung hindi, ipasusundo kita ng ambulance! Ha! Ha! Ha! Biro lang Carlo, but I will be expecting you back, okay?"

"Sige, Bro. Thank you. I'll be back. I promise."

Umuwi muna ng bahay si Carlo upang magpakita sa mga magulang. Hindi man lang siya nakapag-text o nakatawag, kaya baka nag-aalala na ang mga ito. Pero sa isang banda, dahil nakapagpaalam naman siya na pupunta sa hospital upang tulungan si Dr. Navarro, umaasa siya na hindi naman ganoon ang naging kaso. Napag-desisyunan din niya na hindi muna sasabihin ang tungkol sa kanyang pagkakawalan ng malay. Mamaya na lang pagkagaling nito kina Cassandra. Nais na ni Carlo na makapunta agad kina Cassandra. Naligo ito at nagbihis at naghanda na para maka-alis.

Nakasalubong nito si Rachel na bagong gising at pupungas-pungas pa, "Ummm, Kuya, sa'n ka pupunta? Anong oras ka na ba dumating kagabi?"

"Hindi na nga ako nakauwi kagabi. Wala akong cell kaya hindi ako nakatawag man lang. Mahabang istorya, pero okay naman ako. Kwento ko na lang lahat sa inyo mam'ya. Kapag nagising na sina Papa at Mama, paki sabi na umuwi na ako, ha? Okay kamo at walang problema. Pupuntahan ko lang si Cass. Pipilitin kong makausap.

Sana... sana... bago man lang ito makaalis, magkabati na kami ng totoo. "

Parang nagising si Rachel sa narinig, "Oo nga pala, alis na ni Ate Cass ngayon! Sige, Kuya, go, go, GO! I-kiss mo na lang ako kay Ate Cass, ha!"

"Kapag nagkabati kami, promise ko yun!"

———————————————

Malapit na si Carlo sa bahay nina Cassandra ng nakita nitong bumubukas ang gate at lumalabas si Mommy, *"Uy, eksakto, papalabas si Mommy. Pwede akong makapasok nang hindi nalalaman ni Cass. Maso-sorpresa ko s'ya."* sabi nito sa sarili niya.

"Mommy... Mommy!" malakas na tawag ni Carlo, "good morning, po. Gising na po ba si Cass? Pwede po ba akong pumasok na? So-sorpresahin ko lang po ito!"

Napatingin kay Carlo si Mommy. Nagtataka sa hiling. Sa bandang huli ay napagtanto nito ang sitwasyon, "Naku, Carlo. Nahuli ka na nang dating nakaalis na si Cass. Kailangan kasing maagang-maaga sa airport para daw maayos ang pag-check-in. Inihatid ng Daddy n'ya. Hindi na nga kami sumama dahil wala namang diperensya kung naandon kami. Pagdating sa airport ni Cass ay papasok na agad yun."

"N-Nakaalis na po si Cass? W-Wala na po siya?"

"Oo, iho. Akala ko nga ay pupunta ka kahapon, pero hindi ka naman dumating. E, pakiramdam ko nga sa anak ko, parang may hinihintay. Ikaw ba yon? May usapan ba kayo? E, di ganito na lang ang gawin mo, kapag naandoon na sa states si Cass, tawagan mo na lang, tapos ka..."

Parang wala nang narinig pa si Carlo. Tulala itong nagpasalamat at naglakad na pauwi. Masamang-masama ang loob na hindi n'ya nakausap o nakita man lang si Cassandra bago umalis. Huling sulyap na nga lang ang habol niya, hindi pa siya pinag-bigyan ng tadhana. Wala na si Cassandra... wala na ang bestfriend n'ya... wala na ang babaing pinakamamahal niya.

Malayo-layo na rin ang nalalakad ni Carlo ng may narinig siyang tumatawag ng pangalan n'ya. Boses ni Cassandra, "Si Cass! Bumalik siya!"

Tuwang-tuwang hinanap ni Carlo ang pinagmumulan ng boses. Pero nang makita kung sino ay muli itong nalungkot. Si Mommy pala at hinahabol siya.

"Mommy, bakit po?"

"Ay, naku, nalimutan ko pa. Tumatanda na talaga ako. Kaya nga pala ako aalis ng bahay ay para pumunta sa inyo."

"Po? Bakit po?"

"May iniwan kasing sulat si Cass para sa iyo, nalimutan ko pang ibigay. O, eto na."

"S-Salamat po."

Nanginginig na tinignan ni Carlo ang sulat sa kamay n'ya. Hindi na n'ya kayang maghintay bago basahin ang sulat ni Cassandra. Agad itong pumunta na lang ito sa isang malilim na lugar at sinimulan nang magbasa.

Dear Carlo,

Pasens'ya ka na at ...

.....

Paalam Na

Dear Carlo,

Pasens'ya ka na at hindi ko naibigay sa 'yo ng personal 'tong sulat ko. Wala ka kasi, hindi ka na nagpunta dito kahit alam mong aalis na ako. Sabagay, hindi rin naman kita masisi. Pero, okay na rin. Okay na rin na hindi tayo nagkita at nagkausap. Baka kasi kapag kaharap kita, hindi ko masabi ang lahat-lahat ng gusto kong sabihin. Saka, baka wala ka na rin namang oras para kausapin pa ako at hindi mo rin ako pakinggan. Mapahiya lang ako. At least, 'tong sulat ko, pwede mong basahin kung kailan mo gusto, diba? Kung ayaw mo namang basahin, pwede mo na lang itapon, hindi ko na malalaman at hindi sasama ang loob ko. Okay lang kung hindi mo ito pag-aksayahan ng panahon. Di ko naman ipinipilit na basahin mo ito.

Kung parang walang dulo at wakas 'tong sulat ko, e, ganun na nga ito. Hindi ko naman binalak na sulatan ka, kaya lang ewan ko nga ba, last minute na saka ko pa naisip na sulatan ka. Ayoko rin naman na umalis na may sama tayo ng loob sa isa't isa. Kaya kung ano na lang ang pumasok sa isip ko, yun ang sinulat ko. Wala ng patumpik-tumpik pa at baka hindi ko pa matapos ito. Kung may wrong spelling, h'wag ka nang mag-reklamo. Hindi naman ako English o Filipino major. Kung pwede nga lang i-drowing, e di drowing na lang ang ginawa kong sulat. Kaya lang, baka naman ikaw ang hindi makaintindi. Diba turtle? Biro lang. Alam mo naman na 'yun ang terms of endearment nating dalawa. Mabuti pa nga siguro kung nauwi na lang sa biru-biruan ang lahat. Oo nga pala, kung meron ka namang hindi maintindihan dito sa sulat, e di, tulad ng sinabi mo, GMT mo. Ayy, bago na pala, GMG na!

Kung iisipin, matagal na rin tayong magkakilala, hindi nga lang close. 'Yung naging malapit(?) tayo sa isa't-isa, nagsimula lang nung nagkaroon tayo ng "deal" kay Eloisa at Rachel. Alam ko parang palabas lang ang ginawa natin, pero ewan ko nga ba, parang nakatulong ito sa akin. Mahirap ipaliwanag pero parang yung lahat ng negativity sa paningin ko sa buhay ay natanggal. 'Yung napaka-ikling panahon na magkasama tayo, nabura ng husto ang mga multo ng nakaraan ko. Wow, ha, ang bigat no'n — parang exorcism — hindi ka naman priest, hindi ka rin naman albularyo, lalong hindi ka naman mangkukulam! Pero, seryoso, akala ko talaga hindi na ako makaka-move on sa past ko. Pero dahil sa mga kakulitan mo, nakaya kong gawin ito. Yung sa amin ni Michael, nakalimutan kong lahat iyon — natabunan na! Yung sama ng loob at hinanakit na dala-dala ko — parang magic na nawala. Doktor ka nga talaga. Kasi nagamot mo ako. Yaiiks... ang corny ko 'no? Hi! Hi! Hi! Baduy! Baduy! Pasens'ya na, ganyan talaga siguro pag hindi mo na ulit makikita ang kausap mo!

Medyo, naging klaro na sa akin ang mga gusto kong sabihin. Parang last will and testament ko sa iyo, wala ka lang mamanahing pera.

***Una sa lahat!** Hindi ko malilimutan ang lahat-lahat ng tulong at pagmamahal (kahit konti!) na ibinigay mo sa akin. Promise 'yun! Baka hindi mo alam, kahit yung maliliit na bagay, malaki pa rin ang halaga nun sa akin. Kahit saan ako magpunta, kahit maputi na ang buhok ko, kahit lumaki na ang bilbil ko, naand'yan ka pa rin sa akin. Kung may jowa na ako (sana, Ha! Ha! Ha!), lagi kitang ikukwento sa kanya.*

Pasens'ya na sa mga kakulitan ko, mga pambubugbog ko sa iyo at saka yung laging nagpapalibre ako sa iyo ng tsibog. Alam kong ninenerbiyos ka tuwing naririnig mo yung favorite expression kong "Gutom na ako". Pasens'ya na, healthy appetite ba tawag dun? Oo, sige na, huwag ka ang umangal, pinaganda ko lang — matakaw lang ako talaga. Uy, at least marami akong kwentong baon pag inililibre mo ako. Walang dull moments! Nauubos man ang allowance mo sa akin, marami ka namang natututuhan — yun nga lang, puro kalokohan. Aba, mas maganda namang memories yun, naubos nga ang pera mo pero naaliw naman kita kahit konti. Request ko lang, kahit madalas kang nai-imb'yerna sa akin, sana naman, lalo na't wala na ako, yung mga nagawa ko sa iyong magaganda ang maalaala mo, kahit alam kong kokonti lang yon.

Uyy, tandaan mo, may dugong nananalaytay sa ugat ko na galing sa iyo. Kung hindi dun, tigok na sana ako. Salamat ha, sana hindi ka nagsisisi sa pag-donate mo ng dugo mo sa akin. Forever kong tatanawin na utang na loob ito sa iyo. Pero higit pa dun, kahit na sabihin pang muntik na akong mamatay, grabe ang saya ko nung malaman kong ikaw ang nag-donate ng dugo para maligtas ako. Hindi ko maintindihan, pero ang saya-saya ng pakiramdam ko. Feeling ko ba si Lapu-Lapu at si Magellan tayong nag-blood compact. Naku, baka naman may drugs ang dugo mo, at na-high lang ako at nag-iilusyon? Oops, biro lang... biro lang. Pwede ba namang mangyari 'yun. E, modelo ka ng pagiging isang huwarang "An Officer and a Gentleman." O, huwag naman masyadong lumaki ang ulo mo ha? Baka pumutok!

Pangalawa. *Huwag na huwag kang maniniwala na kinalimutan ko na ang lahat ng tulong mo sa akin.*

Pwede ba yon? Pride kuno lang 'yon — nagtatampo lang po, pero hindi ko pwedeng malimutan 'yon. Kahit kailan. Peks man. Naka-engrave na yun sa utak ko — hindi na mawawala. Maliban siguro kung mabaril ako sa utak, sigurado burado 'yon. Ngiii, morbid ko, no?"

Pangatlo. *Kung iisipin, malaki rin ang kasalanan ko sa mga nangyari sa atin. Kung naging matapang lang sana ako, kung naging totoo lang sana ako. Pero, hindi e... hindi ko talaga kaya. Weird ba pinagsasasabi ko? Oo, weird nga kaya huwag mo nang pag-isipan pa kung ano man ang ibig kong sabihin. Saka, hindi rin mangyayari iyon kahit maintindihan mo. Hay! Ganito pala ang feeling ng aalis ng malayo, parang mamamatay na rin, nagsasabi ng kung anu-ano — parang nangungumpisal.*

Last but not the least. *Yung nangyari sa amin ni Eloisa, charge it to experience na lang. Totoo, inaamin ko na sobra-sobra (10x) akong nasaktan. Pero, alam ko naman na hindi mo ginusto yun. Kahit naman ako, nadala rin ng galit kaya kung anu-ano na ang pinagsasabi ko sa iyo. Pero, tandaan mo ito, PINATAWAD NA KITA. Hinding-hindi ko kayang magalit sa iyo ng tuluyan. Tampo lang, pwede! He! He! Alam mo naman kung paano ako magtampo, beast mode parang amazona! Di ba, si Wonder Woman nga ako! Uyyy, ngingiti na yan! Kaya huwag ka ng mag-alala. Hindi na ako galit sa iyo. Hindi kita ipakukulam!*

O, paano? Hanggang dito na lang. After four years pa tayo ulit pwedeng magkita. Pwede ring hindi na rin kasi hindi naman natin alam ang mangyayari sa future. Pero, kahit ano pa ang mangyari, no regrets akong nakilala kita at hinding-hindi ko malil-

imutan yung magagandang ala-ala nang samahan natin. PROMISE! Sayang, hindi natuldukan ng maganda 'yung istorya natin. Pero, naand'yan na yan, hindi na natin maibabalik. Kung pwede lang sanang maulit muli na tama, kaya lang hindi na pwede. Nangyari na at tapos na, kaya okay na rin ito. Oy, tulad ng sinabi ko kanina, h'wag mong sisihin ang sarili mo sa lahat. Marami din akong kalokohan kaya nagka-windang-windang tayong dalawa. Ikamusta mo ako lagi kay Rachel, ha? Aalagaan mo nang husto ang little sister ko, kung hindi, lagot ka sa akin.

Paalam.

Friends forever?

Cassandra

Hindi mapigilan ni Carlo ang maiyak matapos mabasa ang sulat ni Cassandra. Magkahalong tuwa at lungkot ang naramdaman niya. Masaya dahil pinatawad na siya ni Cassandra, pero malungkot dahil wala na ito. Wala nang pag-asang madugtongan pa ang magagandang ala-ala ng nakalipas. Tulad ng sinabi ni Cassandra, tapos na ito at hindi na pwedeng maulit muli na tama. Matagal ding nanatili si Carlo sa kinatatayuan niya, patuloy na nagmumuni-muni. Sa wakas ay wala na itong magawa kung hindi tanggapin ang nangyari at umuwi na lamang.

Laking gulat ni Carlo nang makasalubong si Michael ng malapit na itong makarating sa kanila.

"Huh! Michael, b-bakit naandito ka pa? Hindi ba ngayon ang flight ninyo ni Cass?"

"Ano? A, oo, nga pala, ngayon ang alis ni Cassandra. Pero, hindi... hindi kami sabay aalis. Mauuna si Cass, kasi importanteng mai-submit na yung papers n'ya or else baka ma-void na yung scholarship. Ako naman ay sa isang linggo pa naka-schedule umalis," paliwanag ni Michael.

"Ano? Hindi ko maintindihan? Bakit ganoon? Hindi ba dapat sabay kayo? Akala ko ba, ikaw ang bahalang umasikaso sa kanya. Hindi ba dapat naandun ka rin?"

"Nope, hindi naman ako kailangan dun. Technically, it's all paper works. My end of the job is done. I still have a week on my vacation and I intend to enjoy it to the fullest with my special friend."

"Hah? Anong special friend? Hindi ba si Cass ang dahilan kaya ka bumalik dito sa Pilipinas? Tapos, pababayaan mo lang s'yang umalis mag-isa, hindi mo s'ya sasamahan. Ano yun?"

Tiningnan ni Michael si Carlo. Parang nagde-debate sa sarili kung kakausapin o hindi. Sa huli ay nakapag-desisyon. Bumuntong-hininga ito at sinabi, "Carlo, I think we really need to have a serious talk."

Ang Katotohanan

Nagpunta si Carlo at Michael sa isang coffee shop upang makapag-usap ng seryoso at magkalinawagan.

Nag-order muna sila ng makakain. Tahimik lamang ang dalawa habang hinihintay ang kanilang pagkain. Kapwa inoobserbahan ang bawa't isa, nagpapakiramdaman. Nang dumating na ang pagkain nila ay sinimulan na ni Michael ang mag-kwento habang kumakain, "Magugulat ka siguro kung sasabihin ko sa iyo na, these past couple of days have been the worst days in Cassandra's life?"

"Parang hindi naman ako maniwala d'yan. E, ang tingin ko ang saya-saya ni Cass, lalo na ngayon na naandito ka. Bakit mo naman nasabi 'yon? Saka, dapat masaya s'ya kasi she's going to the states to pursue her dreams. More importantly, she'll be with you – hindi ba dapat magsaya s'ya?"

Nangiti si Michael, sabay nailing, "Siguro, oo, masaya s'ya, the fact that she won an scholarship and everything... but, because of me? No, that's not gonna happen. She's glad I'm here at nagkabati na kami, but that's just it. That's the end of it. Yung nakikita mong super-happiness... Hmmp! Nagkukunwari lang si Cass, facade lang n'ya 'yon pero deep inside, I know she is hurting."

"Paano mo naman nasabi 'yon?"

"Carlo, baka nalilimutan mo, I've known Cass for so long. We've come to know each other, so very well. Naiintindihan namin ang nararamdaman ng bawa't isa... kung ano ang gusto at ayaw, kahit hindi namin ito sabihin. Oh, how I love that girl so much. Ang dami naming magaganda memories, so many fond memories together. If only, pwede lang talaga... kung pwede lang talaga. God knows I tried... kaya lang hindi talaga pwede..."

"Alam mo, Bro, confused na ako talaga. I don't get it... hindi talaga kita maintindihan. Pwede ba paki-klaro mo lang ang pinagsasasabi mo? Or whatever it is you want to say?"

"Yes, totoo, I went back here to mend my relationship with Cass. I took that opportunity when Casss became the winner in our contest. What better way to do it than to be the bearer of good news. Well, as you know by now, I was successful. Cass has forgiven me and we are back to our old ways – and that of being bestfriends. The best of friends! Oh, how I missed those days. To be honest, it's more than what I expected."

"It's more than what you expect...? What are you talking about? What you have accomplish so far is nothing! 'Yung bumalik 'yung dating friendship n'yo ni Cass – hindi ba dapat simula lang 'yon? How about your love for each other? Don't you think you ought to give it a try again? Hindi ba dapat 'yun ang goal... ang ultimate goal mo? 'Yun ang pinaka-importante, diba? You said Cass is hurting. Hindi mo ba naisip na the reason she is hurting is because she wants you back? Na gusto ni Cass na makapag-balikan kayo ulit? Bakit hindi mo i-pursue..."

"I'm coming to that, Carlo. Can you please be patient and let me tell you everything at my own pace..." pakiusap ni Michael.

—————————————

"I've known Cass for more or less 10 years now. Did you know we used to live near here? Yes, right in this neighborhood. We had so many wonderful times together. You should have seen us. Para kaming si Batman and Robin, The Lone Ranger and Tonto, Bonnie and Clyde.

Nothing can separate us. Magkasama kami through the good times and the bad times. Kapag napa-away ang isa, damay ang isa. Naku, mas matapang pa nga yang si Cass sa akin. Mas bully, kaya nga mas natatakot pa sa kanya yung mga nakakaaway namin. Pag dating sa kainan, ayaw na kaming kumbidahin sa mga handaan. Kasi, kapag kinumbida mo ang isa sa amin, sigurado kabuntot na yung isa. E, grabe ang lakas naming kumaing dalawa! Pero kung matakaw ako, naku, mas matakaw si Cass sa akin — by a mile! Ha! Ha! Ha! Later on, when we got older, mas lalo kaming naging close, until... as everyone around us expected, naging kami na. We officially became a couple and we had some wonderful moments. Sabi nga nung friends namin, it was a match made in heaven. For a while it was... then came the dark days. We tried... especially Cass... God, how Cass tried to make it work, to make it through but to no avail. Eventually, we parted ways."

"It's okay, Michael, that's the part I understand... the dark days... the parting of ways. I know all about it. Maybe you don't need to tell me about it if you are uncomfortable doing so."

"Huh? You know how Cass and I separated? Talaga? P-Paano?"

"I know all about the gender issue. Tomboy si Cass. Alam ko 'yan. It's an open secret between the two of us. And I know, that's the reason for your breakup... for your story to have a sorry ending."

Napangiti si Michael, "Is that what Cass told you?"

"Oo, sabi nga niya, ginawa mo raw lahat. Lahat ng sakripisyo,kahit daw mag-mukha kang tanga, you tried your best to make her change, na gawin s'yang isang tunay na babae. To make your relationship work.

Pero, wala raw epekto, talagang tomboy daw talaga s'ya. Gustuhin man daw niya, hindi talaga pwede. Wala raw nararamdaman ang puso nito towards the opposite sex. Pusong bato, ika nga niya. Hanggang friends lang daw ang naii-offer n'ya sa iyo. So, heart-broken as you are, you left for abroad to spare yourself of the pain. Ummm. Tama ba?... How am I doing so far... with regards to how the story goes? Am I batting 100%?

Isang mahinang tawa ang nanggaling kay Michael, "Si Cass talaga," naiiling na nasabi nito, "hanggang ngayon, she is still trying to protect me! That's one of her endearing qualities, walang masamang tinapay sa kanya. Kahit gawan mo s'ya ng masama — when she cares about you — she'll still protect you."

"Huh? Teka... teka... ano 'yun? Hindi ko yata maintindihan ang mga sinasabi mo. What do you mean when you said, she's still protecting you?" tanong ni Carlo. "What is there to protect? Hindi ba siya ang cause ng inyong separation? Her being a lesbian?

"Cass lied to you with regards to her and our relationship."

"Paano? Hindi ko talaga maintindihan? Anong ibig mong sabihin? Why should Cass lie to me?"

"There's no problem with Cass. She's not a lesbian. Hindi tomboy si Cass. She is straight as an arrow."

"ANO!!! Totoo ba ang narinig ko? H-Hindi tomboy si Cass? P-Paano... ang gulo... ang gulo! Hindi tomboy si Cass... pero, bakit...? Why did you fall apart? B-Bakit kayo nag-break kung hindi pala s'ya..."

You still don't get it, Carlo, do you? Don't you realize... the problem is with me... I AM GAY! I am the one with the gender issues!"

Maging Sino Ka Man

Ipinagpatuloy ni Michael ang istorya.

"Bata pa lang kami, I know Cass already have an inkling that I am gay. Pero wala s'yang binabanggit..." pagpapatuloy ni Michael.

Naalala ni Carlo ang sinabi ni Rachel.

"Babae ako at marunong makiramdam. Hindi ako naive o shunga-shunga! Mararamdaman ko kung may ibang intensyon si Ate Cass sa akin. Kahit minsan ay wala akong naramdaman. HINDI TOMBOY SI ATE CASS!"

"Nang mag-high-school na kami, niligawan ko s'ya. Akala ko, phase lang yung pinagdadaanan ko, at pag girlfriend ko na si Cass, mawawala na yun. So, ayun, naging kami na nga. Sadly, it was there that I finally admitted to myself, that I was truly 100% gay. Kahit anong gawin ko — Cass, after all is my dearest friend, my closest ally, my confidante — pero wala talaga. My mind is willing, but my flesh wants something else. All through our relationship, it was she who tried her best to make it work. But I'm the one who let her down.

"Ano pa, e di, syempre akong problema... TOMBOY AKO diba? Nag-pretend lang ako na good ako sa relationship na gusto n'ya. Pero wala talaga, e. Kahit gusto ni Michael, e anong magagawa ko kung ayaw naman ng puso ko... anong magagawa n'ya?

Napagtanto ni Carlo na, “Si Michael ang may problema, hindi si Cass. Binaliktad lang lahat ni Cass.”

Nagpatuloy si Michael, “I cannot count the number of times I hurt her feelings. Sa simula ng relationship namin, I tried to be as subtle as possible. I’m sure Cass noticed how I react when good looking boys passes by. Or how differently I hold hands with my boy friends... the way I oggle at their bodies. Alam ko, lahat yon napapansin ni Cass and I know I’m hurting her, pero wala s’yang sinasabi. Nagbulag-bulagan... nagtanga-tangahan, because she wants our relationship to succeed.

Nakakaawa nga. Ginawa lahat ni Michael ang lahat – ang lahat-lahat – para mag-work lang yung sa amin. Nag-sakripisyo,nagtiis, naghintay, umaasa kahit nagmumukha ng tanga... pero wala talaga, e.

“One time, nahuli n’ya ako na nakikipag-flirt with another boy. I was getting bold in my actions and less discreet. She confronted me. Sabi n’ya, “Michael, ano ba? Hindi mo ba ako mahal. Gusto kong ma-save ang relationship natin, pero ano ba ang totoo?””

“I really love Cass, pero as a very dear friend lang. Still, I saw the pain in her eyes and I don’t want to hurt her feelings any further, so I pretended I’m going straight. I lied to her, “Cass, I love you with all my heart. I’m going through a very difficult period, but please believe in me. Don’t give up on me. Pangako ko, I will live up to your expectations. I will be the man you wanted me. Just give me time.” And just like that, naniwala si Cass sa akin and dropped the whole subject. That’s how she believed and trusted me. She again became blind to the obvious, turning a deaf ears to the unsavory things she hears about me and did not believe anybody but me. I know all along that she's hurting bad, very bad, but she held on to our relationship because she loves me and believed I'll never let her down."

"Finally, I became selfish. Yung urges ng flesh ko, naging mas matimbang kaysa sa pagmamahal ko kay Cass. Nang mahuli ako ulit ni Cass, playing around and flirting with another guy, she confronted me again. But this time, I dismissed her like an old tattered rug. I told her to stop harrasing me... sinabi ko na hindi ko s'ya mahal, that I only pitied her and I'm breaking off, na wala naman talagang kami even from the start. Hindi ko lang siya hiniya sa harap ng classmates and friends namin, ginawa ko pa s'yang katawa-tawa. I don't know what came over me that day, but I really humiliated Cass. That was the last straw. But she didn't make a scene. She just went away crying."

Nanlumo si Carlo. Halos ganito rin ang naranasan ni Cassandra sa kanya. Parang narinig ni Carlo ang mga panghihiyang ginawa n'ya kay Cassandra...

"NAKAKAHIYA KA, CASS! Bakit mo naisipang gawin 'yon?

Wala ka na bang respeto man lang sa akin?"

"Tigilan mo na yang pagkukunwari mo.

Hindi na ako naniniwala sa iyo!!!"

"Wow, Cass, how can you sink so low?"

"Hindi ka disente! Masama kang tao! DAHIL ISA KANG TOMBOY."

HINDI BA TOTOO 'YUN? TAMA AKO DIBA?!!"

Muling itinuloy ni Michael ang kanyang pagsasalaysay...

"Everyday, I didn't care na nakikita n'ya akong flirting with other guys. And it went on and on, but I never heard anything bad from her. And she kept in under wraps. Kahit ganoon na ako, kahit pinahiya ko siya, kahit ginawa ko s'yang katawa-tawa, pinagtatakpan pa rin n'ya ako sa ibang tao. The school authorities, remember it's a Catholic school, didn't know about my shenanigans or else I would have been kicked out. Walang lumabas sa school. Not even my parents knew. That's how golden Cass heart is."

"Then one night, nadamay ako sa nangyaring nakawan sa aming canteen. Ang istorya kasi, four students, made a jolly fun and stole the cash register. Just for kicks! Walang clue sa apat na student, but together with other boys, we were spotted lingering in the back of the canteen. So, together with other students, we were carted to the dean's office and are threatened with expulsion unless we confess. Parang catch-22, damn if you do, damn if you dont! Pag umamin, kick-out... pag-hindi naman, kick-out pa rin. Unless we can come up with a legitimate alibi, automatic kick-out kami. Takot na takot ako, wala akong alibi for being there. Alangan namang sabihing kong naglalandian kami doon, e di lalong automatic expulsion yun. I'm dead meat pagdating sa parents ko."

"You know what? Cassandra came to my rescue. Pumunta s'ya sa office, at sinabing kaya ako naandoon ay may pinagawa siyang feature assignment for our school paper. Cassandra is the editor-in-chief of our school organ and as such is held in high regards by the school, so they readily believed her. I was off the hooked. When I thanked Cass, all she said was, "Ginawa ko 'yon dahil kaibigan pa rin kita at alam ko na hindi mo magagawa ang mga ibinibintang sa iyo. Despite our differences, naniniwala pa rin ako sa kagandahan ng pagkatao mo." Just like that, she went her way. Hindi n'ya ako sinumbatan or whatever.

"Right there and then, I was jolted back into my senses. Despite all the hurt, the humiliation... the pain na ibinigay ko kay Cass, she was still there for me. Yung pagmamahal niya sa akin, hindi napalitan ng hatred or anger. Para akong nabuhusan ng malamig na tubig sa hiya, realizing how much of a jerk I was to Cass. I tried to make it appear that we can be together again. But sino ba ang niloloko ko? Even if she wants to, even if she is still willing to make a go for it again, I knew I cannot make it work. I will just be hurting Cass all over again. There's no more coming back. I just tried my best to restraint my actions, para hindi ko na masaktan si Cass. Still, I can see kung gaano kasakit sa kanya na makita ako everyday, so I made the next best thing, lumayo ako, nag-abroad ako. Yun na lang ang magagawa ko para man lang maibsan ang sobra-sobrang sakit na idinulot ko sa kanya."

Taliwas ito sa pinalabas ni Cassandra sa relasyon nila ni Michael...

> *"Bato yata ang puso ko. In the end, ayokong lokohin siya... ayokong lokohin ang sarili ko, so I told him the truth. I said, I'm sorry... I want to make it work, but no, I'm a lesbian and there's no room for you in my heart. Let us just stay as friends. Ayun, na-trauma... sobrang na frustrate... umalis... hindi na naka-recover. Hanggang ngayon, ayaw ng magmahal ulit."*

"So there it is, the real true story of Michael and Cassandra's ill-fated love affair."

—————————————

Matagal ng tapos mag-kwento si Michael ay nanatili pa ring tahimik si Carlo. Sa wakas ay nagsalita na muli ito, "So, all along, cover-up lang ni Cass yung pagiging tomboy niya. Dahil ayaw na niyang maulit muli yung nangyari sa inyong dalawa and at the same time, protektahan ang pagkatao mo."

"Ganun na nga. Inspite of everything... kahit grabe ang inabot n'yang heartaches because of me, she did her best to protect me. Unfortunately, because of what I did, nag-complete shutdown ang feelings niya towards the opposite sex. Nagkaroon na s'ya ng fear... phobia. So, to make sure na walang guys na didiskarte sa kanya, she pretended to be a lesbian. Siguro, yun na rin ang naisip na paraan ni Cass to get back on the thing that beat her — me being gay. Through the years of pretending, siguro kahit si Cass, naniwala nang tomboy siya," paliwanag ni Michael.

"Pero, very athletic si Cass, ang lakas pa manuntok. Paano...?"

"Porke ba athletic, tomboy na? Si Cass, hindi talaga girlie type yan. Probably owing to the fact na panganay siya at madalas s'ya ang nag-aasist kay Daddy. She's also a die hard Bruce Lee fan. Ha! Ha! Ha! Kahit masurot yung sinehan, pinapasok nun, mapanood lang mga old films ni Bruce Lee. At saka, maangas talaga 'yan. Madalas makipag-suntukan 'yan! As I mentioned a while back, ang dami yatang takot na boys d'yan. Pero, I'm telling you, Cass is a princess in the true sense of the word."

"Pero, tuwang-tuwa s'ya nang umuwi ka. Paano nangyari 'yon? Nagkaroon ba kayo ng communication habang nasa abroad ka?"

"Wala. Kahit ako nagulat sa warm reception n'ya sa akin. Medyo apprehensive din ako, kasi nga I left na may gap kaming dalawa. I mean, kahit ako pa yung representative dun sa contest, hindi ko ine-expect na she'll welcome me with open arms... which she did!"

"What do you think happened?" usisa ni Carlo.

"I THINK YOU HAPPENED," sagot ni Michael.

"Hah? Paano nangyari iyon?"

"Nung nakita n'ya ako, she saw me as her bestfriend again. Hindi na yung boyfriend na nagdala ng heartaches and pain. I think she is, finally, over me. Natanggal na lahat yung sakit na dinala ko kay Cass. She got over me, kasi naandyan ka na!"

"Parang ayaw kong maniwala. Kasi nagparamdam ako sa kanya... I told her mahal ko s'ya... I told her I'm very happy with her. Pero, tuwing sasabihin ko sa kanya ito, she'll always reject me. Sasabihin niya, hindi pwede kasi tomboy siya... Kung totoo ang sinabi mo, bakit pinagpipilitan pa rin n'ya sa akin na tomboy siya?"

"Niligawan mo ba s'ya directly o nagpaparinig ka lang? Remember, may phobia na s'ya sa relationship. Traumatized to be exact... kaya nga siya nag-pretend na tomboy ay para makaiwas sa mga lalake. She's very much afraid... no, make that terrified! She's very much terrified of having another relationship and that's holding her back. The only way to get her out of her shell of fear is to show her you really, really love her and you are dead serious in pursuing her. So, kung talagang mahal mo s'ya dapat hindi ka nagpaparininig lang or making some lame proposals. Dapat ipinakita mo you are very serious, regardless kung tomboy siya o hindi. That you are willing to fight the world to win her love. Dapat ganoon ang ginawa mo. Did you do that?"

Nailing si Carlo, "No, hindi ako nagkalakas ng loob na mag-seryosa sa kanya. Tama ka, I held back... natakot ako... hindi ako naging seryoso."

"At the same time, ginamit mo pa si Cass para magkabalikan kayo ni Eloisa. Yes, Cass told me all about her. Paano mo s'ya mapaniniwala na seryoso ka sa kanya, when in fact you are using her to get your former girlfriend back? Ano s'ya, third wheel? Yung pagiging gay ko, served as the third wheel in our relationship. She suffered enough... she doesn't want to be the third wheel again... with you and Eloisa. Hindi ba ironic 'yon? Here you are telling Cassandra that you have feelings for her – when in fact she can clearly see with her own eyes that you are head over heels infatuated with Eloisa. Ngayon tatanungin kita, Carlo... how in the world can you expect her to believe you?"

Hindi nakasagot si Carlo.

"Na-traumatized na si Cass sa akin... sa mga pinag-gagawa ko sa kanya. I'm very sorry I did all that. Pero, tapos na 'yung sa amin ni Cass. It's now your turn. Naramdaman ko, Cass has feelings for you, even if she won't admit it. I can sense it the way she mentions your name, the way she talks about you... ibang-iba ang aura niya. When we were talking about you, it's there that I happily realized, Cass has gotten over me. That's why she welcomed me again in her life... as a friend. Kasi, naandyan ka na. You made her forget all about me."

"But I can also sense the hesitancy in her. Nung una, nagtataka ako, pero habang nagkwe-kwento siya, I finally fitted the pieces together and I understood. Although she has feelings for you, she is not sure what your true feelings are... for her. Kasi, from what I heard, one moment you're here and the next you are gone. Sasabihin mo mahal mo s'ya and in the next curb you are chasing after Eloisa. Have you gone loco? Cass is already traumatized with what happened to her. She went through enough and she doesn't want a repeat of the pain... again. Can't you see what you have been doing? What you are doing is just a repeat of what I have done! Differently, maybe, but it's still the same — and you expect Cass to open her heart again to you?

"Don't promise the world to Cassandra, Carlo, if you don't intend to lay down all your cards and really fight it out. It's all in. There is no middle ground. But now that she's gone, I don't think it matters anymore. I guess, you blew away your chances!"

Bakas ng Lumipas

Tulalang nakauwi ng bahay nila si Carlo. Muntik-muntikan na itong mabangga ng sasakyan dahil wala sa sarili habang naglalakad. Labis nitong dinaramdam ang mga nalamang rebelasyon ni Michael. *"Ang tanga ko... ang tanga-tanga ko!"* ang paulit-ulit nitong nasasabi habang papauwi. Nang papasok na ito sa kwarto niya ay may naalala ito. Pinuntahan nito ang nakababatang kapatid.

Kumatok ito sa kwarto muna ni Rachel bago pumasok. Nadatnan niya itong nakahiga sa kama habang nagbabasa, "Rachel, pwede ba kitang makausap?"

"O, Kuya, bakit mukhang lungkot na lungkot ka? Hindi mo ba inabot si Ate Cass?"

"Hindi na. Hindi ko na inabot. Maaga pa lang daw nakaalis na," malungkot na sagot ni Carlo.

"Sayang naman. Akala ko pa naman, magkakabati kayo bago man lang s'ya nakaalis."

"Talaga yatang ayaw na ng tadhanang magkabalikan pa kami ni Cass. Ummm, maiba ako, Rachel, may itatanong lang sana ako sa iyo."

"Ano 'yun, Kuya?"

"Alam ko, sinabi mo na sa akin na hindi tomboy si Cass. Hindi ako naniwala, pero tapos na yun. Ang gusto ko lang malaman kasi e, bakit nung makabalik tayo galing sa simbahan, nung nakausap mo si Cass, sinabihan mo ako na ang tanga-tanga ko? Bakit mo nasabi 'yon?

"Unang-una Kuya, nung tinanong ko si Ate Cass kung tomboy s'ya, sinabi n'ya totoo ito. Pero, Kuya, ako ang kausap niya. Dapat yun, medyo mahihiya ito sa akin. Pero hindi. Kitang-kita ko na nagkukunwari lang s'ya.

Pinipilit lang niyang panindigan ito. Pero wala sa puso. Lalo na nung tinanong ko kung kasama ako sa deal nin-yo. E, halos matawa nung umamin. Reaksyon ba yun ng guilty? Dapat nun, hiyang-hiya na s'ya sa akin. E, hindi, kasi nararamdaman din niya na hindi ako naniniwala."

"Baka naman parang ikaw ang nasa denial stage, kasi hangang-hanga ka kay Cass?"

"Okay, Kuya, sabihin na natin na totoo. Na ako mis-mo ang nasa denial stage. Na ayaw kong tanggapin na tomboy si Ate Cass. Sabihin na natin na totoo lahat ito. Pero, alam mo ba, Kuya, kung bakit sinabi kong ang tan-ga-tanga mo?"

"Bakit nga? Kaya nga kita tinatanong, e!"

"Kasi, binulag ka lang nang pagka-selos mo kay Mi-chael."

"Hah! Bakit mo naman nasabi yon?"

"BAKLA SI MICHAEL... hindi mo ba napansin yon?"

———————————————

Dahil sa pag-alis ni Cassandra, medyo napaba-yaan na ang mga gawaing bahay. Pero sinisimulan na ni Mommy Sta. Maria ang pag-aayos at paglilinis. Kasalu-kuyan nitong nililinis ang sala kung saan ito ang pinaka-makalat dahil sa nakaraang despedida. Pinapagpag nito ang mga kutson ng mga silya nang may mapansin itong nakasiksik sa tabi nito. Nang tiningnan niya ay nakita nitong cellphone pala ito.

"Kanino kayang cellphone ito? Mmmm, naka-off? Teka, mabuksan nga para malaman ko kung kanino 'to."

Sinubukan buksan ni Mommy ang cellphone pero wala itong power, "Naku, mukhang drained na yung battery. Ummm, teka, saan ba mayroong charger? Ah, alam ko na, sa kwarto ni Cass, meron charger na iniwan ang anak ko. Charge ko dun."

Pumunta sa kwarto ni Cassandra si Mommy at doon nga isinaksak ang cellphone para mag-charge.

"Bakla si Michael, Kuya, hindi mo ba napansin yun? Hindi mo ba nahalata?"

"Hindi, e! Bakit ikaw, paano mo napansin?"

"Kuya naman, hindi mo ba napansin? Very feminine kung kumilos si Michael. Ayaw magpahalata, pero paminsan-minsan pumipilantik ang kamay. Dun pa lang sa simbahan, kuha ko na, e. Di ba sabi ko sa iyo, malakas akong makiramdam. Kaya nga ang sabi ko sa iyo, ang tanga-tanga mo!"

"E, bakit hindi mo sinabi sa akin?"

"Hung-hang ka pala Kuya. Ayaw mo na ngang maniwalang hindi tomboy si Ate Cass, tapos, sasabihin ko pang bakla si Michael. Sigurado iisipin mo lang na ako yung krung-krung! Hmmmp! Ayaw mo kasing makinig sa akin... yan tuloy ang napala mo! Haaaiiiisss!"

"Ganun ba? Oo nga, totoo. Nung kasing nakita ko si Michael, nag-selos agad ako. Kasi nakita ko, guwapo, matipuno, maayos manamit. Yung pagka feminine n'yang gumalaw, akala ko dahil well-mannered lang s'ya. Pero ngayon na naiisip ko... Hmmmp! Tama ka! Napaka-tanga ko nga, Sis!"

"Sayang, Kuya... hindi mo na inabot si Ate Cass."

"Oo nga, kapag tinitikis ka talaga ng tadhana. Pero, naandun na yun, wala na akong magagawa. Ang dami-daming 'SANA' na hindi ko nagawa na kahit iumpog ko pa ang ulo ko sa semento, wala nang mangyayari! Hmmm... Tungkol nga pala din kay Michael, nakita ko s'ya kanina lang. Hindi pala ngayon ang flight n'ya."

"Anong nangyari? Nag-usap ba kayo?"

"Well, nagka-kwentuhan kami about him and Cassandra. Over the course of our conversation, inamin din nito sa akin na... yes, he is gay, at yun ang dahilan kung bakit sila nag-break ni Cass. Yun din ang naging motive ni Cass kung bakit nag-kunwari itong tomboy. Masyado kasing na-heart broken si Cass, so ayaw na nito ulit pumasok sa isang relationship."

"Hah! Too late the hero na ang revelation."

Natigil ang kwentuhan ng dalawa nang nag-ring ang telephone nila sa salas, "Sige na Sis, ako na ang sasagot. Thank you sa support."

"Okay lang Kuya. Sayang talaga hindi mo inabot si Ate Cass."

Lumabas na si Carlo at hinabol sagutin ang telephone, "Hello, good morning!"

"Hello, Carlo? Akala ko walang tao dyan. Ibaba ko na sana ang telephone buti na lang sinagot mo."

"Pasensya na po. Nasa kwarto po kasi ako, Mommy. May kailangan po ba kayo sa akin o kay Rachel?"

"Ay, ikaw talaga ang tinatawagan ko. Yung cellphone mo pala, naiwan mo dito. Nakita kong nakaipit dun sa sofa. Natabunan ng mga pillows kaya hindi nakikita. Kaninang naglilinis ako, napansin ko."

"Ay, dyan ko po pala naiwan. Hindi ko nga po alam kung nasaan ang cellphone ko. Akala ko nga po nawala ko o nanakaw. Siguro po nahulog sa akin dyan at hindi ko napansin."

"Siguro nga. O, e kuhanin mo na lang dito. Naglilinis pa kasi ako ng bahay. Oo, nga pala, drained na yung battery. Kaya rin siguro hindi namin napapansin kasi hindi tumutunog. Ni-charge ko na rin. Hindi ko kasi malaman kung kaninong cellphone. Nung nag-on na, dun ko lang nalaman na cellphone mo pala, kaya tinawagan na kita."

"Salamat po, Mommy. Sige po, kukunin ko na po. Pupunta na po ako d'yan."

"O, sige, hintayin na lang kita. Babay."

"Babay, po!"

—————————————

Pumunta muna sa kwarto niya si Carlo para magpalit ng damit. Habang namimili ito ng isusuot ay napansin nito ang damit ni Michael na nasa kanya. Bumalik sa ala-ala niya ang usapan nila ni Cassandra habang nag-aayos ng kwarto nito.

"Teka? Kaninong t-shirt ba ito?"

"Bigay sa akin 'yan ng best friend ko nung high school. Si Michael, may sentimental value sa akin yan."

"Anyway, may naisip ako Cass. Hindi ko na isosoli itong t-shirt mo."

"Ha? Bakit? Di ba sabi ko sa iyo may sentimental value sa akin yan."

"Dapat palitan na yang t-shirt. Palitan na yung memory. Mas magandang memory... mas magandang t-shirt ang dapat ipalit d'yan."

"Huh? Ano yun?"

"Yung t-shirt ko! From now on, ako na ang best friend mo. Naandito ako at hindi kita iiwanan. Di ba mas maganda yung andito bestfriend mo at hindi malayo. Ganyan dapat di ba mag-bestfriend. Di nag-iiwanan. From this day, ako na 'yon! Tayo na ang mag-bestfriend for life. Itaga mo pa sa rock of gibraltar. Magiging ganoon katatag ang friendship natin."

"Ikaw, bahala ka kung kaya mong panindigan."

"Promise, Naandito ako at hindi kita iiwanan. From this day, ako na 'yon! Itaga mo pa sa Rock of Gibraltar."

Pilit iwinaksi ni Carlo sa isip ang masakit na ala-ala. Kinuha nito ang t-shirt at dinala, *"Mabuti pa, ibalik ko na lang itong t-shirt. Tutal, wala na si Cass... hindi ko rin naman natupad yung pangako ko... siguro dapat lang na isoli ko na."*

———————————————

Hindi nagtagal ay nakarating na si Carlo sa bahay nila Cassandra.

"Hello! Mommy, naandito na po ako! Si Carlo po ito!"

Lumabas si Mommy at iniabot ang cellphone nito, "O, ano yang dala-dala mo?"

"Ummm, ano po... t-shirt po... t-shirt po ni Cass. Isosoli ko lang po," sagot ni Carlo.

"Asus, kahit hindi mo na siguro sinoli. Wala na naman si Cass dito. Mmmm, sige, ipasok mo na lang yan sa kwarto ni Cass. Ilagay mo na lang sa kama n'ya at ako na ang magtatago. Yang cellphone mo, fully charge na yan. Pasens'ya ka na at hindi kita maasikaso ng husto kasi naglilinis pa ako, tapos magluluto pa. Baka kasi dumating na sina Marie at Bella," paliwanag ni Mommy.

"Sige po. Ituloy n'yo na po ang ginagawa n'yo ng di po kayo masyadong maabala. Ako na po ang bahala."

Dala-dala ang t-shirt, pumasok si Carlo sa kwarto ni Cassandra. Doon na rin niya inilagay ang t-shirt. Papalabas na si Carlo nang mapansin ang isang parte ng kwarto. Ang wall nila ni Cassandra. Laking gulat at tuwa ang naramdaman ni Carlo nang tuluyan nang mapagmasdan ang CS2 wall, ang Carlo and Cass corner, ang wall na tanda ng pagkakaibigan nila ni Cassandra.

Inayos pala ito ni Cassandra at pinaganda. Sentro nito ang mural painting nilang dalawa. Yung picture nila sa Luneta ang pinag-kopyahan. Kaya pala ayaw siyang papasukin ni Cassandra sa kwarto nito dahil ayaw nitong makita niya ito. Yung kunwaring wall nilang dalawa, inayos at pinaganda — ginawang tunay ni Cassandra.

Lumapit si Carlo at tiningnan ng mabuti ang pader. Bukod sa pagkaka-paint sa kanilang dalawa, may mga bagay na nakadikit sa paligid nito. Sa dakong itaas sa kaliwa ay may malaking kalendaryo ng September at nakalagay doon ang petsang dos, kung saan nabuo ang CS2 wall at ang petsang singko, na tanda ng unang date nila, kung kailan sila kumain ng sabay. Ginawa ni Cassandra ang ni-request niya nang kumakain sila! Sa ibaba naman nito ay naka-pin ang t-shirt na ibinigay niya. Sa bandang gitna, sa ilalim ay isang bungkos na pinatuyong roses. Nag-isip si Carlo at naalala. Ito yung pink roses na ibinigay niya kay Cassandra nung araw na bastusin siya ng boyfriend ni Eloisa. Nalimutan na ito ni Carlo. Hindi niya akalain na naitago pa pala ito ni Cassandra. Nasa tabi naman nito ay ang drawing ng "Rock of Gibraltar, kadikit ang parang emblem na nagsasabing "I Love the Rock of Gibraltar." Sa dakong kanan naman ay naka-lettering ng malaki ang mga letrang "CS2 Wall." Lalong binalot ng kalungkutan ang puso ni Carlo. Totoo ang sinabi ni

Cassandra. Mahalaga siya sa buhay nito. Pinahalagahan niya ang lahat ng galing sa kanya – bagay man o alaala.

Sa bandang ilalim sa kaliwa ng mural, may napansin si Carlo na isang larawan. Hindi n'ya ito unang napag-ukulan ng pansin dahil hindi naman kalakihan at nasa pinaka-ibaba. Nang suriin niya ito ay laking gulat ng makitang litrato pala nilang dalawa ito ni Cassandra. Masayang-masaya ang kuha nila dito at nakayakap pa siya kay Cassandra. Naguluhan si Carlo. Inisip n'ya na baka nagkakamali siya. Baka hindi silang dalawa ang nasa litrato. Sinuri niya ito ng husto. Pero, totoo ito, hindi s'ya nagkakamali – silang dalawa talaga ni Cassandra ang nasa litrato. Pero, hindi n'ya tanda ang picture at kung saan ito kinuhanan. Muli niya itong tiningnan. Nasa likod nila sa picture ang sunset sa Luneta. Saka lang nagliwanag ang lahat kay Carlo. Ito yung pangalawang kuha sa kanila nung photographer sa Luneta. Ito ang sinabi ni Cassandra na sira at binura na niya. Naniwala naman si Carlo dahil nagulat sila sa pagkuha ng picture na ito, pati na yung photographer, dahil sa isang asong bigla na lang sumulpot at nagkakakahol. Dahil sa pagkatakot sa aso, hinigit niya si Cassandra para protektahan sa aso. Ang kinalabasan ay nagmukhang yakap-yakap niya si Cassandra. Ang pagka-ngiwi nila ay nag-itsurang naka-ngiti dahil sa tyempo ng pagkakakuha. Medyo malabo nga ito at blurred dahil sa pagkaka-galaw nilang lahat, pero buo ang picture. Habang pinagmamasdan n'ya ng husto ang litrato ay napansin din niya na ang mukha nga niya ang ginawang modelo ni Cass sa painting ng San Lorenzo Ruiz na ipinanalo nito sa contest. Malaki ang pagkakahawig ng santo sa mukha niya sa picture. Tuluyan nang naiyak si Carlo. Itinago ni Cassandra sa kanya ang litrato, pero hindi nito binura o itinapon at sa halip ay itinago niya ito at pinahalagahan.

Halos dumugo ang puso ni Carlo habang pinagmamasdan ang wall nila ni Cassandra. *"Bakit hindi ko alam? Bakit hindi ko napansin? Napaka-manhid ko... napaka-tanga ko!"* ang nasabi na lang nito habang lumong-lumong napaupo sa kama. Nagbalik sa kanya ang mga gunita habang nag-aayos sila ng kwarto ni Cassandra.

"Hi! Hi! Hi! Ikaw naman, di na mabiro. O sige serious na. Ummmm... tatawagin ko na lang itong, Carlo's Corner. CC for short. Ummm, teka... teka... parang lugi ako dun. Ikaw may corner sa kwarto ko, tapos ako wala. Di yata fair. Gawin ko na lang kayang,,, Carlo and Cass. Parang Tango & Cash — yung movie ni Sylves-

ter Stallone at ni Kurt Russel. Magka-away sila dun sa simula, pero lately naging mag-kakampi. O, di ba, parang tayo lang? Ako si Tango... si Sylvester yun. Tamang-tama, laging beast mode yun. Ikaw naman si Kurt... si Cash, kasi marami kang pera. Hi! Hi! Hi! Carlo and Cass Corner — okay ba? Ano sa palagay mo?"

"Carlo & Cass Corner? Ummm, sige, pwede na rin. Buti na yung kasama pangalan mo. Baka pag pangalan ko lang nakalagay, babuyin mo. Baka lagyan mo ng picture ko, tapos tirikan mo ng kandila. Ha! Ha! Ha! Ummm, teka, kung alisin na lang natin yung word na "corner", gawin na lang nating CS2 para mas maikli... mas madaling tandaan."

Wala sa loob na napatingin si Carlo sa cellphone na hawak. Binuksan ito at tiningnan. Nangiti dahil nakita ang pangalan ni Cassandra sa listahan ng contacts n'ya. Naka-memory pa. Malungkot na pinindot nito ang numero ni Cassandra. Nag-ring lang nang nag-ring sa kabilang linya hanggang ang service provider na ang sumagot, "Your call cannot be completed. The subscriber cannot be reached." At namatay na ang linya. Parang wala sa sarili, muli na namang inulit ni Carlo ang pagtawag. Tulad ng dati ay nag-ring lang ng nag-ring sa kabilang linya hanggang ang service provider muli ang sumagot. Kahit alam na walang sasagot ay inulit na naman ni Carlo ang pagtawag. Tulad ng dati ay nag-ring lang ng nag-ring ang kabilang linya.

Ika-cancel na ni Carlo ang tawag ng may sumagot, *"HELLO?"*

Huling Paalam

***"HELLO?* Carlo?"**

Nagulat si Carlo nang may sumagot sa phone. Boses ni Cassandra, "Hello, Cass? S-Si Cass ba ito?"

"Oo... Carlo?"

Oo, si Carlo ito. Naandito ka pa ba? H-Hindi pa ba kayo... ikaw nakakaalis?"

"Hindi pa. Nagkaroon daw ng problema sa control tower."

"Anong problema? Delikado ba... huwag ka na lang kayang tumuloy?"

"Hindi, okay na, wala namang problema. May bagyo lang daw na darating. Nagka-mix-up-mix-up lang yung schedule, kaya na-delay ang flight namin. Tuloy pa rin ang flight ko. Naghihintay na nga lang kami ng tawag."

"G-Ganun ba... mabuti naman nasagot mo pa ang tawag ko."

"Akala ko nga nanaginip lang ako nung marinig kong tumunog ang cellphone ko, yun pala totoo. Nasa ilalim pa ng jacket ko kaya ang tagal bago ko nasagot. Ummm, ... bakit ka... tumawag?"

"CASS... I LOVE YOU! MAHAL NA MAHAL KITA."

Hindi sumagot si Cassandra.

"Alam ko, noon ko pa dapat sinasabi ito sa iyo, pero hindi kita masisisi kung ayaw mong maniwala. Puro pasaring lang... puro pahaging lang ang ginagawa ko... puro salita pero kulang sa gawa. Pero ito lang ang masasabi ko, Cass, totoo lahat ang sinabi ko sa iyo noon—totoong-totoo! Kaya lang, aaminin ko, hindi ko pinanindigan, naging duwag ako... hindi ko ipinaglaban. Napaka-tanga ko! Pero, ngayon... ngayon, sinasabi ko, Cass, mahal na mahal kita. Hindi ako natatakot na malaman mo, na handa kong ipagsigawan sa lahat mahal na mahal kita at handa kong ipaglaban ang pag-ibig kong ito."

Tahimik lamang ang kabilang linya.

"Cass? Cass? Siguro naiisip mo, bakit ngayon ko lang sinasabi ang mga ito? Kung kailan aalis ka na... kung kailan huli na ang lahat. Oo nga, tama ka, bakit nga ba ngayon ko lang sinasabi ang mga ito. Ang daming oras... ang daming pagkakataon, pero hindi ko sinabi ang lahat sa iyo? Bakit ngayon pa... bakit ngayon lang! Isa lang naman ang sagot doon. *KASI ANG TANGA-TANGA KO!* Kasi... kasi... kahit magkalayo tayo, kahit magka-away tayo... lagi kong iniisip na naandyan ka lang at hindi ka mawawala. Noon pa man, alam ko na kung gaano kita kamahal... kung gaano ka kaimportante sa buhay ko. Ang pagkakamali ko, hindi ko kasi inisip na aalis ka... na mawawala ka. Kaya tuloy lagi akong nag-dadalawang isip, naduduwag na sabihin sa iyo ang tunay na nararamdaman. *DIBA KATANGAHAN 'YUN?* Pero ngayon na aalis ka na talaga at iiwan mo na ako... ngayon ko tunay na napagtanto na mahal na mahal kita... na ayaw kitang mawala sa buhay ko! Alam mo ba ang nararamdaman ko ngayong aalis ka? *ANG SAKIT, CASS... ANG SAKIT, SAKIT!*"

"Bakit kasi, ang tanga, tanga ko! Pero... pero, h-hindi pa naman huli ang lahat, diba, Cass? Please... pwede pa namang mag-umpisa ulit, diba?"

"Naandito ako ngayon sa kwarto mo. Nakita ko yung wall natin... ang ganda! I-Inayos mo pala. Pati yung picture nating dalawang magkayakap... nakita ko na rin," nasambit ni Carlo habang pinipigil ang pag-iyak, "Kung alam ko lang, Cass, kung alam ko lang..."

Nanatiling tahimik ang kabilang linya.

"I'm sorry,Cass... I'm sorry. Sorry sa lahat ng dinulot kong sakit sa iyo...I have been a jerk. Napaka-tanga ko... Napaka-duwag... hindi ko ipinaglaban ang pagmamahal ko sa iyo."

Hindi pa rin sumasagot si Cassandra.

"Nakausap ko si Michael. Nalaman ko ang totoong nangyari sa inyo. Kung paano ka nasaktan... kung paano ang pagdurusa at pagtitiis na dinaanan mo. Kung bakit nagawa mong magkunwaring... *TOMBOY.*"

Sa wakas, nagsalita si Cassandra, "Hindi ko kailangan ang awa mo, Carlo."

"Hindi... hindi kita kinaa-awaan. Mas naiintindihan kita ngayon. Hindi ko akalain na ganon pala ang pinagdaanan mo. A-At, nahihiya ako sa sarili ko... nagagalit... kasi hindi ako nagkaroon ng lakas ng loob na ipakita sa iyo na talagang mahal kita. Na sabihin sa iyo na... na kahit tomboy ka, handa kitang mahalin."

"Cass, mahal kita! Huli na kung huli, pero gusto ko pa ring malaman mo kung gaano kita kamahal. Oo, naging selfish ako... inisip ko lang ang sarili kong kapakanan. Naging bulag ako kay Eloisa. Alam ko... tinatangggap ko. Pero nitong huli, dito ko na-realize na ikaw ang tunay kong mahal. Cass, please sana bigyan mo pa ako ng isa pang pagkakataon. Alam ko, maraming beses mo na akong pinagbigyan... at maraming beses na rin kitang sinaktan... pinabayaan... pero Cass, nangangako ako sa iyo, this time, hinding-hindi na kita iiwan."

"Hindi ko na kaya, Carlo. Ayoko na..." sagot ni Cassandra.

"Hah? Bakit? Nakita ko dun sa wall natin, nakita ko... naramdaman ko, mahal mo din ako! Mahal din kita... mahal na mahal! Bakit hindi natin subuking maulit muli ang lahat... na tama! Bigyan natin ng pagkakataon ang mga sarili natin na magmahal ulit. Kung anumang pagkakamali natin sa simula, pwede pa nating itama ngayon, diba?"

"Madaling sabihin, Carlo... pero mahirap," ang naging kasagutan ni Cassandra.

"Cass, please... huwag mong gawin ito sa akin... huwag mo itong gawin sa iyo! Deserve nating magkaroon ng bagong chance sa isa't isa. Nagmamakaawa ako sa iyo. Please, patawarin mo na ako... hayaan mo nang maipakita sa iyo kung gaano kita kamahal... kung gaano ka ka-importante sa akin. *PLEASE, I LOVE YOU, CASS!* Pabayaan mong mahalin kita... please bigyan mo ako ng chance! That is all I ask... please, Cass... please!"

"Huli na, Carlo. H-Huwag na nating dugtungan pa. Mas mabuti pang tapusin na natin ito ngayon kaysa may masaktan pa muli."

"Cass, hindi, handa akong ipaglaban ang pagmamahal ko sa iyo. Handa akong maghirap... magpakasakit... mag-sakripisyo tulad ng ginawa mo, bigyan mo lang ako nang pagkakataong patunayan ito sa iyo. Parang-awa mo na, Cass... please... please! One last chance... one last chance. I promise... ipinangangako ko, hindi ka magsisisi. I will make you the happiest woman in the world. Promise ko yun, Cass, promise ko yun. Huwag ka munang umalis... please... nagmamakaawa ako sa iyo... please, huwag ka munang umalis. Mag-usap muna tayo, that's all I ask. Please give me a chance. Please, Cassandra, I love you, I love you... I love you! Bigyan mo ako nang pagkakataon na patunayan ito sa iyo... please... please!"

"Pasensya na Carlo. Hindi ko na talaga kaya. Mas mabuti na ang ganito. Sige na, tinatawag na kami sa departure area. Aalis na..."

"May nakita akong peryahan dito sa may atin. Pupunta ako dun... saka sasakay ako sa ferris wheel," banta ni Carlo. Desperado na itong mapigilan sa pag-alis si Cassandra hanggang hindi sila nagkakaunawaan.

"Carlo, diba nangako ka sa akin na hindi ka sasakay ng ferris wheel?" isang mahinang tawa ang ang nagmula kay Cassandra. "Hmmm... pero, kung yun ang gusto mo... sige lang. Tapos na ang yugtong iyon sa akin. Kung gusto mong sumakay ng ferris wheel, sige lang, wala na akong magagawa doon. Okay na, nakalipas na yun."

"Cass, please... gagawin ko ang lahat ng gusto mo... huwag ka lang umalis... please... please!" pagsusumamo ni Carlo.

"Pasens'ya na, Carlo... ayoko na... hindi ko na kaya. Sige na, aalis na ako. Final call na sa flight ko. Salamat sa lahat..."

"I LOVE YOU, MISS CASSANDRA STA. MARIA. I LOVE YOU VERY MUCH, HINDING-HINDI KITA MAKAKALIMUTAN!"

"Paalam na, Carlo."

At tuluyan nang namatay ang linya.

Paalam Na, Aking Mahal

"I was wrong to let you go
I didn't know this would happen
And now it pains me to see you gone
The memories you left are all that I have

I miss you so terribly
I can't bear the pain inside of me
I was wrong to let you go
But now it's too late
Because you're gone"

Ilang beses pilit tinawagan ni Carlo ang cellphone ni Cassandra, pero wala na talagang sumasagot. Nagpatay na ito ng phone. Naalala ni Carlo na mahigpit na ipinagbibilin sa mga pasahero na i-turn-off muna ang mga cellphone pag-sakay ng eroplano at hanggat hindi pa ito nakaka-lipad. Sa huli sumuko na si Carlo. Tinanggap na hindi na muling sasagot pa si Cassandra dahil nakasakay na o nasa loob na ito ng eroplano.

Wala nang nagawa si Carlo kung hindi umalis na lang. Wala sa loob ang patutunguhan. Ni hindi na ito nakapagpaalam sa Mommy ni Cassandra. Hindi matanggap na tuluyan nang nakaalis si Cassandra. Kung alam lang sana niya na hindi pa ito nakakaalis, siguradong sumugod agad ito sa airport.

"Hmmp! Ayan na naman ako. Panibagong 'sana' na naman. Kung alam ko lang 'sana' na hindi tomboy si Cass... kung alam ko lang 'sana' na may pagtingin din pala s'ya sa akin... kung alam ko lang 'sana' na hindi

totoo ang mga pinagsasabi ni Eloisa... kung alam ko lang 'sana' na...haaay! Lagi na lang akong pahulihin. Ngayon naman, kung alam ko lang 'sana' na hindi pa nakakaalis si Cass, sana... huuu... sana... puro sana na lang! 'Sana' maulit muli... ahhhhh, hindi na nga pwede! Hindi na ako natuto!"

Sa paglalakad ay natagpuan ni Carlo na nasa harapan s'ya ng simbahan. Wala din lang maisip na gawin ay pumasok na lang ito sa loob ng simbahan. Kasalukuyang nagmi-misa kaya naupo ito at nakinig ng banal na misa. Habang nakaupo, naalala niya nang sumimba siya dito na kasama si Cassandra, na medyo may kaunting tampuhan sila.

"Ummm, Cass... nag-declare ba ng martial law?

"Huh? Hindi... bakit mo naman nasabi 'yun?

"E, kasi, parang nagkaroon ng censorship ang freedom of speech sa ating dalawa. Yung Cassandra na kilala ko, na abduct na yata ng militar. Incommunicado na... tapos hindi ko na nakikita — lagi na lang wala. Tapos, kahit tawag man lang o kahit text hindi na nagpaparamdam. Ngayon naman... Silent Night, O Holy night ang atmosphere, hindi pa naman pasko. May nagawa ba akong kasalanan sa 'yo?"

"W-Wala, no! Ikaw talaga, kung anu-anong kalokohan ang pinag-iisip mo. BUSY. Busy lang talaga ako ngayon. Grabe na ang pag-ru-rush namin para matapos yung mga final plates so lagi kaming nag-o-overnight. Puyat as in walang tulugan. Grabe as in sobrang grabe ng stress! Kaya nga bawal ang cellphone — bawal

call kahit na text, para walang istorbo. Totally incommunicado. Tapos, ngayon naman, e diba kagagaling lang natin sa misa kaya tahimik ako, medyo ninanamnam ko pa yung solemnity nung mass.

"Seryoso? Yun talaga? Ewan ko, pero parang ayaw kong maniwala sa mga sinasabi mo. Iba, e... bigla ka na lang nawala. Alam mo... yung para bang... ewan ko, di ko talaga maintindihan. Parang bigla na lang parang nagkaroon ng Berlin Wall sa gitna nating dalawa."

"Sobra ka naman. Sabi ko naman sa iyo, busy lang..."

Nangiti ng kaunti si Carlo at naisip, *"Mabuti pa noon, tampo-tampo lang... pero nagkabati din kami. Pero ngayon... totally wala na."*

Luminga-linga ito sa pag-asang baka naandoon si Cassandra pero wala talaga ito, *"Sana, nung nasa Luneta kami, hindi na lang kami umalis. Ang saya-saya namin doon."*

"Paano ako kukuha ng tsitsaron, e nawala sa gitna, napunta d'yan sa tabi mo!"

"Ay, oo nga ano. Hi! Hi! Hi! Sori, nalimutan kong ibalik sa gitna."

"Nakow, ngayon mo pa ibabalik, wala ng laman!"

"Meron pa o... yung mismis! Hi! Hi! Hi!"

"Hi! Hi! Hi! Paano nga kaya kung tumaba ako?"

"Ay alam ko na ang itatawag ko sa iyo. Tom-baboy o kaya Cass-singtaba... Ahahaha! Aray! Aray! Ano ba? Ginagawa mo nang punching bag ang ulo ko, a!"

"Hi! Hi! Hi! Sori na. Alam mo naman 'tong kamay ko, parang nama-magnet ng ulo mo. Ang sarap kasing hampasin."

"Huh! Totoo ba ang naririnig ko? Si Miss Takaw, este si Miss Cassandra Sta. Maria, nahihiya? Wow, kailan pa? Since when? Ha! Ha! Ha!

"Hmmp! Tandaan mo... simula sa araw na ito, hinding-hindi na ako magpapa-libre sa 'yo. Promise ko 'yan. Itaga mo sa bato."

"Hanggang kailan?"

"Hanggang bukas! Hi! Hi! Hi!"

"Sana ganito na lang palagi. Masaya... walang pinoproblema... walang iniisip... walang nagpapagulo ng buhay."

"Hmmmm... Oo nga, ang sarap ng pakiramdam ano? Sana nga, ganito na lang lagi. Walang problema, walang magulo... at masaya. Kontento na ako sa ganito... lalo na at kasama ko ang mahal ko sa buhay."

Ayaw man niyang isipin, ayaw man niyang maalaala si Cass, hindi nito mapigilan tuwing makakakita ng bagay o lugar na nakapagpapaalala sa kanya. Lalo lamang nalungkot si Carlo.

"Cass, nagalit ka ba nung ginamit ko si Michael... ibig kong sabihin yung kunwaring naand'yan si Michael?"

"Hindi."

"Hah? E bakit natigilan ka? Diba, naagaw ko nga ang bola? Bakit hindi mo na ako hinabol?"

"Hi! Hi! HI! Padama ko lang 'yon. Kunwari lang akong natigilan. Alam ko namang nang-gogoyo ka lang. Ayun, talo ka... beh!

"Ganun? Ibig mong sabihin hindi ka na affected kay Michael?"

"Hindi na. Mismo. Kasi naand'yan ka na... di ba sabi mo, tayong dalawa na ang, solid as the rock of Gibraltar ang frienship? O, kaya hindi na ako affected."

Sa kaiisip ni Carlo ay hindi nito namalayan na tapos na ang misa. Nagulat na lang ito nang magsimula ng magtayuan at lumabas ang mga tao. Naiwan si Carlo at mga ilan na tao na nagdarasal o nagno-novena. Nanatiling nakaupo at nakatingin lamang sa altar. Nang lumaon ay lumuhod ito at nagdasal.

"God, bakit naman po ganito ang nangyari sa amin ni Cass? Hindi N'yo po kami binigyan ng pagkakataon na maipag-laban ang pagmamahalan namin. Alam ko po, sabi ko noon sa Inyo, okay lang kaming magkaibigan basta buhay at masaya si Cass. Hindi ko naman po alam na hindi totoong tomboy si Cass. Bakit naman po hindi N'yo ako binigyan ng kahit konting tip? Kahit man lang sa panaginip sana ibinulong N'yo. Opo, alam ko rin na naging duwag ako. Ginawa kong dahilan yung pagiging tomboy ni Cass para hindi seryosohin ang nararamdaman ko. Tama si Michael... tama si Rachel. Kung talagang mahal ko si Cass, dapat inilaban ko... dapat hindi ako naduwag na ma-basted... laban kung laban. Kaya lang, hindi ganoon ang ginawa ko. Nabulagan pa ako kay Eloisa... akala ko naka-ginto ako, yun pala na-tanso lang. Bakit ganoon God? Hindi ba ako karapat-dapat sa pag-ibig ni Cass? Sasaktan ko rin ba s'ya? Pero dapat Lord, binigyan mo naman ako ng pagkakataon. Di ba unfair naman sa akin ito? Mabuti pa si Michael, binigyan Mo ng chance, samantalang ako kahit konti hindi Mo binigyan. Mmmm, pasens'ya na God, pati tuloy Ikaw nasisisi ko."

"Sige na God, tanggap ko na. Okay na ako sa nangyari. E, wala kahit ano pang gawin kong pagmumukmok dito, wala na talaga si Cass. Pangako Mo lang sa akin... please... lagi mong babantayan si Cass. Alam N'yo naman na sobrang bait non, baka maraming magsamantala dun. Ingatan N'yo po s'ya, iligtas sa sakuna, sa sakit at sa mga masasamang tao. Sana po, after four years, magkita po ulit kami. Maghihintay po ako, promise. Yun na po ang gawin N'yong parusa sa katangahan ko. Pero Lord, hwag naman po sana makakita ng ibang guy na mas maiin-love s'ya doon. Ang sakit naman sa akin noon. Hmmm, hindi-hindi! Sige lang Lord... okay lang kung talagang makakakita s'ya doon nang guy na totoong magmamahal sa kanya ng todo-todo at mapapaligaya siya! Okay, Go, Lord... ibigay mo na kay Cass. She deserves it. She deserves to be happy. Totoo, Lord, ganoon ko kamahal si Cass. Okay lang na magparaya ako basta liligaya s'ya. Yun na lang God... okay na ako doon. Thank you, God! Amen."

Pagkatapos magdasal, muling naupo si Carlo. Nagpatuloy ito sa pagmumuni-muni. Nang magtagal, hindi namalayan ni Carlo na nakatulog na siya. Maya-maya pa ay ginigising na ito ni Rachel, "Uy, Kuya, gising! Naandito ka lang pala. Kanina ka pa namin hinahanap. Nag-aalala na sina Papa at Mama."

"Huh! Nakatulog pala ako. Sori... sori!"

"K-Kuya, may sasabihin ako sa iyo,ha. Huwag kang mabibigla..." pakiusap ni Rachel.

"Ano yun? Nagagalit ba sina Papa at Mama sa akin kasi hindi ako umuwi?"

"Hindi... hindi 'yun."

"E, hindi pala 'yun. Akala ko naman kung ano na. O, e ano ba yung sasabihin mo?" tanong ulit ni Carlo.

"Ano, e... tungkol kay Ate Cass," humikhikbing sagot ni Rachel.

"Hah! Bakit? Anong nangyari kay Cass?"

Tuluyan ng umiyak si Rachel, "Kasi... kasi, Kuya... bumagsak daw 'yung eroplanong sinasakyan nila! Hu! Hu! Hu! Patay daw lahat ang nakasakay! Hu! Hu! Hu!

""A-Ano? HINDI... HINDI... HINDI PWEDENG MANGYARI 'YON! BUHAY SI CASS... BUHAY SI CASS! BUHAY! AHHHHHH!"

———————————————

"Manong... manong... gising na! Nananaginip po kayo! Manong, gising!"

Nagulat si Carlo nang mawari na may gumigising sa kanya. Nakatulog pala s'ya at panaginip lang pala ang lahat!

"Manong, okay na po ba kayo?"

Isang sakristan ang gumigising kay Carlo, "O-Oo... oo, pasens'ya na nakatulog pala ako"

"Okay lang po. Kaya lang, magsasara na po ang ating simbahan..."

"A, o, sige, aalis na ako," sagot ni Carlo, sabay tumayo. Napansin n'ya na madilim na nga ang paligid. Matagal din pala s'yang nakatulog. "Pasens'ya ulit."

Paglabas ng simbahan ay naalala ni Carlo ang panaginip, *"Diyos ko, salamat po at panaginip lang ang lahat at hindi totoo."*

Dahil sa panaginip, lalong nadagdagan ang lungkot na bumabalot sa puso ni Carlo. Hindi nito maiwaksi sa isip na parang totoo ang panaginip. Lalo nitong naramdaman ang lungkot na dinulot ng pag-alis ni Cassandra.

Uuwi na sana si Carlo nang makita ang peryahan. Dahil dala pa rin ang agam-agam sanhi ng masamang panaginip, naisipang dumaan muna dito upang mabawasan ang lungkot na nararamdaman. Balak niyang magpapalipas oras hanggang gumanda na ang pakiramdam. Ang hindi alam ni Carlo, ang mga susunod na gagawin niya ay katulad na katulad ng mga pangyayari sa masamang panaginip ni Cassandra.

Walang masyadong tao sa peryahan kaya madaling nakapag-ikot-ikot si Carlo. Tila wala pa rin ito sa sarili. Naubos na ang barya niya sa mga palaro, wala naman siyang napapalunan. Sinubukang mag-target practice, pero dahil wala sa isip ang ginagawa, wala ni isa mang target ang tinamaan. Wala rin syang ganang kumain. Sayang, naisip niya, kung kasama niya si Cass, siguradong tuwang-tuwa ito at sigurado ubos ang pera n'ya sa lakas kumain nito. Lalo lang nalungkot si Carlo ng maisip ito.

Wala na ring masyadong ride na umaandar dahil medyo gabi na at malapit nang magsara ang peryahan. Puro halos pambata na lang. Paalis na sana ito nang namataan ang ferris wheel ride. Last ride na raw, sigaw ng operator at magsasara na. Hindi naman mahilig sumakay ng ferris wheel si Carlo pero dahil ayaw pa rin nitong umuwi, pumila at bumili ng ticket.

Matagal-tagal din bago umandar ang ferris wheel. Pinipilit mapuno dahil last ride na. Pero wala rin halos sumakay at bakante ang karamihan sa sakayan. Huling-huling sumakay si Carlo at solo nito ang sasakyan. Malungkot at malayo ang iniisip. Sa bigat ng nararamdaman ay hindi nito napansin na nakatabingi na ang nasakyan n'ya. Binalewala rin ito ng nagpapasakay dahil inaantok at gustong nang makauwi. Hindi rin narinig ni Carlo ang paglagitnik nang bakal ng sumakay siya, ang waring pag-angal nito sa bigat niya. Walang nakapansin na kumakalas na sa pagkakakabit ang sinasakyan ni Carlo. Nalunod ang mga tunog nito sa ingay ng paligid. Sandali na lang at magsisimula ng umandar ang ferris wheel...

Mahal Pa Rin Kita

May biglang humiyaw sa malayo, "Akala ko ba promise mo, hindi ka na sasakay d'yan?"

"Cass?"

"Ay, hindi! Si Wonder Woman po ito!"

Hindi makapaniwala si Carlo sa nakita. Naandito si Cass, kasama si Rachel. Hindi ito tumuloy na umalis. Mabilis na lumabas si Carlo sa ferris wheel at tinakbo si Cassandra, sabay yakap ng mahigpit dito. Masayang pinanood sila ni Rachel.

Nag-uumapaw sa kaligayahan si Carlo, "I love you, Cass... I love you! Salamat... salamat!"

"Heh! Anong salamat ka d'yan! Marami tayong dapat ayusin at marami kang dapat patunayan sa akin. Akala mo, ganun-ganun na lang... hmmmp, ano ka sineswerte! Pahihirapan kita. Akala mo, ha!" ang pagalit pero nakangiting sagot ni Cassandra.

"Ha! Ha! Ha! Okay lang, Cass! Okay lang. Basta naandito ka, okay lang! Basta para sa iyo, kakayanin ko lahat."

"Totoo? Totoong-totoo?

"TOTOO! PROMISE!"

"Kahit simulan na natin ngayon?"

"Hah! Oo, kahit ngayon pa mismo! Anong gusto mo?"

"Gutom na ako."

— The End —

Yung pong nag-wo-worry dun sa ferris wheel, everythings been taken care of. Na-inform po ni Cassandra yung may-ari at ang management ng karnabal ang tungkol dito. Rest assured na naayos na po ito.

Thank you to all for supporting my first ever book. Sana nagustuhan ninyo at kahit papaano ay may napulot kayong magandang aral na galing sa istorya.

Hehe, kung gusto n'yo ng english version, buy n'yo yung book kong "A Second Chance." Just in case lang!

Muli, maraming-maraming salamat sa inyong pagbasa sa nakakaibang love story nina Cassandra at Carlo.

— **ABMeneses**

www.ingramcontent.com/pod-product-compliance
Lightning Source LLC
LaVergne TN
LVHW010645051026
849532LV00001B/182
* 9 7 8 6 2 1 0 6 1 7 5 1 1 *